# ਸਿੱਖ ਦਾ ਇਕੋ ਵੈਰੀ ਬ੍ਰਾਹਮਣਵਾਦ

## ਗੁਰਪ੍ਰੀਤ ਸਿੰਘ ਜੀਪੀ

PARTRIDGE

Print information available on the last page.

**To order additional copies of this book, contact**
Toll Free 800 101 2657 (Singapore)
Toll Free 1 800 81 7340 (Malaysia)
orders.singapore@partridgepublishing.com

www.partridgepublishing.com/singapore

ਗੁਰੂ ਨਾਨਕ ਸਾਹਿਬ ਜੀ ਦੇ ੫੫੦ ਸਾਲਾ ਪ੍ਰਕਾਸ਼ ਪੁਰਬ ਨੂੰ ਸਮਰਪਿਤ, ਜਿਨ੍ਹਾਂ ਨੇ ਜਗਤ ਕਲਿਆਣ ਲਈ ੴ (ਏਕੰਕਾਰ) ਦਾ ਸਾਂਝੀ ਵਾਲਤਾ ਦਾ ਸੰਦੇਸ਼ ਦਿਤਾ।

ਅੰਗਰੇਜ਼ੀ ਦੇ ਪਾਠਕਾਂ ਲਈ ਇਹ ਕਿਤਾਬ ਅੰਗਰੇਜ਼ੀ ਭਾਸ਼ਾ ਵਿਚ ਵੀ ਉਪਲੱਬਧ ਹੈ।

This book is available in English language also with the title: *Sole Enemy of a SIKH, Brahmanism.*

# ਤਤਕਰਾ

# ਮੁੱਖ ਸ਼ਬਦ

# ਹਲੂਣਾ

ਸਿੱਖ ਜਗਤ ਦੇ ਪ੍ਰਬੁੱਧ ਵਿਦਵਾਨ ਭਾਈ ਕਾਨ੍ਹ ਸਿੰਘ ਜੀ ਨਾਭਾ ਨੇ ੧੯ਵੀਂ ਸਦੀ ਦੇ ਅਖ਼ੀਰਲੇ ਦਹਾਕੇ ਸੰਨ ੧੮੯੮ਈ. ਵਿਚ ਕਿਤਾਬ ਲਿਖੀ ਜਿਸ ਦਾ ਵਿਸ਼ਾ ਸੀ 'ਹਮ ਹਿੰਦੂ ਨਹੀਂ', ਇਸ ਰਚਨਾ ਨੂੰ ਲਿਖਣ ਦੇ ਉਦੇਸ਼ ਨੂੰ ਸਪੱਸ਼ਟ ਕਰਦਿਆਂ ਭਾਈ ਸਾਹਿਬ ਕਿਤਾਬ ਦੀ ਭੂਮਿਕਾ ਵਿਚ ਲਿਖਦੇ ਹਨ ਕਿ:

> ਕੇਵਲ ਹਿੰਦੂ ਧਰਮ ਤੋਂ ਹੀ ਖ਼ਾਲਸੇ ਦੀ ਭਿੰਨਤਾ ਇਸ ਪੁਸਤਕ ਵਿਚ ਇਸ ਵਾਸਤੇ ਲਿਖੀ ਹੈ ਕਿ ਹੋਰਨਾਂ ਧਰਮਾਂ ਤੋਂ ਪਹਿਲਾਂ ਹੀ ਸਾਡੇ ਭਾਈ ਆਪਣੇ ਆਪ ਨੂੰ ਜੁਦਾ ਸਮਝਦੇ ਹਨ, ਪਰ ਅਗਿਆਨ ਕਰਕੇ ਖ਼ਾਲਸੇ ਨੂੰ ਹਿੰਦੂ ਅਥਵਾ ਹਿੰਦੂਆਂ ਦਾ ਇੱਕ ਫ਼ਿਰਕਾ ਖ਼ਿਆਲ ਕਰਦੇ ਹਨ।

ਸਿੱਖਾਂ ਦੀ ਇਸ ਮਾਨਸਿਕ ਸਥਿਤੀ ਦੇ ਕਾਰਨ ਨੂੰ ਬਿਆਨਦੇ ਹੋਏ ਭਾਈ ਕਾਨ੍ਹ ਸਿੰਘ ਜੀ ਲਿਖਦੇ ਹਨ:

> ਸਾਡੇ ਵਿਚ ਬਹੁਤ ਭਾਈ ਐਸੇ ਹਨ, ਜੋ ਆਪਣੇ ਆਪ ਨੂੰ ਸਿੰਘ ਹੋ ਕੇ ਭੀ ਹਿੰਦੂ ਧਰਮੀ ਮੰਨਦੇ ਹਨ, ਔਰ ਗੁਰਬਾਣੀ ਅਨੁਸਾਰ ਚੱਲਣੇ ਅਤੇ ਸਿੱਖ ਧਰਮ ਨੂੰ ਹਿੰਦੂ ਧਰਮ ਤੋਂ ਜੁਦਾ ਅਰ ਸ਼੍ਰੋਮਣੀ ਮੰਨਣ ਅਤੇ ਕਹਿਣ ਵਿਚ ਹਾਨੀ ਜਾਣਦੇ ਹਨ। ਜਿਸਦਾ ਕਾਰਣ ਇਹ ਹੈ ਕਿ ਉਨ੍ਹਾਂ ਨੇ ਆਪਣੇ ਧਰਮ ਪੁਸਤਕਾਂ ਦਾ ਵਿਚਾਰ ਨਹੀਂ ਕੀਤਾ, ਔਰ ਨਾ ਪੁਰਾਣੇ ਇਤਿਹਾਸ ਦੇਖੇ ਹਨ, ਕੇਵਲ ਅਨਮਤਾਂ ਦੀਆਂ ਪੋਥੀਆਂ ਔਰ ਸਵਾਰਥੀ ਪਰਪੰਚੀਆਂ ਦੀ ਸਿੱਖਿਆ ਸੁਣਨ ਵਿਚ ਉਮਰ ਬਿਤਾਈ ਹੈ।

ਭਾਈ ਸਾਹਿਬ ਨੇ ਇਹ ਵਿਚਾਰ ੧੯ਵੀਂ ਸਦੀ ਦੇ ਅੰਤ ਜਾਂ ੨੦ਵੀਂ ਸਦੀ ਦੀ ਸ਼ੁਰੂਆਤ ਤੇ ਸਿੱਖ ਸਮਾਜ ਦੀ ਦਸ਼ਾ ਨੂੰ ਮੁੱਖ ਰਖਦਿਆਂ ਬਿਆਨ ਕੀਤੇ ਸਨ। ਜੇਕਰ ਅੱਜ ਦੇ ਸਮੇਂ ਉਤੇ ਨਜ਼ਰ ਮਾਰੀਏ ਤਾਂ ਹਾਲਾਤ ਨੇ ਬੜਾ ਭਿਆਨਕ ਰੂਪ ਧਾਰ ਲਿਆ ਹੈ। ਪਹਿਲਾਂ ਗੱਲ ਸ਼ਬਦ ਵਿਚਾਰ ਦੀ ਘਾਟ ਕਾਰਨ ਅਗਿਆਨਤਾ ਵਿਚੋਂ ਜਨਮੀ ਸਿੱਖਾਂ ਦੀ ਮਾਨਸਿਕਤਾ ਦੀ ਸੀ। ਪਰ ੧੯੪੭ ਤੋਂ ਬਾਅਦ ਸੈਕਲੂਰਿਜ਼ਮ (secularism) ਦੇ ਨਾਂ ਹੇਠ ਆਪਣੀ ਕਿਸਮਤ ਜਿਸ ਰਾਜ

ਪ੍ਰਬੰਧ ਹੇਠ ਫੜਾ ਦਿਤੀ ਗਈ ਹੈ, ਉਹ ਹਰ ਹੀਲੇ ਸਿੱਖਾਂ ਦੀਆਂ ਉਨ੍ਹਾਂ ਸਾਰੀਆਂ ਸੰਸਥਾਵਾਂ ਉਤੇ ਕਬਜ਼ਾ ਕਰਨਾ ਲੋਚਦੀ ਹੈ ਜਿਸ ਨਾਲ ਸਿੱਖ ਨੂੰ ਸ਼ਬਦ ਵਿਚਾਰ ਤੋਂ ਤੋੜਿਆ ਜਾ ਸਕੇ। ਇਹ ਭਾਰਤ ਦਾ ਰਾਜ ਪ੍ਰਬੰਧ ਬ੍ਰਾਹਮਣਵਾਦ ਦੀ ਵਿਚਾਰਧਾਰਾ ਉਤੇ ਖੜਾ ਹੈ। ਇਹ ਬ੍ਰਾਹਮਣੀ ਰਾਜ ਆਪਣੀ ਰਾਜਨੀਤਿਕ ਤਾਕਤ ਦੀ ਵਰਤੋਂ ਕਰਦਿਆਂ ਸਾਮ, ਦਾਮ, ਦੰਡ ਤੇ ਭੇਦ ਦਾ ਹਰ ਵਸੀਲਾ ਵਰਤ ਕੇ ਚੌਥੇ ਵਰਨ (ਅਖੌਤੀ ਅਛੂਤ), ਸਿੱਖ, ਮੁਸਲਿਮ, ਈਸਾਈ ਤੇ ਹੋਰ ਘੱਟ ਗਿਣਤੀਆਂ ਦਾ ਨਿਰੰਤਰ ਦਮਨ ਕਰਦੀ ਰਹਿੰਦੀ ਹੈ। ਮਸ਼ਹੂਰ ਲੇਖਕਾ ਅਰੁੰਧਤੀ ਰਾਏ ਨੇ ਅਪਣੇ ਲੇਖ 'ਵਾਕਿੰਗ ਵਿਦ ਦ ਕਾਮਰੇਡਜ਼' (Walking with the comrades) ਵਿਚ ਲਿਖਿਆ ਹੈ:

> ਜਦੋਂ ਤੋਂ ਭਾਰਤ ਇਕ ਪ੍ਰਭੂਸਤਾ ਦੇਸ਼ ਬਣਿਆ ਹੈ, ਲਗਭਗ ਉਦੋਂ ਤੋਂ ਹੀ ਇਹ ਬਸਤੀਵਾਦੀ ਤਾਕਤ ਵਿਚ ਬਦਲ ਗਿਆ ਹੈ, ਪ੍ਰਦੇਸ਼ਾਂ ਨੂੰ ਸਮਿਲਿਤ ਕਰਨਾ, ਜੰਗ ਛੇੜਨੀ। ਰਾਜਨੀਤਿਕ ਸਮੱਸਿਆ ਦੇ ਹੱਲ ਲਈ ਫੌਜੀ ਦਖਲਅੰਦਾਜੀ ਕਰਨ ਵਿਚ ਇਸ ਨੇ ਕਦੇ ਸੰਕੋਚ ਨਹੀਂ ਕੀਤਾ- ਕਸ਼ਮੀਰ, ਹੈਦਰਾਬਾਦ, ਗੋਆ, ਨਾਗਾਲੈਂਡ, ਮਨੀਪੁਰ, ਤੇਲੰਗਾਨਾ, ਅਸਾਮ, ਪੰਜਾਬ, ਨਕਸਲੀ ਵਿਦਰੋਹ ਪਛਮੀ ਬੰਗਾਲ, ਬਿਹਾਰ, ਆਂਧਰਾ ਪ੍ਰਦੇਸ ਤੇ ਹੁਣ ਕੇਂਦਰੀ ਭਾਰਤ ਦੇ ਆਦੀਵਾਸੀ ਇਲਾਕਿਆਂ ਵਿਚ। ਹਜਾਰਾਂ ਹੀ ਹਜਾਰਾਂ ਲੋਕਾਂ ਨੂੰ ਦੰਡ-ਰਹਿਤ ਵਿਵਸਥਾ ਵਿਚ ਮਾਰ ਦਿੱਤਾ ਗਿਆ ਹੈ, ਸੈਂਕੜੇ ਹਜਾਰਾਂ ਨੂੰ ਤਸੀਹੇ ਦਿੱਤੇ ਗਏ ਹਨ। ਇਹ ਸਭ ਲੋਕਤੰਤਰ ਦੇ ਸਰਬੋਤਮ ਨਕਾਬ ਦੇ ਪਿੱਛੇ ਕੀਤਾ। ਇਹ ਜੰਗ ਕਿਸ ਦੇ ਵਿਰੁੱਧ ਚਲਾਈ ਗਈ ਹੈ ? ਮੁਸਲਮਾਨ, ਈਸਾਈ, ਸਿੱਖ, ਕਮਿਊਨਿਸਟ, ਦਲਿਤ, ਆਦਿਵਾਸੀ ਅਤੇ ਸਭ ਤੋਂ ਵੱਧ, ਗਰੀਬਾਂ ਦੇ ਵਿਰੁੱਧ ਜੋ ਉਨ੍ਹਾਂ ਵਲ ਸੁਟੇ ਟੁਕੜਿਆਂ ਨੂੰ ਸਵੀਕਾਰ ਕਰਨ ਦੀ ਬਜਾਏ ਉਨ੍ਹਾਂ ਦੀ ਤਾਕਤ ਨੂੰ ਸਵਾਲ ਕਰਨ ਦੀ ਹਿੰਮਤ ਕਰਦੇ ਹਨ। ਇਹ ਵੇਖਣਾ ਮੁਸਕਲ ਨਹੀਂ ਹੈ ਕਿ ਭਾਰਤ ਦਾ ਰਾਜ ਇਕ ਉੱਚ-ਜਾਤੀ ਹਿੰਦੂ ਰਾਜ ਹੈ (ਭਾਵੇਂ ਪਾਰਟੀ ਸੱਤਾ ਵਿਚ ਕੋਈ ਵੀ ਹੋਵੇ) ਜੋ 'ਦੂਸਰੇ' ਪ੍ਰਤੀ ਕ੍ਰਿਯਾਸ਼ੀਲ ਵੈਰ ਨੂੰ ਆਸਰਾ ਦਿੰਦਾ ਹੈ।

ਸਿੱਖਾਂ ਦੇ ਪੰਜ ਸਦੀਆਂ ਦੇ ਲਘੂ ਜੀਵਨ ਵਿਚ ਸਿੱਧੇ ਤੌਰ ਉਤੇ ਬ੍ਰਾਹਮਣੀ ਰਾਜ ਅਧੀਨ ਹੋਣ ਦਾ ਵਰਤਾਰਾ ਪਹਿਲੀ ਵਾਰ ੧੯੪੭ ਤੋਂ ਬਾਅਦ ਆਇਆ ਹੈ। ਸਿੱਖ ਇਤਿਹਾਸ ਵਿਚ

ਮੁਗ਼ਲ ਸਲਤਨਤ ਦੇ ਅਧੀਨ ਵਾਪਰੇ ਘੱਲੂਘਾਰੇ ਅਤੇ ਬੇਮਿਸਾਲ ਸ਼ਹਾਦਤਾਂ ਨੂੰ ਤਾਂ ਹਰ ਸਿੱਖ ਦੀ ਮਾਨਸਿਕਤਾ ਵਿਚ ਵਾਜਬ ਸਥਾਨ ਮਿਲਿਆ ਹੈ। ਪਰ ੧੯੪੭ ਤੋਂ ਬਾਅਦ ਦੀਆਂ ਸ਼ਹਾਦਤਾਂ ਤੇ ਘੱਲੂਘਾਰੇ ਉਹ ਸਥਾਨ ਨਾ ਲੈ ਸਕੇ ਕਿਉਂਕਿ ਮੌਜੂਦਾ ਰਾਜ ਸ਼ਕਤੀ ਵਲੋਂ ਖੜਾ ਕੀਤਾ ਫ਼ਰਜ਼ੀ ਰਾਸ਼ਟਰਵਾਦ ਦਾ ਭਰਮ ਹੁਣ ਆਮ ਨਾਗਰਿਕ ਦੀ ਮਾਨਸਿਕਤਾ ਬਣ ਚੁੱਕੀ ਹੈ। ਅੱਜ ਆਮ ਸਿੱਖ ਨੂੰ ਰਾਸ਼ਟਰ ਜਾਂ ਧਰਮ ਵਿਚੋਂ ਕਿਸੇ ਇਕ ਨੂੰ ਪਹਿਲ ਦੇਣ ਦੇ ਨੀਵੇਂ ਪੱਧਰ ਦੇ ਸਵਾਲਾਂ ਵਿਚ ਹੀ ਉਲਝਾ ਰਖਿਆ ਹੈ।

ਅੱਜ ਸਵਾਲ ਕੇਵਲ ਇਸ ਗੱਲ ਦਾ ਨਬੇੜਾ ਕਰਨ ਤਕ ਸੀਮਤ ਨਹੀਂ ਰਹਿ ਗਿਆ ਕਿ 'ਹਮ ਹਿੰਦੂ ਨਹੀਂ'। ਹੁਣ ਤਾਂ ਸਵਾਲ ਸਿੱਖ ਦੀ ਹੋਂਦ ਉਤੇ ਹੈ ਕਿ *'ਕੀ ਬ੍ਰਾਹਮਣੀ ਰਾਜ ਅਧੀਨ ਸਿੱਖ ਆਪਣੀ ਹੋਂਦ ਬਚਾਅ ਵੀ ਸਕੇਗਾ?'* ਇਹ ਉਹ ਵਿਸ਼ਾ ਹੈ ਜਿਹੜਾ ਸਿੱਖ ਪ੍ਰਚਾਰਕਾਂ ਤੇ ਬੁਧੀਜੀਵੀਆਂ ਦਾ ਪਹਿਲਾ ਵਿਸ਼ਾ ਹੋਣਾ ਚਾਹੀਦਾ ਸੀ। ਪਰ ਇਸ ਨੂੰ ਖੁੱਲ੍ਹ ਕੇ ਵਿਚਾਰ ਦਾ ਵਿਸ਼ਾ ਬਣਾਉਣ ਵਿਚ ਬਹੁਤੇ ਵਿਦਵਾਨ ਹਿੰਦੂ-ਸਿੱਖ ਦੇ ਭਾਈਚਾਰੇ ਨੂੰ ਸੱਟ ਵੱਜਣ ਦਾ ਖ਼ਦਸ਼ਾ ਦਸਦੇ ਹਨ। ਇਹ ਖ਼ਦਸ਼ਾ ਵੀ ਬ੍ਰਾਹਮਣੀ ਰਾਜ ਨੇ ਆਪਣੇ ਫ਼ਾਇਦੇ ਲਈ ਘੱਟ ਗਿਣਤੀਆਂ ਦੇ ਮਨਾਂ ਵਿਚ ਬਿਠਾ ਦਿਤਾ ਹੈ। ਅਸਲ ਵਿਚ ਇਹ ਹੀਣ ਭਾਵਨਾ ਸਵਰਨ ਜਾਤੀ ਕਹਿਲਾਉਣ ਵਾਲੀਆਂ ਦੀ ਨਾਰਾਜ਼ਗੀ ਦੇ ਡਰ ਵਿਚੋਂ ਹੀ ਜਨਮੀ ਹੈ। ਜੇਕਰ ਕ੍ਰਿਸਮਸ, ਈਦ ਤਿਉਹਾਰਾਂ ਨਾਲ ਰਲਗੱਡ ਹੋਏ ਬਿਨਾਂ ਸਿੱਖਾਂ ਦਾ ਈਸਾਈ ਜਾਂ ਮੁਸਲਿਮ ਭਾਈਚਾਰੇ ਨਾਲ ਸਾਂਝ ਉੱਪਰ ਕੋਈ ਅਸਰ ਨਹੀਂ ਪੈਂਦਾ, ਫਿਰ ਸਿੱਖੀ ਸਿਧਾਂਤਾਂ ਦੇ ਉਲਟ ਕਰਵਾ ਚੌਥ ਜਾਂ ਰੱਖੜੀ ਵਰਗੇ ਮਿਥਿਹਾਸਕ ਬ੍ਰਾਹਮਣੀ ਤਿਉਹਾਰਾਂ ਨਾਲ ਰਲਗੱਡ ਹੋਣਾ ਹਿੰਦੂ-ਸਿੱਖ ਭਾਈਚਾਰੇ ਲਈ ਜ਼ਰੂਰੀ ਕਿਉਂ ਸਮਝ ਲਿਆ ਗਿਆ ਹੈ?

ਫ਼ਿਰਕੂ ਸਦਭਾਵਨਾ ਦਾ ਨਿਯੰਤਰਿਤ ਬਿਰਤਾਂਤ ਸਿੱਖ ਦੇ ਜੀਵਨ ਦਾ ਸਾਧਾਰਣ ਵਿਉਹਾਰ ਬਣ ਜਾਣਾ ਸਿੱਖ ਦੀ ਮਾਨਸਿਕ ਗ਼ੁਲਾਮੀ ਦੀ ਨਿਸ਼ਾਨੀ ਹੈ। ਭਾਈਚਾਰਕ ਸਾਂਝ ਦੂਜੇ ਦੇ ਧਰਮ ਦੀ ਵਿਲੱਖਣਤਾ ਦਾ ਸਨਮਾਨ ਕਰਨ ਵਿਚ ਹੈ ਨਾ ਕਿ ਰਾਜਨੀਤਕ ਪੱਖੋਂ ਕਮਜ਼ੋਰ ਧਿਰ ਦੇ ਸਭਿਆਚਾਰ ਨੂੰ ਭਾਈਚਾਰਕ ਸਾਂਝ ਦੇ ਨਾਂ ਹੇਠ ਜਜ਼ਬ ਕਰਨ ਵਿਚ।

ਭਾਰਤੀ ਸੰਵਿਧਾਨ ਦੇ ਨਿਰਮਾਤਾ ਵਜੋਂ ਜਾਣੇ ਜਾਂਦੇ ਰੌਸ਼ਨ ਦਿਮਾਗ਼ ਡਾ ਭੀਮ ਰਾਓ ਅੰਬੇਦਕਰ ਦੇ ਮਨ ਵਿਚ ਇਹ ਹੀਣ ਭਾਵਨਾ ਕਦੇ ਵੀ ਨਹੀਂ ਸੀ ਆਈ ਕਿਉਂਕਿ ਉਹ ਸਮਝ ਚੁੱਕੇ ਸਨ ਕਿ ਦਲਿਤ ਸਮਾਜ ਦਾ ਉਧਾਰ ਬ੍ਰਾਹਮਣ ਦੇ ਬਣਾਏ ਹੋਏ ਸਮਾਜ ਨੂੰ ਪੂਰੀ ਤਰ੍ਹਾਂ

ਨਕਾਰ ਕੇ ਹੀ ਹੋ ਸਕਦਾ ਹੈ। ਉਨ੍ਹਾਂ ਨੇ ਆਪਣੇ ਵਿਚਾਰ ਬਿਨਾਂ ਕਿਸੇ ਡਰ ਜਾਂ ਦਲਿਤ-ਬ੍ਰਾਹਮਣ ਭਾਈਚਾਰਾ ਵਰਗੇ ਅਖੌਤੀ ਖ਼ਦਸ਼ਿਆਂ ਨੂੰ ਦਰ ਕਿਨਾਰ ਕਰ ਕੇ ਦਿਤੇ। ਡਾ ਅੰਬੇਦਕਰ ਦੇ ਮਸ਼ਹੂਰ ਲੇਖ 'ਜਾਤ-ਪਾਤ ਦਾ ਬੀਜ ਨਾਸ਼' (Annihilation of Caste) ਵਿਚ ਉਨ੍ਹਾਂ ਨੇ ਲਿਖਿਆ:

> ਤੁਹਾਨੂੰ ਉਹੀ ਸਟੈਂਡ ਲੈਣਾ ਚਾਹੀਦਾ ਹੈ ਜੋ ਬੁੱਧ ਨੇ ਲਿਆ ਸੀ। ਤੁਹਾਨੂੰ ਉਹੀ ਸਟੈਂਡ ਲੈਣਾ ਚਾਹੀਦਾ ਹੈ ਜੋ ਗੁਰੂ ਨਾਨਕ ਨੇ ਲਿਆ ਸੀ। ਤੁਹਾਨੂੰ ਸ਼ਾਸਤਰਾਂ ਨੂੰ ਸਿਰਫ਼ ਰੱਦ ਹੀ ਨਹੀਂ ਕਰਨਾ ਚਾਹੀਦਾ ਸਗੋਂ ਉਨ੍ਹਾਂ ਦੀ ਸਮਰੱਥਾ ਨੂੰ ਵੀ ਨਕਾਰਨਾ ਚਾਹੀਦਾ ਹੈ, ਜਿਵੇਂ ਬੁੱਧ ਤੇ ਨਾਨਕ ਨੇ ਨਕਾਰਿਆ। ਤੁਹਾਡੇ ਵਿਚ ਹਿੰਦੂਆਂ ਨੂੰ ਦੱਸਣ ਦੀ ਹਿੰਮਤ ਹੋਣੀ ਚਾਹੀਦੀ ਹੈ ਕਿ ਖੋਟ ਉਨ੍ਹਾਂ ਦੇ ਧਰਮ ਵਿਚ ਹੈ। ਉਹ ਧਰਮ ਜਿਸ ਨੇ ਜਾਤ ਦੀ ਪਵਿੱਤਰਤਾ ਦਾ ਵਿਚਾਰ ਉਨ੍ਹਾਂ ਵਿਚ ਪੈਦਾ ਕੀਤਾ ਹੈ। ਕੀ ਤੁਸੀਂ ਇਹ ਹਿੰਮਤ ਵਿਖਾਉਗੇ ?

ਡਾ ਅੰਬੇਦਕਰ ਤੇ ਬਾਬੇ ਨਾਨਕ ਜੀ ਦੀ ਸਿਖਿਆ ਸਦਕਾ ਹਿੰਦੂਆਂ ਨੂੰ ਬ੍ਰਾਹਮਣਵਾਦ ਵਿਚੋਂ ਕੱਢਣ ਦੀ ਪ੍ਰੇਰਣਾ ਕਰਦੇ ਹਨ। ਪਰ ਗੁਰੂ ਨਾਨਕ ਦੇ ਅਖਵਾਉਂਦੇ ਸਿੱਖ ਖ਼ੁਦ ਹੀ ਇਸ ਦਲ-ਦਲ ਵਿਚ ਧਸਦੇ ਜਾ ਰਹੇ ਹਨ। ਦਸਮੇਸ਼ ਪਿਤਾ ਦੇ ਆਖ਼ਰੀ ਫ਼ੁਰਮਾਨ, 'ਸਭ ਸਿਖਨ ਕੋ ਹੁਕਮ ਹੈ, ਗੁਰੂ ਮਾਨਿਓ ਗ੍ਰੰਥ' ਅਨੁਸਾਰ ਜੇਕਰ ਸਿੱਖ ਗੁਰੂ ਸ਼ਬਦ ਦੀ ਵਿਚਾਰ ਨਾਲ ਜੁੜਿਆ ਹੁੰਦਾ ਤਾਂ ਬ੍ਰਾਹਮਣਵਾਦ ਦੀ ਲਾਗ ਨਾ ਲਗਦੀ ਤੇ ਰੋਗੀ ਨਾ ਹੁੰਦਾ।

> ਜੈ ਤਨਿ ਬਾਣੀ ਵਿਸਰਿ ਜਾਇ॥ ਜਿਉ ਪਕਾ ਰੋਗੀ ਵਿਲਲਾਇ॥
>
> (ਗੁਰੂ ਗ੍ਰੰਥ ਸਾਹਿਬ, ਮ. ੧, ਅੰਗ ੬੬੧)

ਇਸ ਵਿਚ ਕਿਸੇ ਤਰ੍ਹਾਂ ਦਾ ਕੋਈ ਭਰਮ ਨਹੀਂ ਹੋਣਾ ਚਾਹੀਦਾ ਕਿ ਬ੍ਰਾਹਮਣਵਾਦ ਕੋਈ ਧਰਮ ਨਹੀਂ ਹੈ। ਪਰ ਲੋਕਾਂ ਵਿਚ ਮਨੁੱਖਤਾ ਵਿਰੋਧੀ ਵਿਚਾਰਧਾਰਾ ਪ੍ਰਤੀ ਪਵਿੱਤਰਤਾ ਦਾ ਵਿਚਾਰ, ਧਰਮ ਦਾ ਨਾਮ ਦੇ ਕੇ ਹੀ ਪੈਦਾ ਕੀਤਾ ਗਿਆ ਹੈ। ਵੇਦਾਂ, ਸ਼ਾਸਤਰਾਂ ਉਤੇ ਖੜੇ ਬ੍ਰਾਹਮਣਵਾਦ ਦਾ ਗੁਰਬਾਣੀ ਉਤੇ ਅਧਾਰਿਤ ਸਿੱਖ ਫ਼ਲਸਫ਼ੇ ਵਿਚ ਐਨਾ ਹੀ ਫ਼ਰਕ ਹੈ ਜਿੰਨਾ ਹਨੇਰੇ ਤੇ ਚਾਨਣ, ਅੱਗ ਤੇ ਪਾਣੀ, ਗ਼ੁਲਾਮੀ ਤੇ ਆਜ਼ਾਦੀ, ਬਿੱਖ ਤੇ ਅੰਮ੍ਰਿਤ ਅਤੇ ਸ਼ੈਤਾਨ ਤੇ ਰੱਬ ਵਿਚ ਹੈ।

ਗੱਲ ਇਹ ਹੈ ਕਿ ਬ੍ਰਾਹਮਣਵਾਦ ਤੇ ਗੁਰਮਤਿ ਦੋਵੇਂ ਉਲਟ ਵਿਚਾਰਧਾਰਾਵਾਂ ਹਨ। ਜਿੱਥੇ ਇਕ ਪਾਸੇ ਬ੍ਰਾਹਮਣਵਾਦ ਜਾਤ-ਪਾਤ, ਰੰਗ, ਨਸਲ, ਲਿੰਗ ਦੇ ਵਖਰੇਵਿਆਂ ਨੂੰ ਲੈ ਕੇ ਅਸਮਾਨਤਾ ਤੇ ਮਿਥਿਹਾਸ ਤੇ ਖੜਾ ਹੈ, ਉੱਥੇ ਹੀ ਦੂਜੇ ਪਾਸੇ ਸਿੱਖ ਫ਼ਲਸਫ਼ਾ ਏਕੰਕਾਰ (ੴ) ਇਕ ਕਰਤਾਰ ਦੇ ਸਰਬ ਸਾਂਝੇ ਵਿਚਾਰ ਉਤੇ ਪਹਿਰਾ ਦਿੰਦਾ ਹੈ ਜਿਸ ਨੂੰ ਗੁਰੂਆਂ ਨੇ ਮਨੁੱਖਤਾ ਦੇ ਭਲੇ ਲਈ ਅਮਲੀ ਜੀਵਨ ਵਿਚ ਉਤਾਰਿਆ।

ਪਰ ਅੱਜ ਦਾ ਸਿੱਖ ਸਮਾਜ ਰਾਜਨੀਤਕ ਤੇ ਆਰਥਕ ਪੱਖੋਂ ਭਾਰਤ ਵਿਚ ਬ੍ਰਾਹਮਣੀ ਰਾਜ ਪ੍ਰਬੰਧ ਦੇ ਅਧੀਨ ਹੈ। ਪੰਜਾਬ ਦੀ ਹਵਾ, ਪਾਣੀ, ਜ਼ਮੀਨ, ਕਿਸਾਨੀ, ਵਪਾਰ, ਵਿੱਦਿਆ ਸੱਭ ਕਾਸੇ ਉੱਤੇ ਕੇਂਦਰ ਸਰਕਾਰ ਦਾ ਕੰਟਰੋਲ ਹੈ। ਇਸ ਸੱਭ ਦੇ ਬਾਵਜੂਦ ਦੇਸ਼ ਭਗਤੀ ਦੇ ਫ਼ਰਜ਼ੀ ਫ਼ਲਸਫ਼ੇ ਅਧੀਨ ਸਮਾਜ ਦੇ ਵੱਡੇ ਤਬਕੇ ਨੂੰ ਇਨ੍ਹਾਂ ਗ਼ੁਲਾਮੀ ਦੀਆਂ ਜ਼ੰਜੀਰਾਂ ਦਾ ਅਹਿਸਾਸ ਹੀ ਨਹੀਂ ਹੈ। *ਸਿੱਖ ਦਾ ਕਿਸੇ ਨਾਲ ਕੋਈ ਵੈਰ ਨਹੀਂ ਪਰ ਸਿੱਖ ਦਾ ਵੈਰੀ ਜ਼ਰੂਰ ਹੈ ਜਿਸ ਬਾਰੇ ਅਵੇਸਲੇ ਹੋਣਾ ਮੂਰਖਤਾ ਅਤੇ ਘਾਤਕ ਹੈ।* ਇਸ ਕਿਤਾਬ ਦਾ ਮਕਸਦ ਪਾਠਕ ਦੇ ਮਨ ਵਿਚ ਦੋ ਵਿਚਾਰਧਾਰਾਵਾਂ ਵਿਚਾਲੇ ਜ਼ਮੀਨ-ਅਸਮਾਨ ਦੇ ਫ਼ਰਕ ਨੂੰ ਨਿਖੇੜ ਕੇ ਨਿਆਰੇਪਣ ਦਾ ਅਹਿਸਾਸ ਕਰਵਾਉਣਾ ਹੈ। ਸਿੱਖ ਆਪਣੀ ਰਾਜਨੀਤਕ ਤੇ ਆਰਥਕ ਆਜ਼ਾਦੀ ਲਈ ਉਦੋਂ ਤੱਕ ਸੁਚੇਤ ਨਹੀਂ ਹੋਵੇਗਾ, ਜਦੋਂ ਤੱਕ ਉਹ ਗੁਰਬਾਣੀ ਦੀ ਰੌਸ਼ਨੀ ਵਿਚ ਇਸ ਫ਼ਰਕ ਨੂੰ ਸਮਝ ਕੇ ਫ਼ੈਸਲਾ ਨਹੀਂ ਕਰ ਲੈਂਦਾ ਕਿ *'ਸਿੱਖ ਦਾ ਇਕੋ ਵੈਰੀ, ਬ੍ਰਾਹਮਣਵਾਦ'।*

# ਬ੍ਰਾਹਮਣਵਾਦ ਦਾ ਮੂਲ

# ਇਕ ਭਰਮ

ਮਾਧਵੇ ਕਿਆ ਕਹੀਐ ਭ੍ਰਮੁ ਐਸਾ ॥ ਜੈਸਾ ਮਾਨੀਐ ਹੋਇ ਨ ਤੈਸਾ ॥

(ਗੁਰੂ ਗ੍ਰੰਥ ਸਾਹਿਬ, ਭ. ਰਵਿਦਾਸ, ਅੰਗ ੬੫੭)

ਭਰਮ ਕਹਿੰਦੇ ਹੀ ਉਸ ਨੂੰ ਹਨ, ਜੋ ਚੀਜ਼ ਜਿਸ ਤਰ੍ਹਾਂ ਦੀ ਵਿਖਾਈ ਦਿੰਦੀ ਹੋਵੇ, ਪਰ ਅਸਲ ਵਿਚ ਉਹ ਚੀਜ਼ ਉਸ ਤੋਂ ਬਿਲਕੁਲ ਉਲਟ ਹੋਵੇ।

ਸਾਰੇ ਬੁਧੀਜੀਵੀ ਜਾਂ ਇਤਿਹਾਸਕਾਰ ਆਮ ਰਾਏ ਰਖਦੇ ਹਨ ਕਿ ਅਜਿਹਾ ਕੋਈ ਇਕ ਮੰਤਰ, ਗ੍ਰੰਥ, ਪੈਗੰਬਰ ਜਾਂ ਵਿਚਾਰਧਾਰਾ ਨਹੀਂ ਹੈ ਜਿਸ ਨੂੰ ਬ੍ਰਾਹਮਣਵਾਦ ਦਾ ਮੂਲ ਕਿਹਾ ਜਾ ਸਕੇ। ਪਰ ਸੱਭ ਤੋਂ ਵੱਧ ਪ੍ਰਚਲਤ ਰਚਨਾ 'ਗਾਯਤਰੀ ਮੰਤਰ' ਹੈ। ਇਹ ਮੰਤਰ ਸੱਭ ਤੋਂ ਪਹਿਲਾਂ ਰਿਗਵੇਦ ਵਿਚ ਆਇਆ ਤੇ ਰਿਸ਼ੀ ਵਿਸ਼ਵਾਮਿੱਤਰ ਵੱਲੋਂ ਰਚਿਆ ਦਸਿਆ ਜਾਂਦਾ ਹੈ। ਕਈ ਵਿਦਵਾਨ ਇਸ ਨੂੰ ਸੂਰਜ (ਸਵਿਤੁਰ) ਦੀ ਆਰਾਧਨਾ ਨਾਲ ਜੋੜਦੇ ਹਨ। ਇਸ ਕਰ ਕੇ ਇਸ ਨੂੰ ਸਵਿਤਰੀ ਮੰਤਰ ਵੀ ਕਿਹਾ ਜਾਂਦਾ ਹੈ। ਇਸ ਦਾ ਪ੍ਰਚਲਤ ਸਰੂਪ ਇਸ ਤਰਾਂ ਹੈ:

ॐ ਭੂਰਭੁਵਹ ਸਵਹ ਤੱਤਸਵਿਤੁਰ ਵਰੇਨਯਮ ਭਰਗੋ ਦੇਵਸਯ ਧੀਮਹੀ
ਧਿਯੋ ਯੋ ਨਹ ਪ੍ਰਚੋਦਯਾਤ ॥

ਡਾ ਸਰਵਪੱਲੀ ਰਾਧਾਕ੍ਰਿਸ਼ਨਨ ਨੇ ਇਸ ਦੇ ਅਰਥ ਇਸ ਪ੍ਰਕਾਰ ਕੀਤੇ ਹਨ, "ਅਸੀਂ ਬ੍ਰਹਮ ਪ੍ਰਕਾਸ਼ ਦੀ ਚਮਕਦਾਰ ਮਹਿਮਾ ਦਾ ਧਿਆਨ ਕਰਦੇ ਹਾਂ ਕਿ ਉਹ ਸਾਡੀ ਸਮਝ ਨੂੰ ਪ੍ਰੇਰਿਤ ਕਰੇ। ਅਸੀਂ ਰੌਸ਼ਨ ਸੂਰਜ ਦੀ ਸਤਿਕਾਰਯੋਗ ਮਹਿਮਾ ਦਾ ਧਿਆਨ ਕਰਦੇ ਹਾਂ ਕਿ ਉਹ ਸਾਡੀ ਬੁੱਧੀ ਨੂੰ ਪ੍ਰੇਰਿਤ ਕਰੇ।"

ਬ੍ਰਹਿਮ ਜਾਂ ਸੂਰਜ ਦੇ ਉਹ ਕਿਹੜੇ ਗੁਣ ਹਨ ਜਿਸ ਦਾ ਧਿਆਨ ਕਰ ਕੇ ਆਪਣੀ ਸਮਝ ਜਾਂ ਬੁੱਧੀ ਨੂੰ ਉਜਵਲ ਬਣਾਇਆ ਜਾ ਸਕਦਾ ਹੈ, ਇਸ ਬਾਰੇ ਕੋਈ ਸਥਾਈ ਸਿਧਾਂਤਕ ਪੈਮਾਨਾ ਨਹੀਂ ਹੈ ਜਿਸ ਕਾਰਨ 'ਗਾਯਤਰੀ ਮੰਤਰ' ਅਤੇ ਓਮ (ॐ) ਦੇ ਵਿਦਵਾਨਾਂ ਵਲੋਂ ਵੱਖ-ਵੱਖ ਅਰਥ ਕੀਤੇ ਜਾਂਦੇ ਹਨ, ਜੋ ਅਕਸਰ ਇਕ ਦੂਜੇ ਨਾਲ ਸਿਧਾਂਤਕ ਮੇਲ ਨਹੀਂ ਖਾਂਦੇ।

"ਬਾਤ ਵੁਹ ਕਹੀਏ ਕਿ ਜਿਸ ਬਾਤ ਕੇ ਸੌ ਪਹਿਲੂ ਹੋਂ, ਕੋਈ ਪਹਿਲੂ ਤੋ ਰਹੇ ਬਾਤ ਬਦਲਨੇ ਕੇ ਲੀਏ।"

– (ਪੰਡਿਤ ਜਵਾਹਰ ਲਾਲ ਨਹਿਰੂ ਦੇ ਬੋਲ ਸਿਰਦਾਰ ਕਪੂਰ ਸਿੰਘ ਵਲੋਂ ਲਿਖੀ 'ਸਾਚੀ ਸਾਖੀ' ਕਿਤਾਬ ਵਿਚ ਦਰਜ ਹਨ)

ਬ੍ਰਾਹਮਣਵਾਦ ਆਪਾ ਵਿਰੋਧੀ ਵਿਚਾਰਧਾਰਾਵਾਂ ਦਾ ਮਕੜ ਜਾਲ ਹੈ। ਜਿਥੇ ਰਿਗਵੇਦ ਅਨੁਸਾਰ ਗੋਮੇਧ ਯੱਗ ਅਤੇ ਗਊ ਦਾ ਮਾਸ ਖਾਣਾ ਸ਼ੁੱਭ ਕਾਰਜ ਹੈ, ਉਥੇ ਹੀ ਬੁੱਧ ਧਰਮ ਦੇ ਆਗਮਨ ਤੋਂ ਬਾਅਦ ਰਚੇ ਗ੍ਰੰਥ (ਪੁਰਾਨ, ਸਿਮਰਤੀ) ਅਨੁਸਾਰ ਗਊ ਦਾ ਮਾਸ ਖਾਣਾ ਸੱਭ ਤੋਂ ਵੱਡਾ ਅਧਰਮ ਹੈ। ਜਿਵੇਂ ਗਿਰਗਟ ਮਾਹੌਲ ਅਨੁਸਾਰ ਵਾਰ-ਵਾਰ ਰੰਗ ਬਦਲ ਕੇ ਅਪਣੀ ਹੋਂਦ ਬਣਾਈ ਰਖਦੀ ਹੈ, ਉਸੇ ਤਰ੍ਹਾਂ *ਆਪਾ ਵਿਰੋਧੀ ਵਿਚਾਰਧਾਰਾਵਾਂ, ਬ੍ਰਾਹਮਣਵਾਦ ਨੂੰ ਕੋਈ ਖੋਰਾ ਨਹੀਂ ਲਗਾਉਂਦੀਆਂ ਬਲਕਿ ਉਸ ਦੀ ਹਸਤੀ ਨੂੰ ਕਾਇਮ ਰੱਖਣ ਤੇ ਆਪਣੇ ਟੀਚੇ ਨੂੰ ਸਰ ਕਰਨ ਵਿਚ ਮਦਦਗਾਰ ਹੁੰਦੀਆਂ ਹਨ।*

ਸੱਤਾ ਤੋਂ ਬਾਹਰ ਹੁੰਦੀਆਂ ਸੱਤਾਧਾਰੀ ਦੇ ਪੈਰਾਂ ਉਤੇ ਡਿੱਗ ਜਾਣਾ ਤੇ ਸੱਤਾ ਵਿਚ ਆਉਂਦਿਆਂ ਹੀ ਆਮ ਲੋਕਾਈ ਦੇ ਗਲ ਨੂੰ ਫੜ ਲੈਣਾ, ਇਹ ਰਣਨੀਤੀ ਵਿਸ਼ਵ ਦੀ ਸੱਭ ਤੋਂ ਪੁਰਾਤਨ ਫਾਸੀਵਾਦੀ ਵਿਚਾਰਧਾਰਾ ਦੇ ਹਜ਼ਾਰਾਂ ਸਾਲਾਂ ਤੋਂ ਸਲਾਮਤ ਰਹਿਣ ਦਾ ਹਿੱਸਾ ਹੈ। ਇਸ ਵਿਚਾਰਧਾਰਾ ਨੇ ਤਿੰਨ ਤੋਂ ਚਾਰ ਹਜ਼ਾਰ ਸਾਲਾਂ ਤੋਂ ਸਮਾਜ ਉਤੇ ਅਪਣੀ ਲਗਾਤਾਰ ਪਕੜ ਬਣਾਈ ਹੋਈ ਹੈ। ਇਸ ਲਈ ਬ੍ਰਾਹਮਣਵਾਦ ਦਾ ਮੂਲ ਕੋਈ ਇਕ ਵਿਚਾਰਧਾਰਾ ਨਹੀਂ ਹੈ ਇਹ ਤਾਂ ਸਗੋਂ ਉਹ ਨਿਸ਼ਾਨਾ ਹੈ ਜਿਸ ਦੀ ਪ੍ਰਾਪਤੀ ਲਈ ਵਿਚਾਰਧਾਰਾ ਵਿਚ ਕਿਸੇ ਵੀ ਹੱਦ ਤਕ ਲਚਕੀਲਾਪਣ ਲਿਆਇਆ ਜਾ ਸਕਦਾ ਹੈ। ਇਹ ਫਾਸੀਵਾਦੀ ਟੀਚਾ ਹੈ- 'ਰਾਜਨੀਤਕ, ਆਰਥਕ ਤੇ ਧਾਰਮਕ ਤਾਕਤ ਉਤੇ ਜਨਮ ਅਧਾਰਿਤ ਅਖੌਤੀ ਸਵਰਨ ਜਾਤੀ ਕਹਿਲਾਉਣ ਵਾਲੇ ਆਰੀਅਨ ਲੋਕਾਂ ਦਾ ਕਬਜ਼ਾ।' ਜੇਕਰ ਇਸ ਟੀਚੇ ਨੂੰ ਅਧਾਰ ਬਣਾ ਕੇ ਬ੍ਰਾਹਮਣਵਾਦ ਨੂੰ ਸਮਝਣ ਦੀ ਕੋਸ਼ਿਸ਼ ਕਰਾਂਗੇ ਤਾਂ ਹੀ ਇਸ ਬੁਝਾਰਤ ਦੀਆਂ ਖਿਲਰੀਆਂ ਕੜੀਆਂ ਇਕ ਦੂਜੇ ਨਾਲ ਮੇਲ ਖਾਂਦੀਆਂ ਨਜ਼ਰ ਆਉਣਗੀਆਂ। ਵੈਦਿਕ ਤੇ ਪੁਰਾਤਨ ਗ੍ਰੰਥਾਂ ਵਿਚੋਂ ਪ੍ਰੇਰਣਾ ਲੈ ਕੇ ਬ੍ਰਾਹਮਣਵਾਦ ਨੇ ਮੌਜੂਦਾ ਸਮੇਂ ਵਿਚ ਜੋ ਰੂਪ ਅਖਤਿਆਰ ਕੀਤਾ ਹੈ, ਉਹ ਵਿਚਾਰ ਅਧੀਨ ਲਿਆਉਣ ਯੋਗ ਹੈ।

# ਬ੍ਰਾਹਮਣਵਾਦ ਦੇ ਚਾਰ ਥੰਮ੍ਹ

**ਬ੍ਰਾਹਮਣਵਾਦ**

| | | | | |
|---|---|---|---|---|
| ੪ ਥੰਮ੍ਹ | ਜਾਤ ਆਧਾਰਤ ਸਮਾਜ | ਮਨੁੱਖਤਾਹੀਣ ਰਾਸ਼ਟਰਵਾਦ | ਮਿਥਿਹਾਸ ਆਧਾਰਤ ਵਿਸ਼ਵਾਸ | ਦੂਜੇ ਧਰਮਾਂ ਪ੍ਰਤੀ ਅਸਹਿਣਤਾ |
| ਉਦੇਸ਼ | ਦਲਿਤ, ਆਦਿਵਾਸੀ ਅਤੇ ਹੋਰ ਘੱਟ ਗਿਣਤੀਆਂ ਨੂੰ ਬਰਾਬਰੀ ਦੇ ਹੱਕਾਂ ਤੋਂ ਵਾਂਝਾ ਰਖਣਾ | ਦੇਸ਼ ਦੀ ਸਰਹੱਦ ਨੂੰ ਖੁਦ ਦੀ ਤਾਕਤ ਵਧਾਉਣ ਲਈ ਵਰਤਣਾ (ਅਖੰਡ ਭਾਰਤ ਦਾ ਨਾਹਰਾ) | ਅਧਿਆਤਮਕ ਪੱਖੋਂ ਕਮਜ਼ੋਰ ਸਮਾਜ | ਨਿਰੰਤਰ ਦਖਲਅੰਦਾਜ਼ੀ ਕਰਕੇ ਦੂਜੇ ਧਰਮਾਂ ਨੂੰ ਘਟਾਉਣਾ |
| ਵਿਧੀ | ਬਿਨਾ ਯੋਗਤਾ ਦੇ ਸਵਰਨ ਜਾਤੀ ਪੂੰਜੀਵਾਦੀਆਂ ਵਲੋਂ ਆਰਥਿਕ ਲੁਟ; ਯੋਗਤਾ ਦੇ ਨਾਂ ਹੇਠ ਦਲਿਤਾਂ ਦੇ ਰਿਜ਼ਰਵੇਸ਼ਨ ਵਿਰੁਧ ਮੁਹਿੰਮ; ਪੂੰਜੀ ਦਾ ਮੁਖ ਸਰੋਤ | ਰਾਸ਼ਟਰੀ ਏਕਤਾ ਅਖੰਡਤਾ ਦੇ ਨਾਂ ਹੇਠ ਸੁਬਾਈ ਅਧਿਕਾਰਾਂ ਨੂੰ ਇਨਕਾਰ ਕਰਨਾ; ਫੌਜ ਜਾਂ ਪੁਲਿਸ ਦੀ ਵਰਤੋਂ ਨਾਲ ਬਰਾਬਰ ਦੇ ਹੱਕਾਂ ਵਾਸਤੇ ਸਿਆਸੀ ਵਿਰੋਧ ਨੂੰ ਕੁਚਲਨਾ | ਤਰਕਸ਼ੀਲ ਤੇ ਵਿਗਿਆਨਕ ਸੋਚ ਨੂੰ ਦਬਾਨਾ; ਕਰਮਕਾਂਡ ਤੇ ਮਿਥਿਹਾਸ ਦਾ ਪ੍ਰਚਾਰ; ਅਖੌਤੀ ਸੰਤਾਂ ਨੂੰ ਸਥਾਪਿਤ ਕਰ ਕੇ ਆਪਣੇ ਅਨੁਕੂਲ ਧਾਰਮਿਕ ਅਤੇ ਸਿਆਸੀ ਮਾਹੋਲ ਘੜਨਾ | ਭਾਰਤ ਵਿੱਚ ਜਨਮੇ ਮਜ਼ਹਬ (ਜੈਨ, ਬੁਧ, ਸਿੱਖ) ਨੂੰ ਹਿੰਦੂ ਧਰਮ ਦਾ ਅੰਗ ਪ੍ਰਚਾਰ ਕੇ ਨਿਗਲਣਾ; ਭਾਰਤ ਤੋਂ ਬਾਹਰ ਜਨਮੇ ਮਜ਼ਹਬ (ਇਸਲਾਮ, ਇਸਾਈ) ਨੂੰ ਪਰਾਇਆ ਸਭਿਆਚਾਰ ਪ੍ਰਚਾਰ ਕੇ ਨਕਾਰਨਾ |

ਝੂਠਾ ਅਤੇ ਵਿਗੜਿਆ ਇਤਹਾਸ ਘੜਕੇ ਪ੍ਰਚਾਰਨਾ

'ਹਿੰਦੂ ਖ਼ਤਰੇ ਵਿੱਚ ਹੈ' ਦੇ ਝੂਠੇ ਬਿਰਤਾਂਤ ਨਾਲ ਖੁਦ ਨੂੰ ਸਦਾ ਪੀੜਿਤ ਸਾਬਿਤ ਕਰਨਾ

ਝੂਠ ਨੂੰ ਵਾਰ-ਵਾਰ ਬੋਲੋ ਜਿਸ ਨਾਲ ਉਹ ਸੱਚ ਜਾਪਣ ਲਗੇ

**ਟੀਚਾ:** ਅਖੌਤੀ ਉੱਚ ਜਾਤੀ ਹਿੰਦੂਆਂ (ਆਰਿਅਨ) ਵਲੋਂ ਸਾਰੀ ਰਾਜਨੈਤਿਕ, ਆਰਥਿਕ ਅਤੇ ਧਾਰਮਿਕ ਤਾਕਤ ਤੇ ਕਬਜ਼ਾ ਬਣਾਏ ਰਖਣਾ

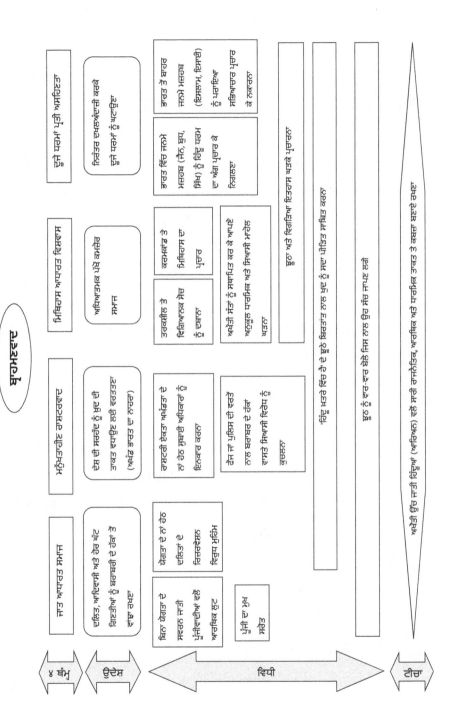

# ਚਾਰ ਥੰਮ੍ਹ ਤੇ ਉਨ੍ਹਾਂ ਦੇ ਉਦੇਸ਼

ਇਸ ਬ੍ਰਾਹਮਣਵਾਦ ਰੂਪੀ ਭਰਮ ਦੇ ਚਾਰ ਮੁੱਖ ਥੰਮ੍ਹ ਹਨ, ਅਸੀਂ ਇਕ ਫਲੋ ਚਾਰਟ (flow chart) ਰਾਹੀਂ ਇਸ ਨੂੰ ਸਮਝਣ ਦੀ ਕੋਸ਼ਿਸ਼ ਕਰਾਂਗੇ।

ਸੱਭ ਤੋਂ *ਪਹਿਲਾ ਥੰਮ੍ਹ ਹੈ 'ਜਾਤ ਆਧਾਰਤ ਸਮਾਜ'* ਭਾਵ ਜਨਮ ਦੇ ਆਧਾਰ ਉਤੇ ਸਮਾਜ ਦਾ ਜਾਤ-ਪਾਤ ਵਿਚ ਬਟਵਾਰਾ। ਇਸ ਵਿਚਾਰਧਾਰਾ ਦੇ ਅਧੀਨ ਸਮਾਜ ਨੂੰ ਚਾਰ ਮੁੱਖ ਭਾਗਾਂ 'ਬ੍ਰਾਹਮਣ, ਖੱਤਰੀ, ਵੈਸ਼ ਤੇ ਸ਼ੂਦਰ' ਵਿਚ ਵੰਡਿਆ ਗਿਆ ਹੈ। ਉਂਜ ਤਾਂ ਕਈ ਸੈਂਕੜੇ ਭਾਗਾਂ ਵਿਚ ਜਾਤਾਂ ਇਸ ਤੋਂ ਅੱਗੇ ਵੀ ਹਨ ਪਰ ਉਹ ਸਾਰੀਆਂ ਇਨ੍ਹਾਂ ਚਾਰਾਂ ਦਾ ਹੀ ਹਿੱਸਾ ਹਨ। ਜਦੋਂ ਤਕਰੀਬਨ ਸਾਢੇ ਤਿੰਨ-ਚਾਰ ਹਜ਼ਾਰ ਸਾਲ ਪਹਿਲਾਂ ਆਰੀਆ ਲੋਕਾਂ ਨੇ ਭਾਰਤ ਉਤੇ ਹਮਲਾ ਕੀਤਾ ਤਾਂ ਉਨ੍ਹਾਂ ਨੇ ਇੱਥੋਂ ਦੇ ਮੂਲ ਨਿਵਾਸੀਆਂ ਨੂੰ ਸ਼ੂਦਰ ਜਾਂ ਗ਼ੁਲਾਮ ਬਣਾ ਦਿਤਾ। ਸ਼ੂਦਰਾਂ ਨੂੰ ਇਸ ਵਰਨ ਆਸ਼ਰਮ ਵਿਚ ਸੱਭ ਤੋਂ ਹੇਠਲਾ ਦਰਜਾ ਦਿਤਾ। ਬ੍ਰਾਹਮਣ ਨੇ ਆਪਣੇ ਹੱਥ ਵਿਚ ਧਾਰਮਕ ਤਾਕਤ, ਖੱਤਰੀ ਦੇ ਹੱਥ ਵਿਚ ਰਾਜਨੀਤਕ ਤਾਕਤ, ਵੈਸ਼ ਦੇ ਹੱਥ ਵਿਚ ਆਰਥਿਕਤਾ ਤੇ ਸ਼ੂਦਰਾਂ ਨੂੰ ਗ਼ੁਲਾਮ ਜਾਂ ਕੁਸ਼ਲ ਮਜ਼ਦੂਰ (skilled labour) ਦੇ ਤੌਰ ਤੇ ਇਸਤੇਮਾਲ ਕੀਤਾ ਗਿਆ।

*ਇਸ ਜਾਤ ਆਧਾਰਤ ਸਮਾਜ ਦਾ ਮੁੱਖ ਉਦੇਸ਼ ਭਾਰਤ ਦੇ ਦਲਿਤ, ਆਦਿਵਾਸੀ ਤੇ ਹੋਰ ਘੱਟ ਗਿਣਤੀਆਂ ਨੂੰ ਬਰਾਬਰੀ ਦੇ ਹੱਕਾਂ ਤੋਂ ਵਾਂਝਾ ਰਖਣਾ ਹੈ।*

ਜਾਤ ਪਾਤ ਦਾ ਗੁਰੂ ਗ੍ਰੰਥ ਸਾਹਿਬ ਵਿਚ ਕਰੜੇ ਸ਼ਬਦਾਂ ਵਿਚ ਖੰਡਨ ਕੀਤਾ ਗਿਆ ਹੈ:

ਗਰਭ ਵਾਸ ਮਹਿ ਕੁਲੁ ਨਹੀ ਜਾਤੀ॥
ਬ੍ਰਹਮ ਬਿੰਦੁ ਤੇ ਸਭ ਉਤਪਾਤੀ॥੧॥
ਕਹੁ ਰੇ ਪੰਡਿਤ ਬਾਮਨ ਕਬ ਕੇ ਹੋਏ॥
ਬਾਮਨ ਕਹਿ ਕਹਿ ਜਨਮੁ ਮਤ ਖੋਏ॥੧॥ ਰਹਾਉ॥
ਜੌ ਤੂੰ ਬ੍ਰਾਹਮਣੁ ਬ੍ਰਹਮਣੀ ਜਾਇਆ॥
ਤਉ ਆਨ ਬਾਟ ਕਾਹੇ ਨਹੀ ਆਇਆ॥੨॥

ਤੁਮ ਕਤ ਬ੍ਰਾਹਮਣ ਹਮ ਕਤ ਸੂਦ ॥
ਹਮ ਕਤ ਲੋਹੂ ਤੁਮ ਕਤ ਦੂਧ ॥੩॥
ਕਹੁ ਕਬੀਰ ਜੋ ਬ੍ਰਹਮੁ ਬੀਚਾਰੈ ॥
ਸੋ ਬ੍ਰਾਹਮਣੁ ਕਹੀਅਤੁ ਹੈ ਹਮਾਰੈ ॥੪॥

(ਗੁਰੂ ਗ੍ਰੰਥ ਸਾਹਿਬ, ਭ. ਕਬੀਰ, ਅੰਗ ੩੨੪)

ਕਬੀਰ ਜੀ ਵਿਚਾਰ ਬਖ਼ਸ਼ਿਸ਼ ਕਰਦੇ ਹਨ ਕਿ ਮਾਤਾ ਦੇ ਗਰਭ ਵਿਚ ਪਲ ਰਹੇ ਬੱਚੇ ਦੀ ਕੋਈ ਜਾਤ ਜਾਂ ਕੁਲ ਨਹੀਂ ਹੁੰਦੀ। ਹਰ ਕਿਸੇ ਦਾ ਜਨਮ ਪਰਮਾਤਮਾ ਦੇ ਬਣਾਏ ਸਰਬ ਸਾਂਝੇ ਨਿਯਮ ਅਨੁਸਾਰ ਹੀ ਹੁੰਦਾ ਹੈ। ਹੇ ਪੰਡਿਤ, ਤੂੰ ਬ੍ਰਾਹਮਣ ਕਦੋਂ ਤੋਂ ਹੋ ਗਿਆ? ਤੂੰ ਆਪਣੇ ਆਪ ਨੂੰ ਉੱਚ ਜਾਤੀ ਦਾ ਕਹਿ ਕੇ ਜੀਵਨ ਬੇਅਰਥ ਨਾ ਗਵਾ। ਜੇਕਰ ਤੂੰ ਸੱਚ ਮੁੱਚ ਹੀ ਬ੍ਰਾਹਮਣ ਮਾਂ ਦਾ ਪੁੱਤਰ ਹੈ ਤਾਂ ਤੇਰਾ ਜਨਮ ਲੈਣ ਦਾ ਢੰਗ ਕੋਈ ਹੋਰ ਕਿਉਂ ਨਹੀਂ ਹੈ? (ਰਿਗਵੇਦ ਤੇ ਮਨੂੰ ਸਿਮ੍ਰਿਤੀ ਵਿਚ ਕਿਹਾ ਹੈ ਕਿ ਬ੍ਰਾਹਮਣ ਬ੍ਰਹਿਮਾ ਦੇ ਮੁਖ ਤੋਂ ਪੈਦਾ ਹੋਇਆ ਹੈ, ਖੱਤਰੀ ਬਾਂਹਾਂ ਤੋਂ ਪੈਦਾ ਹੋਇਆ ਹੈ, ਵੈਸ਼ ਪੱਟਾਂ ਵਿਚੋਂ ਤੇ ਸ਼ੂਦਰ ਪੈਰਾਂ ਵਿਚੋਂ ਪੈਦਾ ਹੋਇਆ ਹੈ।) ਭਗਤ ਕਬੀਰ ਜੀ ਪ੍ਰਸ਼ਨ ਕਰਦੇ ਹਨ ਕਿ ਹੇ ਬ੍ਰਾਹਮਣ ਫਿਰ ਤੂੰ ਹੁਣ ਮੁਖ ਤੋਂ ਪੈਦਾ ਕਿਉਂ ਨਹੀਂ ਹੁੰਦਾ? ਤੂੰ ਵੀ ਗਰਭ ਤੋਂ ਪੈਦਾ ਹੁੰਦਾ ਹੈ ਤੇ ਮੈਂ ਵੀ ਗਰਭ ਵਿਚੋਂ ਹੀ ਪੈਦਾ ਹੋਇਆ ਹਾਂ। ਅੱਗੇ ਪ੍ਰਸ਼ਨ ਕਰਦੇ ਹਨ ਕਿ ਜੇਕਰ ਸਾਡੇ ਸਰੀਰ ਦੀਆਂ ਨਾੜੀਆਂ ਵਿਚ ਲਹੂ ਹੈ ਤਾਂ ਕੀ ਤੁਹਾਡੇ ਸਰੀਰ ਦੀਆਂ ਨਾੜੀਆਂ ਵਿਚ ਦੁੱਧ ਵਗਦਾ ਹੈ? ਅਸਲ ਵਿਚ ਬ੍ਰਾਹਮਣ ਉਸੇ ਨੂੰ ਹੀ ਕਿਹਾ ਜਾ ਸਕਦਾ ਹੈ ਜਿਹੜਾ ਪ੍ਰਮਾਤਮਾ ਦੀ ਸੱਚੀ ਵਿਚਾਰ ਕਰੇ, ਨਾ ਕਿ ਉਸ ਨੂੰ ਜਿਹੜਾ ਕਿਸੇ ਜਨਮ ਆਧਾਰਤ ਜਾਤ ਉਤੇ ਫ਼ਾਲਤੂ ਦੀ ਬਹਿਸ ਵਿਚ ਉਲਝਿਆ ਰਹੇ।

ਜਾਤ-ਪਾਤ ਦੇ ਨਾਂ ਉਤੇ ਸਮਾਜ ਵਿਚ ਬਟਵਾਰਾ ਕਿਸ ਹੱਦ ਤਕ ਕੀਤਾ ਗਿਆ ਸੀ? ਇਹ ਅਸੀਂ ਸਨਾਤਨ ਮੱਤ ਅਨੁਸਾਰ ਧਰਮ ਵਿਚ ਦਾਖਲ ਕਰਨ ਦੇ ਸੱਭ ਤੋਂ ਪ੍ਰਮੁੱਖ ਕਰਮਕਾਂਡ ਤੋਂ ਸਮਝ ਸਕਦੇ ਹਾਂ ਜਿਸ ਨੂੰ ਯਗਨੋਪਵੀਥਮ ਜਾਂ ਜਨੇਉ ਕਹਿੰਦੇ ਹਨ। ਕੇਵਲ ਬ੍ਰਾਹਮਣ ਹੀ ਕਿਸੇ ਦੂਸਰੇ ਵਿਅਕਤੀ ਨੂੰ ਜਨਉ ਪਾ ਕੇ ਧਰਮ ਵਿਚ ਦਾਖਲ ਕਰਵਾਉਣ ਦਾ ਹੱਕ ਰਖਦਾ ਹੈ ਤੇ ਸੱਭ ਵਰਨਾਂ ਵਾਸਤੇ ਵੱਖ-ਵੱਖ ਨਿਯਮ ਹਨ। ਬ੍ਰਾਹਮਣ ੮ ਸਾਲ ਦੀ ਉਮਰ ਵਿਚ ਕਪਾਹ ਦਾ ਬਣਿਆ ਸਫੇਦ ਰੰਗ ਦਾ ਧਾਗਾ ਬਸੰਤ ਰੁਤ ਵਿਚ ਪਾਉਂਦਾ ਹੈ। ਖੱਤਰੀ ੧੧ ਸਾਲ ਦੀ ਉਮਰ ਵਿਚ ਰੇਸ਼ਮ ਦਾ ਬਣਿਆ ਲਾਲ ਰੰਗ ਦਾ ਧਾਗਾ ਗਰਮੀ ਦੀ ਰੁਤ ਵਿਚ ਪਾਉਂਦਾ ਹੈ।

ਵੈਸ਼ ੧੨ ਸਾਲ ਦੀ ਉਮਰ ਵਿਚ ਸੂਤ ਦਾ ਬਣਿਆ ਪੀਲੇ ਰੰਗ ਦਾ ਧਾਗਾ ਪਤਝੜ ਰੁਤ ਵਿਚ ਪਾਉਂਦਾ ਹੈ। ਜਦਕਿ ਸ਼ੂਦਰ ਤੇ ਔਰਤਾਂ ਨੂੰ ਕਿਸੇ ਵੀ ਕਿਸਮ ਦਾ ਜਨੇਊ ਪਾਉਣ ਦਾ ਕੋਈ ਹੱਕ ਨਹੀਂ ਹੈ।

ਜਨਮ ਦੇ ਆਧਾਰ ਉਤੇ ਵਰਨ ਆਸ਼ਰਮ ਬ੍ਰਾਹਮਣਵਾਦ ਦੀ ਹੋਂਦ ਦਾ ਮਜ਼ਬੂਤ ਆਧਾਰ ਹੈ। ਪਰ ਅੱਜ ਕੱਲ੍ਹ ਖ਼ੁਦ ਨੂੰ ਉਦਾਰਵਾਦੀ ਕਹਿਣ ਵਾਲੇ ਅਖੌਤੀ ਉੱਚ ਜਾਤੀ ਦੇ ਲੋਕ, ਜਿਹੜੇ ਸਮਝਦੇ ਹਨ ਕਿ ਜਾਤ-ਪਾਤ ਨੂੰ ਸਭਿਆਚਾਰਕ ਸਮਾਜ ਵਿਚ ਥਾਂ ਨਹੀਂ ਦਿਤੀ ਜਾ ਸਕਦੀ। ਉਹ ਇਹ ਦਲੀਲ ਦਿੰਦੇ ਹਨ ਕਿ 'ਬ੍ਰਾਹਮਣਵਾਦ' ਸ਼ਬਦ ਨਾ ਵਰਤ ਕੇ 'ਜਾਤੀਵਾਦ' (casteism) ਸ਼ਬਦ ਵਰਤਣਾ ਚਾਹੀਦਾ ਹੈ ਕਿਉਂਕਿ ਬ੍ਰਾਹਮਣਵਾਦ ਸ਼ਬਦ ਵਰਤਣ ਨਾਲ ਕਿਸੇ ਇੱਕ ਖ਼ਾਸ ਵਰਗ (ਬ੍ਰਾਹਮਣ) ਦੀ ਭਾਵਨਾਵਾਂ ਨੂੰ ਠੇਸ ਪਹੁੰਚ ਸਕਦੀ ਹੈ। ਇਸ ਦਲੀਲ ਦੇ ਉੱਤਰ ਵਿਚ ਇਹ ਸਮਝਣਾ ਜ਼ਰੂਰੀ ਹੈ ਕਿ ਬੇਸ਼ਕ ਜਾਤ-ਪਾਤ ਸੱਭ ਤੋਂ ਅਹਮ ਥੰਮ੍ਹ ਹੈ ਪਰ ਇਹ ਇਕੱਲਾ ਥੰਮ੍ਹ ਨਹੀਂ ਹੈ ਜਿਸ ਦੇ ਆਧਾਰ ਉਤੇ ਇਹ ਵਿਚਾਰਧਾਰਾ ਖੜੀ ਹੈ। ਇਸ ਦੇ ਮੁੱਖ ਤੌਰ ਤੇ ਚਾਰ ਥੰਮ੍ਹ ਹਨ। ਚਾਰੇ ਆਪਣਾ ਯੋਗਦਾਨ ਬਰਾਬਰ ਪਾਉਂਦੇ ਹਨ। 'ਬ੍ਰਾਹਮਣਵਾਦ' ਸ਼ਬਦ ਤੋਂ ਇਲਾਵਾ ਕੋਈ ਹੋਰ ਸ਼ਬਦ ਇਨ੍ਹਾਂ ਚਾਰਾਂ ਦੀ ਭਾਵਨਾਵਾਂ ਨੂੰ ਪ੍ਰਗਟ ਕਰਦਾ ਹੋਵੇ ਤਾਂ ਦੱਸੋ ?

***

ਦੇਸ਼ ਭਗਤੀ ਇਕ ਬੜਾ ਸੁਭਾਵਿਕ ਜਜ਼ਬਾ ਹੈ। ਇਮਾਨਦਾਰੀ ਨਾਲ ਜੀਵਨ ਜਿਊਣਾ ਤੇ ਚੰਗੇ ਨਾਗਰਿਕ ਹੋਣ ਦੀਆਂ ਜ਼ਿੰਮੇਵਾਰੀਆਂ ਨੂੰ ਨਿਭਾਉਣਾ ਵਤਨਪ੍ਰਸਤੀ ਹੀ ਹੈ। ਆਪਣੇ ਵਤਨ ਦੀ ਨਾਗਰਿਕਤਾ ਨੂੰ ਛੱਡ ਵਿਕਸਤ ਦੇਸ਼ਾਂ ਵਿਚ ਪ੍ਰਵਾਸ ਕਰ ਚੁੱਕੇ ਲੋਕਾਂ ਦੇ ਦਿਲਾਂ ਵਿਚ ਵੀ ਆਪਣੇ ਵਤਨ ਪ੍ਰਤੀ ਮੋਹ ਖ਼ਤਮ ਨਹੀਂ ਹੁੰਦਾ ਤੇ ਅਕਸਰ ਉਹ ਆਪਣੇ ਪਿੰਡਾਂ ਦੀ ਭਲਾਈ ਵਾਸਤੇ ਮਾਇਕ ਸਹਾਇਤਾ ਦਿੰਦੇ ਆਮ ਹੀ ਵੇਖੇ ਜਾ ਸਕਦੇ ਹਨ। ਪਰ ਇਮਾਨਦਾਰੀ ਤੇ ਜ਼ਿੰਮੇਵਾਰੀ ਤੋਂ ਨਿਰਲੇਪ ਹੋ ਕੇ ਜਦ ਮਕਸਦ ਕੇਵਲ ਸੱਤਾ ਉਤੇ ਕਾਬਜ਼ ਹੋਣਾ ਹੋਵੇ ਤਾਂ ਉਸ ਨੂੰ ਰਾਸ਼ਟਰਵਾਦ ਕਹਿੰਦੇ ਹਨ। ਬ੍ਰਾਹਮਣਵਾਦ ਦਾ *ਦੂਜਾ ਵੱਡਾ ਥੰਮ੍ਹ ਹੈ 'ਮਨੁੱਖਤਾਹੀਣ ਰਾਸ਼ਟਰਵਾਦ'*/ਇਹ ਉਹ ਰਾਸ਼ਟਰਵਾਦ ਹੈ ਜਿਸ ਵਿਚ ਮਨੁੱਖੀ ਹੱਕਾਂ ਲਈ ਕੋਈ ਥਾਂ ਨਹੀਂ ਹੈ। ਪੁਰਾਣੇ ਸਮੇਂ ਵਿਚ ਇਸ ਨੂੰ ਰਾਜੇ ਦੇ ਨਾਲ ਜੋੜਿਆ ਜਾਂਦਾ ਸੀ। ਰਾਜੇ ਨੂੰ ਰੱਬ ਦੇ ਬਰਾਬਰ ਮੰਨਣ

ਦਾ ਨਿਯਮ ਸੀ। ਇੱਕ ਪ੍ਰਚੱਲਿਤ ਅਖਾਣ ਹੈ, "ਦਿੱਲੀਸ਼ਵਰੋ ਈਸ਼ਵਰੋ" (ਦਿੱਲੀ ਦਾ ਰਾਜਾ ਹੀ ਸੱਭ ਦਾ ਈਸ਼ਵਰ, ਸਵਾਮੀ ਜਾਂ ਮਾਲਕ ਹੈ)। ਇਸੇ ਵਿਚਾਰ ਨੇ ਅੱਜ ਦੇ ਸਮੇਂ ਵਿਚ ਰਾਸ਼ਟਰਵਾਦ ਦਾ ਰੂਪ ਧਾਰ ਲਿਆ ਹੈ। *ਇਸ ਦਾ ਮੁੱਖ ਉਦੇਸ਼ ਸਾਮ, ਦਾਮ, ਦੰਡ ਤੇ ਭੇਦ ਦੀ ਰਣਨੀਤੀ ਨਾਲ ਸੱਤਾ ਵਿਚ ਬਣੇ ਰਹਿਣਾ ਤੇ 'ਦੇਸ਼ ਦੀ ਸਰਹੱਦ ਨੂੰ ਖ਼ੁਦ ਦੀ ਤਾਕਤ ਵਧਾਉਣ ਲਈ ਵਰਤਣਾ'* ਹੈ। ਇਸ ਤੋਂ ਇਹ ਭਾਵ ਹੈ ਕਿ ਮਨੁੱਖਾਂ ਦੁਆਰਾ ਬਣਾਈਆਂ ਗਈਆਂ ਸਰਹੱਦਾਂ ਨੂੰ ਪ੍ਰਮਾਤਮਾ ਦੁਆਰਾ ਬਣਾਈ ਗਈ ਮਨੁੱਖਤਾ ਤੋਂ ਵੱਡਾ ਦਰਸਾਇਆ ਜਾਵੇ। ਇਸੇ ਨਿਤੀ ਉਤੇ ਚਲਦਿਆਂ 'ਅਖੰਡ ਭਾਰਤ' ਦਾ ਨਾਹਰਾ ਵੀ ਸੁਣਨ ਨੂੰ ਮਿਲਦਾ ਹੈ ਜਿਸ ਵਿਚ ਭਾਰਤ ਦੇ ਗੁਆਂਢੀ ਦੇਸ਼ਾਂ ਦੀਆਂ ਸਰਹੱਦਾਂ ਨੂੰ ਵੀ ਆਪਣੇ ਵਿਚ ਸ਼ਾਮਲ ਕਰਨ ਦਾ ਉਦੇਸ਼ ਮਿਥਿਆ ਜਾਂਦਾ ਹੈ, ਜਦਕਿ ਅਜਿਹੀ ਪ੍ਰਾਪਤੀ ਸੰਭਵ ਹੀ ਨਹੀਂ ਹੈ ਤੇ ਇਹ ਅੰਤਰਰਾਸ਼ਟਰੀ ਕਾਨੂੰਨ ਦੇ ਵਿਰੁਧ ਵੀ ਹੈ। ਅਜਿਹੇ ਰਾਸ਼ਟਰਵਾਦ ਉਤੇ ਗੁਰੂ ਨਾਨਕ ਸਾਹਿਬ ਜੀ ਬੇਬਾਕ ਵਿਚਾਰ ਦਿੰਦੇ ਹਨ:

> ਰਾਜੇ ਸੀਹ ਮੁਕਦਮ ਕੁਤੇ ॥ ਜਾਇ ਜਗਾਇਨ੍ਹਿ ਬੈਠੇ ਸੁਤੇ ॥
> ਚਾਕਰ ਨਹਦਾ ਪਾਇਨ੍ਹਿ ਘਾਉ ॥ ਰਤੁ ਪਿਤੁ ਕੁਤਿਹੋ ਚਟਿ ਜਾਹੁ ॥
>
> (ਗੁਰੂ ਗ੍ਰੰਥ ਸਾਹਿਬ, ਮ. ੧, ਅੰਗ ੧੨੮੮)

ਰਾਜਾ ਸ਼ੇਰ ਦੀ ਤਰ੍ਹਾਂ ਜਨਤਾ ਤੇ ਅਤਿਆਚਾਰ ਕਰਦਾ ਹੈ ਤੇ ਉਸ ਦੀ ਨੌਕਰਸ਼ਾਹੀ ਕੁੱਤਿਆਂ ਦੀ ਤਰ੍ਹਾਂ ਲਾਲਚੀ ਹੈ। ਅਗਿਆਨਤਾ ਦੇ ਹਨੇਰੇ ਵਿਚ ਸੁੱਤੀ ਜਨਤਾ ਦੇ ਜੀਵਨ ਨੂੰ ਇਨ੍ਹਾਂ ਨੇ ਬਹੁਤ ਮੁਸ਼ਕਿਲਾਂ ਭਰਿਆ ਬਣਾਇਆ ਹੋਇਆ ਹੈ। ਰਾਜੇ ਤੋਂ ਪ੍ਰਾਪਤ ਕਠੋਰਤਾ ਨਾਲ ਭਰੀ ਨਹੁੰਆਂ ਰੂਪੀ ਤਾਕਤ ਨਾਲ ਇਹ ਨੌਕਰਸ਼ਾਹੀ ਆਮ ਜਨਤਾ ਦਾ ਖ਼ੂਨ ਚੂਸਦੀ ਹੈ। ਇਸ ਤਰ੍ਹਾਂ ਖ਼ੂਨੀ ਕੁੱਤਿਆਂ ਵਾਂਗ ਰਾਜ ਸ਼ਕਤੀ ਆਮ ਜਨਤਾ ਦਾ ਲਹੂ ਚੱਟ ਜਾਂਦੀ ਹੈ। ਭਾਵ ਕਿ ਇਨ੍ਹਾਂ ਵਲੋਂ ਜਨਤਾ ਦਾ ਮੌਲਿਕ ਆਜ਼ਾਦੀ ਵਾਲਾ ਹੱਕ ਵੀ ਖੋਹ ਲਿਆ ਜਾਂਦਾ ਹੈ।

ਰਾਸ਼ਟਰਵਾਦ ਦੀ ਉਹੀ ਵਾਰਤਾ ਘੜੀ ਜਾਂਦੀ ਹੈ ਜੋ ਬ੍ਰਾਹਮਣੀ ਮਨੌਤਾਂ ਦੇ ਅਨੁਕੂਲ ਹੋਵੇ। ਭਾਵ ਰਾਸ਼ਟਰਵਾਦ ਤੇ ਬ੍ਰਾਹਮਣਵਾਦ ਨੂੰ ਸਮਾਨਾਰਥੀ ਵਿਚਾਰਧਾਰਾਵਾਂ ਵਜੋਂ ਸਥਾਪਤ ਕੀਤਾ ਜਾਂਦਾ ਹੈ। ਇਸ ਦਾ ਨਤੀਜਾ ਇਹ ਹੁੰਦਾ ਹੈ ਕਿ ਬ੍ਰਾਹਮਣਵਾਦ ਵਿਰੋਧੀ ਵਿਚਾਰਧਾਰਾ ਖ਼ੁਦ-ਬ-ਖ਼ੁਦ ਰਾਸ਼ਟਰ ਵਿਰੋਧੀ ਬਣ ਜਾਂਦੀ ਹੈ। ਘੱਟ-ਗਿਣਤੀ ਕੌਮਾਂ ਆਪਣੇ ਧਰਮ ਜਾਂ ਦੇਸ਼ ਵਿਚੋਂ ਕਿਸੇ ਇਕ ਨੂੰ ਪਹਿਲ ਦੇਣ ਦੇ ਸਵਾਲ ਵਿਚ ਹੀ ਉਲਝ ਕੇ ਰਹਿ ਜਾਂਦੀਆਂ ਹਨ। ਸਿਰਦਾਰ ਕਪੂਰ ਸਿੰਘ ਆਪਣੀ ਕਿਤਾਬ 'ਸਾਚੀ ਸਾਖੀ' ਵਿਚ ਲਿਖਦੇ ਹਨ ਕਿ:

……ਕਾਲਕਾ ਮਾਤਾ ਤੇ ਭਾਰਤ ਮਾਤਾ ਨੂੰ ਏਕਾਂਕੀ ਰੂਪ ਨਿਰਣਯ ਕਰਨ ਦਾ ਧਾਰਮਿਕ ਸਿਧਾਂਤ ਸਪੱਸ਼ਟ ਰੂਪ ਵਿਚ ਬਾਬੂ ਬਕਿੰਮ ਚੰਦਰ ਚੈਟਰਜੀ ਦੇ ਨਾਵਲ "ਅਨੰਦ ਮੱਠ" ਵਿਚ ਕੀਤਾ ਗਿਆ ਸੀ, ਜਿਸ ਸਿਧਾਂਤ ਨੂੰ ਕਿ ਰਿਸ਼ੀ ਅਰਵਿੰਦ ਘੋਸ਼ ਨੇ ਦਿਬਯ ਦਾਰਸ਼ਨਿਕ ਰੂਪ ਦਿਤਾ। ……ਇਹ ਪਿਛੋਕੜ ਹੈ "ਅਨੰਦ-ਮੱਠ" ਦਾ ਜਿਸ ਵਿਚੋਂ "ਬੰਦੇ ਮਾਤਰਮ" ਦਾ ਗੀਤ ਹੁਣ ਅਸਾਡੇ ਦੇਸ਼ ਦਾ ਕੌਮੀ ਤਰਾਨਾ ਸਵੀਕਾਰ ਹੋ ਚੁੱਕਾ ਹੈ। ਇਸ "ਅਨੰਦ ਮੱਠ" ਵਿਚ ਕਾਲਕਾ ਮਾਤਾ ਨੂੰ ਖ਼ੁਸ਼ ਕਰਨ ਲਈ ਜਿਸ ਬਲੀਦਾਨ ਦਾ ਪ੍ਰਯੋਗ ਪ੍ਰਚਾਰਿਆ ਗਿਆ, ਉਹ ਮੁਸਲਮਾਨ ਵਿਦੇਸ਼ੀ ਯਵਨਾਂ ਦਾ ਬਲੀਦਾਨ ਹੀ ਹੈ।

ਸਿੱਖ ਅਤੇ ਇਸਲਾਮ ਵਰਗੇ ਇਕ ਕਰਤਾਰ ਨੂੰ ਮਣਨ ਵਾਲੇ ਧਰਮ ਜੋ ਕਿ ਖਲਕਤ ਨਹੀਂ ਕੇਵਲ ਖ਼ਾਲਕ ਦੇ ਉਪਾਸਕ ਹਨ, "ਭਾਰਤ ਮਾਤਾ ਕੀ ਜੈ" ਤੇ "ਵੰਦੇ ਮਾਤਰਮ" ਦੇ ਨਾਹਰੇ ਇਨ੍ਹਾਂ ਦੇ ਮੂਲ ਸਿਧਾਂਤ ਦੇ ਹੀ ਵਿਰੁਧ ਜਾਂਦੇ ਹਨ। ਪਰ ਦੇਵੀ-ਦੇਵਤਿਆਂ ਵਿਚ ਵਿਸ਼ਵਾਸ ਕਰਨ ਵਾਲੇ ਬ੍ਰਾਹਮਣਵਾਦੀਆਂ ਨੂੰ ਇਸ ਨਾਲ ਕੋਈ ਫ਼ਰਕ ਨਹੀਂ ਪੈਂਦਾ, ਜੇਕਰ "ਭਾਰਤ ਮਾਤਾ" ਨਾਮ ਦੀ ਇਕ ਹੋਰ ਦੇਵੀ ਵੀ ਮਿੱਥ ਲਈ ਜਾਵੇ। ਇਸ ਸਿਧਾਂਤਕ ਮਤਭੇਦ ਤੋਂ ਇਲਾਵਾ ਇਹ ਨਾਹਰੇ ਉਸ "ਅਨੰਦ-ਮੱਠ" ਕਿਤਾਬ ਵਿਚੋਂ ਜਨਮੇ ਹਨ ਜਿਸ ਵਿਚ ਮੁਸਲਿਮ ਭਾਈਚਾਰੇ ਵਿਰੁਧ ਰੱਜ ਕੇ ਨਫ਼ਰਤ ਭਰੀ ਹੋਈ ਹੈ। ਇਸੇ ਕਾਰਨ ਇਨ੍ਹਾਂ ਨਾਹਰਿਆਂ ਨੂੰ ਰਾਸ਼ਟਰਵਾਦ ਦੀ ਭਾਵਨਾ ਨਾਲ ਜੋੜਨਾ ਤੇ ਜੇਕਰ ਕੋਈ ਇਹ ਨਾਹਰੇ ਲਗਾਉਣ ਤੋਂ ਮਨ੍ਹਾਂ ਕਰ ਦੇਵੇ ਤਾਂ ਉਸ ਨੂੰ ਦੇਸ਼ਧ੍ਰੋਹੀ ਗਰਦਾਨ ਦੇਣਾ, ਭਾਰਤ ਉਤੇ ਬ੍ਰਾਹਮਣੀ ਰਾਜ ਦੀ ਪਕੜ ਨੂੰ ਮਜ਼ਬੂਤ ਕਰਦਾ ਹੈ।

ਗਊ ਨੂੰ ਮਾਤਾ ਦਾ ਦਰਜਾ ਵੀ ਕੇਵਲ ਬ੍ਰਾਹਮਣੀ ਵਿਸ਼ਵਾਸ ਹੈ। ਪਰ ਗਊ-ਮਾਸ ਉਤੇ ਸਰਕਾਰੀ ਪਾਬੰਦੀ ਤੇ ਗਊਸ਼ਾਲਾਵਾਂ ਬਣਾਉਣ ਦੇ ਨਾਮ ਉਤੇ ਸੱਭ ਤੋਂ ਗਊ ਸੈੱਸ (cow cess) ਵਸੂਲਣਾ, ਸੈਕੁਲਰ ਅਖਵਾਉਂਦੇ ਦੇਸ਼ ਵਿਚ ਸਰਕਾਰੀ ਤਾਕਤ ਨਾਲ ਬ੍ਰਾਹਮਣਵਾਦ ਨੂੰ ਸਥਾਪਤ ਕਰਨ ਦਾ ਪ੍ਰਤੱਖ ਪ੍ਰਮਾਣ ਹੈ। ਇਹ ਮੁਸਲਿਮ, ਦਲਿਤ ਜਾਂ ਹੋਰ ਘੱਟ-ਗਿਣਤੀ ਭਾਈਚਾਰੇ ਉਤੇ ਤਸ਼ੱਦਦ ਕਰਨ ਦਾ ਬਹਾਨਾ ਹੈ। ਗਾਂ-ਮਾਸ ਖਾਣ ਜਾਂ ਵੇਚਣ ਦੇ ਸ਼ੱਕ ਹੇਠ ਭਾਰਤ ਵਿਚ ਹਿੰਦੂ ਕੱਟੜ ਵਿਚਾਰਧਾਰਾ ਵਾਲੀਆਂ ਭੀੜਾਂ ਵਲੋਂ ਲੋਕਾਂ ਨੂੰ ਕੋਹ-ਕੋਹ ਕੇ ਮਾਰ ਦੇਣਾ, ਅੱਜ ਆਮ

ਵਰਤਾਰਾ ਬਣ ਗਿਆ ਹੈ। ਮਰਨ ਵਾਲਿਆਂ ਵਿਚੋਂ ਵਧੇਰੇ ਕਰ ਕੇ ਮੁਸਲਿਮ ਜਾਂ ਦਲਿਤ ਹੀ ਹੁੰਦੇ ਹਨ। ਮਾਰਨ ਵਾਲੀ ਹਿੰਦੂ ਕੱਟੜ ਭੀੜ ਨੂੰ ਕਦੇ ਕੋਈ ਦੇਸ਼-ਧ੍ਰੋਹੀ ਨਹੀਂ ਕਹਿੰਦਾ।

***

ਬ੍ਰਾਹਮਣਵਾਦ ਦੀ ਰਾਸ਼ਟਰਵਾਦੀ ਵਿਚਾਰਧਾਰਾ ਤੋਂ ਬਾਅਦ *ਤੀਜਾ ਬਹੁਤ ਮਜ਼ਬੂਤ ਥੰਮ੍ਹ 'ਮਿਥਿਹਾਸ ਆਧਾਰਤ ਵਿਸ਼ਵਾਸ' ਹੈ।* ਮਿਥਿਹਾਸਕ ਕਥਾ ਕਹਾਣੀਆਂ ਉਤੇ ਆਧਾਰਤ ਕਰਮਕਾਂਡਾਂ ਨੂੰ ਹੀ ਧਰਮ ਦਾ ਨਾਂ ਦੇ ਦਿਤਾ ਗਿਆ ਹੈ ਤੇ ਸਾਰੀਆਂ ਮਨੌਤਾਂ ਉਨ੍ਹਾਂ ਮਿਥਿਹਾਸਕ ਕਹਾਣੀਆਂ ਉਤੇ ਹੀ ਆਧਾਰਤ ਹਨ।

ਬਾਬਾ ਨਾਨਕ ਜੀ ਇਸ ਬਾਰੇ ਵਿਚਾਰ ਬਖ਼ਸ਼ਿਸ਼ ਕਰਦੇ ਹਨ :-

ਜੇ ਜਾਣਸਿ ਬ੍ਰਹਮੰ ਕਰਮੰ ॥ ਸਭਿ ਫੋਕਟ ਨਿਸਚਉ ਕਰਮੰ ॥

(ਗੁਰੂ ਗ੍ਰੰਥ ਸਾਹਿਬ, ਮ. ੧, ਅੰਗ ੪੭੦)

ਭਾਵ ਜਿਨ੍ਹਾਂ ਕਰਮਾਂ ਨੂੰ ਤੂੰ ਪ੍ਰਮਾਤਮਾ ਦੇ ਕਰਮ ਸਮਝ ਕੇ ਕਰ ਰਿਹਾ ਹੈ, ਇਹ ਸੱਚ ਜਾਣ ਕੇ ਨਿਸ਼ਚਾ ਕਰ ਲਉ ਕਿ ਇਹ ਸਾਰੇ ਫ਼ਾਲਤੂ ਕਰਮ ਹਨ। ਇਨ੍ਹਾਂ ਦਾ ਧਰਮ ਦੇ ਨਾਲ ਕੋਈ ਲੈਣ-ਦੇਣ ਨਹੀਂ ਹੈ।

ਅਸਲ ਵਿਚ ਮਿਥਿਹਾਸ ਆਧਾਰਤ ਵਿਸ਼ਵਾਸ ਦਾ ਤੇ *ਮੁੱਖ ਉਦੇਸ਼ ਹੀ ਹੈ 'ਅਧਿਆਤਮਕ ਪੱਖੋਂ ਕਮਜ਼ੋਰ ਸਮਾਜ' ਦੀ ਸਿਰਜਨਾ*। ਸਮਾਜ ਨੂੰ ਕਮਜ਼ੋਰ ਤੇ ਗ਼ੁਲਾਮ ਬਣਾਉਣਾ।

ਬਾਬਰ ਨੇ ਜਦੋਂ ਹਿੰਦੁਸਤਾਨ ਉਤੇ ਹਮਲਾ ਕੀਤਾ ਤਾਂ ਉਸ ਸਮੇਂ ਬਾਬਾ ਨਾਨਕ ਜੀ ਏਮਨਾਬਾਦ (ਜੋ ਅੱਜ ਪਾਕਿਸਤਾਨ ਵਿਚ ਹੈ) ਵਿਚ ਸਨ। ਉਨ੍ਹਾਂ ਨੇ ਜੋ ਅੱਖੀਂ ਵੇਖਿਆ ਉਸ ਦੀ ਹਾਲਤ ਬਿਆਨ ਕਰਦੇ ਹੋਏ ਲਿਖਦੇ ਹਨ ਕਿ ਜਿਸ ਸਮੇਂ ਭਾਰਤੀ ਯੋਧਿਆਂ ਨੂੰ ਰਣਭੂਮੀ ਵਿਚ ਤਲਵਾਰ ਦੇ ਜੌਹਰ ਵਿਖਾਉਣੇ ਚਾਹੀਦੇ ਸਨ, ਉਸ ਵੇਲੇ ਉਹ ਇਨ੍ਹਾਂ ਫ਼ਾਲਤੂ ਕਰਮਕਾਂਡਾ ਵਿਚ ਫਸ ਕੇ ਮੰਤਰ-ਜਾਪ ਤੇ ਯੱਗ ਕਰਨ ਲੱਗ ਪਏ। ਉਨ੍ਹਾਂ ਦਾ ਅਜਿਹਾ ਕਰਨ ਪਿੱਛੇ ਇਹ ਵਿਸ਼ਵਾਸ ਸੀ ਕਿ ਹਮਲਾਵਰ ਮੁਗ਼ਲ ਸੈਨਾ ਦੈਵੀ ਸ਼ਕਤੀਆਂ ਨਾਲ ਅੰਨ੍ਹੀ ਹੋ ਜਾਵੇਗੀ। ਪਰ ਕੋਈ ਮੁਗ਼ਲ ਅੰਨ੍ਹਾ ਨਾ ਹੋਇਆ ਤੇ ਉਨ੍ਹਾਂ ਨੇ ਬੜੀ ਆਸਾਨੀ ਨਾਲ ਜਿੱਤ ਹਾਸਲ ਕਰ ਲਈ।

ਕੋਈ ਮੁਗਲੁ ਨ ਹੋਆ ਅੰਧਾ ਕਿਨੈ ਨ ਪਰਚਾ ਲਾਇਆ ॥

(ਗੁਰੂ ਗ੍ਰੰਥ ਸਾਹਿਬ, ਮ. ੧, ਅੰਗ ੪੧੮)

ਇਹ ਇਤਿਹਾਸ ਫਿਰ ਦੁਹਰਾਇਆ ਗਿਆ, ਜਦੋਂ ਭਾਰਤ ਦਾ ਚੀਨ ਨਾਲ ਢੋਕਲਾਮ ਵਿਚ ਵਿਵਾਦ ਚੱਲ ਰਿਹਾ ਸੀ। ਵਿਵਾਦ ਨੂੰ ਟਾਲਣ ਲਈ ਕੁੱਝ ਹਿੰਦੂਤਵੀ ਜਥੇਬੰਦੀਆਂ ਚੀਨ ਦੇ ਵਿਰੁਧ ਯੱਗ ਕਰਨ ਲੱਗ ਪਈਆਂ। (ਫ਼ਸਟਪੋਸਟ ਹਿੰਦੀ, ੬ ਅਗੱਸਤ ੨੦੧੭)

ਬਾਰਿਸ਼ ਪਵਾਉਣ ਵਾਸਤੇ ਸਰਕਾਰੀ ਨੁਮਾਇੰਦਿਆਂ ਵਲੋਂ ਪੂਜਾ-ਪਾਠ ਜਾਂ ਹਵਨ ਕਰਨਾ ਤਾਂ ਭਾਰਤ ਵਿਚ ਆਮ ਵਰਤਾਰਾ ਹੋ ਗਿਆ ਹੈ। ਮਿਥਿਹਾਸਕ ਤੇ ਚਮਤਕਾਰੀ ਕਹਾਣੀਆਂ ਨਾਲ ਸਮਾਜ ਨੂੰ ਕਮਜ਼ੋਰ ਬਣਾਉਣਾ ਹੀ ਤਾਂ ਬ੍ਰਾਹਮਣਵਾਦ ਦਾ ਮੁੱਖ ਉਦੇਸ਼ ਹੈ।

***

*ਬ੍ਰਾਹਮਣਵਾਦ ਦਾ ਚੌਥਾ ਥੰਮ੍ਹ 'ਦੂਜੇ ਧਰਮਾਂ ਪ੍ਰਤੀ ਅਸਹਿਣਤਾ' ਹੈ।* ਕਿਉਂਕਿ ਬ੍ਰਾਹਮਣਵਾਦ ਟਿਕਿਆ ਹੀ ਮਿਥਿਹਾਸ ਤੇ ਜਾਤ-ਪਾਤ ਉਤੇ ਹੈ, ਜਦੋਂ ਕਿ ਦੂਜੇ ਧਰਮ ਇਸ ਵਿਚਾਰ ਦਾ ਖੰਡਨ ਕਰਦੇ ਹਨ, ਇਸ ਲਈ ਬ੍ਰਾਹਮਣਵਾਦ ਦੀ ਸਦੀਵੀਂ ਹੋਂਦ ਲਈ ਦੂਜੇ ਧਰਮਾਂ ਨੂੰ ਦਬਾ ਕੇ ਰੱਖਣਾ ਤੇ ਝੂਠ ਆਧਾਰਿਤ ਨਫ਼ਰਤ ਦਾ ਮਾਹੌਲ ਬਣਾਈ ਰਖਣਾ ਲਾਜ਼ਮੀ ਹੋ ਜਾਂਦਾ ਹੈ। ਇਹੀ ਬ੍ਰਾਹਮਣਵਾਦ ਦੇ ਇਸ ਚੌਥੇ ਥੰਮ੍ਹ ਦਾ *ਮੁੱਖ ਉਦੇਸ਼ ਹੈ ਕਿ ਨਿਰੰਤਰ ਦਖਲ ਅੰਦਾਜੀ ਕਰ ਕੇ ਦੂਜੇ ਧਰਮਾਂ ਨੂੰ ਘਟਾਇਆ ਜਾਵੇ।* ਭਾਰਤ ਦਾ ਕੋਈ ਧਰਮ ਇਕ ਦੂਜੇ ਦੇ ਧਰਮ ਵਿਚ ਦਖਲ ਅੰਦਾਜ਼ੀ ਨਹੀਂ ਕਰਦਾ, ਪ੍ਰੰਤੂ ਬ੍ਰਾਹਮਣਵਾਦੀ ਤਾਕਤਾਂ ਹਰ ਸਮੇਂ ਦੂਜੇ ਦੇ ਧਰਮਾਂ ਵਿਚ ਦਖਲ ਦਿੰਦੀਆਂ ਰਹਿੰਦੀਆਂ ਹਨ।

ਸਾਲ ੨੦੦੩ ਵਿਚ ਸਿੱਖਾਂ ਨੇ ਕਈ ਸਾਲਾਂ ਦੀ ਚਰਚਾ ਤੋਂ ਬਾਦ ਸਰਬਸੰਮਤੀ ਨਾਲ ਬਿਕਰਮੀ ਕੈਲੰਡਰ ਨੂੰ ਛੱਡ ਕੇ ਨਾਨਕਸ਼ਾਹੀ ਕੈਲੰਡਰ ਨੂੰ ਅਪਣਾਈਆ ਸੀ। ਨਾਨਕਸ਼ਾਹੀ ਕੈਲੰਡਰ ਵਿਚ ਗੁਰਪੁਰਬਾਂ ਦੀ ਤਾਰੀਖ ਵੀ ਮੁਕੱਰਰ ਹੋ ਗਈ ਜਿਹੜੀ ਕਿ ਬਿਕਰਮੀ ਕੈਲੰਡਰ ਵਿਚ ਹਰ ਸਾਲ ਬਦਲਦੀ ਰਹਿੰਦੀ ਸੀ। ਪਰ ਬ੍ਰਾਹਮਣਵਾਦੀ ਤਾਕਤਾਂ ਸਮਝਦੀਆਂ ਸਨ ਕਿ ਇਸ ਤਰ੍ਹਾਂ ਸਿੱਖ ਪੂਰਨਮਾਸ਼ੀ, ਮੱਸਿਆ ਤੇ ਹੋਰ ਬ੍ਰਾਹਮਣਵਾਦੀ ਥਿਤਾਂ ਤੋਂ ਮੁਕਤ ਹੋ ਜਾਣਗੇ। ਉਸ ਸਮੇਂ ਸਿਰਮੌਰ ਬ੍ਰਾਹਮਣੀ ਜਥੇਬੰਦੀ ਆਰ.ਐੱਸ.ਐੱਸ. ਦੇ ਮੁਖੀ ਕੇ. ਐੱਸ. ਸੁਦਰਸ਼ਨ ਨੇ ਕਿਹਾ ਕਿ 'ਉਹ ਕਦੇ ਵੀ ਨਾਨਕਸ਼ਾਹੀ ਕੈਲੰਡਰ ਨੂੰ ਮਾਣਤਾ ਨਹੀਂ ਦੇ ਸਕਦੇ' (ਟ੍ਰਿਬਿਊਨ ੩੦ ਜਨਵਰੀ ੨੦੦੩)। ਜਦੋਂ ਕਿ ਇਹ ਸਿੱਖਾਂ ਦਾ ਅੰਦਰੂਨੀ ਮਸਲਾ ਸੀ। ਇਹ ਗੱਲ ਕੋਈ ਲੁਕੀ

ਹੋਈ ਨਹੀਂ ਹੈ ਕਿ ਗੁਰਦਵਾਰਾ ਕਮੇਟੀਆਂ ਸੁਤੰਤਰ ਨਹੀਂ ਹਨ। ਜਿਹੜੇ ਪ੍ਰਬੰਧਕ ਜਾਂ ਪ੍ਰਚਾਰਕ ਬ੍ਰਾਹਮਣਵਾਦ ਦੇ ਵਿਰੁਧ ਬੋਲਦੇ ਹਨ, ਉਨ੍ਹਾਂ ਨੂੰ ਹਟਾ ਦਿਤਾ ਜਾਂ ਪੰਥ ਵਿਚੋਂ ਛੇਕ ਦਿਤਾ ਜਾਂਦਾ ਹੈ। ਆਰ.ਐੱਸ.ਐੱਸ. ਦੀ ਨਿਰੰਤਰ ਦਖਲ ਅੰਦਾਜ਼ੀ ਤੇ ਦਬਾਅ ਕਾਰਨ ਕੁੱਝ ਸਾਲਾਂ ਬਾਦ ਨਾਨਕਸ਼ਾਹੀ ਕੈਲੰਡਰ ਨੂੰ ਹਟਾ ਦਿਤਾ ਗਿਆ ਤੇ ਮੁੜ ਬਿਕਰਮੀ ਕੈਲੰਡਰ ਨੂੰ ਹੀ ਬਹਾਲ ਕਰ ਦਿਤਾ ਗਿਆ। ਕੇਂਦਰੀ ਤਾਕਤਾਂ ਕੋਲ ਕਈ ਢੰਗ ਹਨ ਜਿਸ ਨਾਲ ਉਹ ਆਪਣੇ ਪਸੰਦ ਦੇ ਪ੍ਰਬੰਧਕਾਂ ਨੂੰ ਗੁਰਦਵਾਰਿਆਂ ਦਾ ਕਬਜ਼ਾ ਦੁਆ ਸਕਦੀ ਹੈ। ਭਾਰਤੀ ਸੰਵਿਧਾਨ ਅਨੁਸਾਰ ਗੁਰਦਵਾਰਾ ਪ੍ਰਬੰਧਕ ਕਮੇਟੀਆਂ ਵਿਚ ਕੇਂਦਰ ਸਰਕਾਰ ਚੋਣਾਂ ਕਰਵਾਉਂਦੀ ਹੈ ਜਿਸ ਨੇ ਸਿੱਖ ਸੰਸਥਾਵਾਂ ਵਿਚ ਦਖਲ ਅੰਦਾਜ਼ੀ ਦੇ ਦਰਵਾਜ਼ੇ ਖੋਲ੍ਹੇ ਹੋਏ ਹਨ। ਇਸੇ ਤਰ੍ਹਾਂ ਮੁਸਲਿਮ ਧਰਮ ਵਿਚ ਵੀ ਸ਼ੀਆ-ਸੁੰਨੀ ਦੇ ਵਕਫ਼ ਬੋਰਡਾਂ ਜਾਂ ਹੋਰ ਪ੍ਰਬੰਧਾਂ ਵਿਚ ਦਖਲ ਅੰਦਾਜ਼ੀ ਕਰ ਕੇ ਵਿਵਾਦਾਂ ਨੂੰ ਜਨਮ ਦਿੱਤਾ ਜਾਂਦਾ ਹੈ।

ਇਥੇ ਇਹ ਗੱਲ ਯਾਦ ਰਖਣੀ ਚਾਹਿਦੀ ਹੈ ਕਿ ਇਹ ਸੱਭ ਸੰਵਿਧਾਨ ਨੂੰ ਛਿੱਕੇ ਟੰਗ ਕੇ ਸਰਕਾਰੀ ਤੰਤਰ ਦੀ ਵਰਤੋਂ ਨਾਲ ਹੀ ਸੰਭਵ ਹੁੰਦਾ ਹੈ ਜਿਸ ਤੋਂ ਇਹ ਸਮਝਣਾ ਬਹੁਤਾ ਮੁਸ਼ਕਿਲ ਨਹੀਂ ਹੋਣਾ ਚਾਹਿਦਾ ਕਿ ਭਾਰਤ ਦੀ ਸਰਕਾਰ ਉਤੇ ਸਿਰਫ਼ ਤੇ ਸਿਰਫ਼ ਅਖੌਤੀ ਉੱਚ ਜਾਤੀ ਵਾਲੇ ਹਿੰਦੂਆਂ ਦਾ ਹੀ ਕਬਜ਼ਾ ਹੈ।

ਦੂਜੇ ਧਰਮਾਂ ਬਾਰੇ ਨਫ਼ਰਤ ਤੇ ਲਗਾਤਾਰ ਦਖਲ ਅੰਦਾਜ਼ੀ ਦੇ ਬਾਵਜੂਦ, ਇਸ ਝੂਠ ਦਾ ਜ਼ਬਰਦਸਤ ਪ੍ਰਚਾਰ ਕੀਤਾ ਜਾਂਦਾ ਹੈ ਕਿ ਬ੍ਰਾਹਮਣ (ਹਿੰਦੂ) ਦੁਨਿਆਂ ਦੇ ਸੱਭ ਤੋਂ ਵੱਧ ਸਹਿਨਸ਼ੀਲ ਲੋਕ ਹਨ।

# ਉਦੇਸ਼ਾਂ ਨੂੰ ਲਾਗੂ ਕਰਨ ਦੀ ਵਿਧੀ

ਹੁਣ ਤੱਕ ਅਸੀਂ ਬ੍ਰਾਹਮਣਵਾਦ ਦੇ ਚਾਰ ਥੰਮ੍ਹਾਂ ਤੇ ਉਨ੍ਹਾਂ ਦੇ ਉਦੇਸ਼ਾਂ ਨੂੰ ਸਮਝਿਆ ਹੈ। ਆਉ ਹੁਣ ਸਮਝਦੇ ਹਾਂ ਕਿ ਇਨ੍ਹਾਂ ਉਦੇਸ਼ਾਂ ਦੀ ਪੂਰਤੀ ਲਈ ਵਿਧੀ ਕੀ ਅਪਣਾਈ ਜਾਂਦੀ ਹੈ।

ਸੱਭ ਤੋਂ ਪਹਿਲੇ ਥੰਮ੍ਹ ਜਾਤ ਆਧਾਰਤ ਸਮਾਜ ਦੀ ਮਜ਼ਬੂਤੀ ਲਈ ਇਹ ਗੱਲ ਯਕੀਨੀ ਬਣਾਈ ਜਾਂਦੀ ਹੈ ਕਿ ਸਮਾਜ ਦੀ ਸਾਰੀ ਆਰਥਕ ਸ਼ਕਤੀ ਸਵਰਨ ਅਖਵਾਉਣ ਵਾਲੇ ਉੱਚ ਸ਼੍ਰੇਣੀ ਤਬਕੇ ਕੋਲ ਹੀ ਰਹੇ। ਇਸ ਵਿਚ ਕਿਸੇ ਤਰ੍ਹਾਂ ਦੀ ਵਿਦਵਤਾ ਤੇ ਯੋਗਤਾ ਦੀ ਜ਼ਰੂਰਤ ਨਹੀਂ। *ਬਿਨਾਂ ਯੋਗਤਾ ਦੇ ਸਵਰਨ ਜਾਤੀ ਪੂੰਜੀਵਾਦੀਆਂ ਵਲੋਂ ਆਰਥਕ ਲੁੱਟ।*

ਭਾਰਤ ਦੁਨੀਆਂ ਦੇ ਉਨ੍ਹਾਂ ਪਹਿਲੇ ਦੇਸ਼ਾਂ ਵਿਚ ਆਉਂਦਾ ਹੈ, ਜਿਥੇ ਆਰਥਕ ਅਸਮਾਨਤਾ ਬੜੀ ਤੇਜ਼ੀ ਨਾਲ ਵੱਧ ਰਹੀ ਹੈ। ਔਕਸਫੈਮ (Oxfam) ੨੦੧੯ ਦੀ ਰੀਪੋਰਟ ਅਨੁਸਾਰ ਭਾਰਤ ਦੇ ਜਿਥੇ ਚੋਟੀ ਦੇ ਸਿਰਫ਼ ੯ ਪੂੰਜੀਪਤੀਆਂ ਕੋਲ ੫੦% ਗ਼ਰੀਬ ਤਬਕੇ (ਲਗਭਗ ੬੫ ਕਰੋੜ ਆਬਾਦੀ) ਦੀ ਕੁੱਲ ਜਾਇਦਾਦ ਦੇ ਬਰਾਬਰ ਹੈ, ਉਥੇ ਹੀ ਹੇਠਲੇ ੬੦% ਲੋਕਾਂ ਕੋਲ ਭਾਰਤ ਦੀ ਕੁੱਲ ਜਾਇਦਾਦ ਦਾ ਕੇਵਲ ੪.੮% ਹਿੱਸਾ ਹੀ ਹੈ। ਬੜੀ ਹੈਰਾਨੀ ਦੀ ਗੱਲ ਹੈ ਕਿ ਜਦੋਂ ਇਹ ਪੂੰਜੀਪਤੀ ਆਮ ਜਨਤਾ ਦਾ ਹਜ਼ਾਰਾਂ ਕਰੋੜ ਰੁਪਿਆ ਲੁੱਟ ਕੇ ਵਿਦੇਸ਼ ਭੱਜ ਜਾਂਦੇ ਹਨ ਤਾਂ ਇਨ੍ਹਾਂ ਉੱਤੇ ਕੋਈ ਦੇਸ਼ਧ੍ਰੋਹ ਦਾ ਮੁਕੱਦਮਾ ਦਰਜ ਨਹੀਂ ਹੁੰਦਾ। ਪਰ ਜਦੋਂ ਕੋਈ ਭ੍ਰਿਸ਼ਟ ਸਰਕਾਰ ਦੇ ਵਿਰੁਧ ਆਪਣੀ ਪ੍ਰਭੂਸੱਤਾ ਦੇ ਹੱਕ ਵਿਚ ਕੋਈ ਲੈਕਚਰ ਦੇ ਦੇਵੇ ਜਾਂ ਪੋਸਟਰ ਚਿਪਕਾ ਦੇਵੇ ਤਾਂ ਇਨ੍ਹਾਂ ਨੂੰ ਦੇਸ਼ਧ੍ਰੋਹ ਦੇ ਕਾਨੂੰਨ ਅਧੀਨ ਧਾਰਾਵਾਂ ਲਗਾ ਕੇ ਗ੍ਰਿਫ਼ਤਾਰ ਕਰ ਲਿਆ ਜਾਂਦਾ ਹੈ। ਇਹੀ ਹੈ ਬ੍ਰਾਹਮਣਵਾਦ ਦੀ ਰਾਸ਼ਟਰਵਾਦੀ ਵਿਚਾਰਧਾਰਾ।

*ਇਹੀ ਪੂੰਜੀਪਤੀ ਭ੍ਰਿਸ਼ਟਤੰਤਰ ਨੂੰ ਕਾਇਮ ਰੱਖਣ ਵਾਸਤੇ 'ਪੂੰਜੀ ਦਾ ਮੁੱਖ ਸਰੋਤ' ਹੁੰਦੇ ਹਨ।* ਦੂਜੇ ਪਾਸੇ ਕਈ ਸਾਲਾਂ ਦੇ ਜਨ ਸੰਘਰਸ਼ ਤੋਂ ਬਾਅਦ ਜਦੋਂ ਭਾਰਤ ਦੇ ਸੰਵਿਧਾਨ ਵਿਚ ਅਨੁਸੂਚਿਤ ਜਾਤੀ/ਅਨੁਸੂਚਿਤ ਜਨਜਾਤੀ (ਐੱਸ.ਸੀ/ਐੱਸ.ਟੀ.) ਦੀ ਜਨਸੰਖਿਆ ਦੇ ਆਧਾਰ ਉਤੇ ਰਾਖਵਾਂਕਰਨ ਲਾਗੂ ਕੀਤਾ ਜਾਂਦਾ ਹੈ ਤਾਂ ਬ੍ਰਾਹਮਣਵਾਦੀ ਜਥੇਬੰਦੀਆਂ ਵੱਲੋਂ ਲਗਾਤਾਰ ਇਸ ਦੇ ਵਿਰੋਧ ਵਿਚ *'ਯੋਗਤਾ ਦੇ ਨਾਂ ਹੇਠ ਦਲਿਤਾਂ ਦੇ ਰਿਜ਼ਰਵੇਸ਼ਨ ਵਿਰੁਧ ਮੁਹਿੰਮ'* ਚਲਾਈ ਜਾਂਦੀ ਹੈ। ਆਪਾ ਵਿਰੋਧੀ ਤੇ ਮਜ਼ੇਦਾਰ ਗੱਲ ਇਹ ਹੈ ਕਿ ਜੇਕਰ ਅਮੀਰ ਬਾਪ ਦੀ ਨਾਲਾਇਕ ਔਲਾਦ ਵੱਧ ਫ਼ੀਸ (capitation fee) ਦੇ ਕੇ ਕਾਲਜਾਂ ਵਿਚ ਬਿਨਾਂ ਮੈਰਿਟ ਤੋਂ ਦਾਖਲਾ ਹਾਸਲ ਕਰ ਲੈਂਦੀ ਹੈ, ਉਸ ਸਮੇਂ ਇਨ੍ਹਾਂ ਵਿਚੋਂ ਕਿਸੇ ਨੂੰ ਵੀ ਯੋਗਤਾ ਯਾਦ ਨਹੀਂ ਆਉਂਦੀ। ਪਰ ਜਦੋਂ ਕੋਈ ਐੱਸ.ਸੀ./ਐੱਸ.ਟੀ. ਜਨਸੰਖਿਆ ਦੇ ਆਧਾਰ ਉਤੇ ਰਾਖਵਾਂਕਰਨ ਅਧੀਨ ਕੋਈ ਸਥਾਨ ਹਾਸਲ ਕਰ ਲਵੇ, ਤਦ ਇਹ ਮੈਰਿਟ ਦੇ ਮਰਗਮੱਛੀ ਅੱਥਰੂ ਵਹਾਉਣ ਲੱਗ ਪੈਂਦੇ ਹਨ। ਇਨ੍ਹਾਂ ਨੂੰ ਇਹ ਗੱਲ ਯਾਦ ਰੱਖਣੀ ਚਾਹੀਦੀ ਹੈ ਕਿ ਅੱਜ ਜੋ ਭਾਰਤ ਦੇ ਬੁਰੇ ਹਾਲਾਤ— ਭੁੱਖਮਰੀ, ਕੁਪੋਸ਼ਨ, ਭ੍ਰਿਸ਼ਟਾਚਾਰ ਆਦਿ— ਦੇ ਰੂਪ ਵਿਚ ਸਾਹਮਣੇ ਹਨ, ਉਹ ਸੱਭ ਉਨ੍ਹਾਂ ਦੀ ਵਜ੍ਹਾ ਕਰ ਕੇ ਹਨ, ਜਿਹੜੇ ਮੈਰਿਟ ਦੇ ਆਧਾਰ ਉਤੇ ਚੁਣ ਕੇ ਆਏ ਹਨ। ਇਸ ਦੇਸ਼ ਦਾ ਨੁਕਸਾਨ ਉਨ੍ਹਾਂ ਨੌਕਰਸ਼ਾਹਾਂ ਨੇ ਕੀਤਾ ਹੈ, ਜਿਹੜੇ ਮੈਰਿਟ ਦੇ ਆਧਾਰ ਉਤੇ ਚੁਣ ਕੇ ਆਏ ਹਨ ਨਾ ਕਿ ਐੱਸ.ਸੀ./ਐੱਸ.ਟੀ. ਲੋਕਾਂ ਨੇ। ਦੇਸ਼ ਦਾ ਹਜ਼ਾਰਾਂ ਕਰੋੜਾਂ ਰੁਪਿਆ ਲੁੱਟ ਕੇ ਲਿਜਾਣ ਵਾਲੇ ਲੋਕ ਮੈਰਿਟ ਵਾਲੇ ਹੀ ਹਨ। ਇਸ ਦੇਸ਼ ਦੀ ਸੱਭ ਤੋਂ ਸਤਿਕਾਰਯੋਗ ਪ੍ਰੀਖਿਆ ਰਾਹੀਂ ਮੈਰਿਟ ਦੇ ਅਧਾਰ ਉਤੇ ਚੁਣੇ ਜਾਂਦੇ ਆਈ.ਏ.ਐੱਸ. ਅਫ਼ਸਰ ਅੱਵਲ ਦਰਜੇ ਦੇ ਭ੍ਰਿਸ਼ਟ, ਬੁਜ਼ਦਿਲ ਤੇ ਤਲਵੇ ਚੱਟਣ ਵਾਲੀ ਨੌਕਰਸ਼ਾਹੀ ਦੀ ਨੁਮਾਇੰਦਗੀ ਕਰਦੇ ਹਨ।

***

*ਦੂਜੇ ਥੰਮ੍ਹ ਮਨੁੱਖਤਾਹੀਣ ਰਾਸ਼ਟਰਵਾਦ ਨੂੰ ਤਾਕਤ ਦੇਣ ਲਈ ਨਿਰੰਤਰ ਕੋਸ਼ਿਸ਼ ਰਹਿੰਦੀ ਹੈ 'ਰਾਸ਼ਟਰੀ ਏਕਤਾ ਅਖੰਡਤਾ ਦੇ ਨਾਂ ਹੇਠ ਸੂਬਾਈ ਅਧਿਕਾਰਾਂ ਨੂੰ ਇਨਕਾਰ ਕਰਨਾ'।* ਕੇਂਦਰ ਸਰਕਾਰ ਵਲੋਂ ਵੱਧ ਤੋਂ ਵੱਧ ਅਧਿਕਾਰ ਆਪਣੇ ਕੋਲ ਰਾਖਵੇਂ ਰੱਖਣ ਦੀ ਨੀਤੀਆਂ ਬਣਾਈਆਂ ਜਾਂਦੀਆਂ ਹਨ ਕਿਉਂਕਿ ਜੇਕਰ ਸੂਬਾਈ ਤੇ ਭਾਸ਼ਾਈ ਇਲਾਕਿਆਂ ਨੂੰ ਜ਼ਿਆਦਾ ਤਾਕਤਾਂ

ਦਿਤੀਆਂ ਜਾਣ, ਜਿਵੇਂ ਕਿ ਅਮਰੀਕਾ ਵਰਗੇ ਹੋਰ ਪਛਮੀ ਦੇਸ਼ਾਂ ਵਿਚ ਹਨ ਤਾਂ ਬ੍ਰਾਹਮਣਵਾਦ ਦਾ ਸ਼ਿਕੰਜਾ ਢਿੱਲਾ ਪੈ ਜਾਂਦਾ ਹੈ।

ਰਾਸ਼ਟਰਵਾਦ ਦੇ ਨਾਂ ਹੇਠ ਸੱਤਾ ਹੜਪਣ ਦਾ ਸੱਭ ਤੋਂ ਪਹਿਲਾ ਨਮੂਨਾ ਸੰਨ ੧੯੩੨ ਵਿਚ ਵੇਖਣ ਨੂੰ ਮਿਲਿਆ ਜਦੋਂ ਅੰਗਰੇਜ਼ ਸਰਕਾਰ ਨੇ ਭਾਰਤ ਵਿਚ ਕਮਿਊਨਲ ਐਵਾਰਡ ਲਾਗੂ ਕਰਨ ਦਾ ਫ਼ੈਸਲਾ ਕੀਤਾ। ਇਸ ਅਨੁਸਾਰ ਮੁਸਲਮਾਨਾਂ ਤੇ ਸਿੱਖਾਂ ਦੇ ਨਾਲ-ਨਾਲ ਡਾ ਅੰਬੇਦਕਰ ਦੇ ਉਦਮ ਸਦਕਾ ਅਛੂਤਾਂ ਨੂੰ ਵੀ ਵਖਰੇ ਰਾਜਸੀ ਅਧਿਕਾਰ ਦੇਣ ਦਾ ਫ਼ੈਸਲਾ ਕੀਤਾ ਗਿਆ। ਇਸ ਦਾ ਮਤਲਬ ਸੀ ਕਿ ਮੁਸਲਮਾਨ, ਸਿੱਖ ਤੇ ਅਛੂਤ ਕੌਮਾਂ ਦੇ ਰਾਜਸੀ ਨੁਮਾਇੰਦੇ ਚੁਨਣ ਵਿਚ ਦੂਜੀ ਕਿਸੇ ਕੌਮ ਨੂੰ ਵੋਟ ਦਾ ਹੱਕ ਨਹੀਂ ਹੋਵੇਗਾ।

ਪਰ ਮਹਾਤਮਾ ਗਾਂਧੀ ਨੇ ਅਛੂਤਾਂ ਨੂੰ ਮਿਲੇ ਇਸ ਅਧਿਕਾਰ ਦਾ ਸਖ਼ਤ ਵਿਰੋਧ ਕੀਤਾ ਕਿ ਇਸ ਨਾਲ ਦੇਸ਼ ਤੇ ਹਿੰਦੂ ਸਮਾਜ ਵੰਡਿਆ ਜਾਵੇਗਾ। ਗਾਂਧੀ ਨੇ ਭੁੱਖ ਹੜਤਾਲ ਸ਼ੁਰੂ ਕਰ ਦਿਤੀ ਤੇ ਕਿਹਾ ਕਿ ਉਹ ਆਪਣੇ ਜੀਊਂਦੇ ਜੀ ਇਸ ਨੂੰ ਕਦੇ ਵੀ ਪ੍ਰਵਾਨ ਨਹੀਂ ਕਰਨਗੇ। ਡਾ ਅੰਬੇਦਕਰ ਨੂੰ ਦੇਸ਼ ਦਾ ਗੱਦਾਰ ਤੇ ਅੰਗਰੇਜ਼ਾਂ ਦਾ ਏਜੰਟ ਵਜੋਂ ਪ੍ਰਚਾਰਿਆ ਗਿਆ। ਦੇਸ਼ ਵਿਚ ਤਣਾਅ ਬਹੁਤ ਵੱਧ ਗਿਆ ਤੇ ਗਾਂਧੀ ਦੇ ਭੁੱਖ ਹੜਤਾਲ ਕਾਰਨ ਸੰਭਾਵੀ ਮੌਤ ਉਪਰੰਤ ਅਛੂਤਾਂ ਉਤੇ ਹਮਲੇ ਕਰਨ ਦਾ ਖ਼ਦਸ਼ਾ ਪੈਦਾ ਕੀਤਾ ਗਿਆ। ਇਸ ਮਾਹੌਲ ਵਿਚ ਡਾ ਅੰਬੇਦਕਰ ਨੂੰ ਆਪਣੀ ਮੰਗ ਤੋਂ ਪਿੱਛੇ ਹਟਣਾ ਪਿਆ ਤੇ ਮਹਾਤਮਾ ਗਾਂਧੀ ਨਾਲ ਨਵਾਂ ਸਮਝੌਤਾ ਹੋਇਆ ਜਿਸ ਨੂੰ ਪੂਨਾ ਪੈਕੇਟ ਕਹਿੰਦੇ ਹਨ। ਇਸ ਅਨੁਸਾਰ ਅਛੂਤਾਂ ਨੂੰ ਰਾਖਵੀਂ ਸੀਟਾਂ ਭਾਵੇਂ ਨਿਰਧਾਰਤ ਹੋਈਆਂ ਪਰ ਅਛੂਤ ਨੁਮਾਇੰਦੇ ਚੁਨਣ ਵਿਚ ਸਵਰਣ ਜਾਤੀ ਹਿੰਦੂ ਵੀ ਵੋਟ ਪਾ ਸਕਦੇ ਸਨ। ਯਕੀਨਨ ਇਸ ਦਾ ਮਤਲਬ ਇਹ ਹੋਇਆ ਕਿ ਅਛੂਤਾਂ ਦੇ ਨੁਮਾਇੰਦੇ ਉਹੀ ਹੋ ਸਕਦੇ ਸਨ ਜਿਸ ਨੂੰ ਸਵਰਣ ਜਾਤੀ ਹਿੰਦੂ ਪਸੰਦ ਕਰਦੇ ਹੋਣ।

ਪੂਨਾ ਪੈਕਟ ਡਾ ਅੰਬੇਦਕਰ ਦੀ ਵੱਢੀ ਹਾਰ ਵਜੋਂ ਜਾਣਿਆ ਜਾਂਦਾ ਹੈ। ਇਸੇ ਸਮੇਂ ਦੌਰਾਨ 'ਹਿੰਦੂ ਸਮਾਜ ਵਿਚ ਸੁਧਾਰ' ਦੇ ਨਾਂ ਹੇਠ ਅਛੂਤਾਂ ਲਈ ਮੰਦਰਾਂ ਦੇ ਦਰਵਾਜ਼ੇ ਖੋਲ੍ਹਣ ਦਾ ਅੰਦੋਲਨ ਚੱਲ ਰਿਹਾ ਸੀ ਜਿਸ ਦਾ ਮਕਸਦ ਸੁਧਾਰ ਘੱਟ ਪਰ ਆਪਣੀ ਗਿਣਤੀ ਵਧਾ ਕੇ ਵੱਧ ਰਾਜ ਤਾਕਤ ਹਾਸਲ ਕਰਨਾ ਜ਼ਿਆਦਾ ਸੀ। ਡਾ ਅੰਬੇਦਕਰ ਸਿੱਖ ਫ਼ਲਸਫ਼ੇ ਤੋਂ ਕਾਫ਼ੀ ਪ੍ਰਭਾਵਤ ਸਨ ਪਰ ਅੰਤ ਸਮੇਂ ਉਨ੍ਹਾਂ ਬੁਧ ਧਰਮ ਨੂੰ ਅਪਣਾਇਆ। ਇਸ ਦਾ ਕਾਰਨ ਵੀ ਸਵਰਣ ਜਾਤੀਆਂ

ਵਲੋਂ ਅਛੂਤਾਂ ਉੱਤੇ ਸਿੱਖ ਬਣਨ ਕਰ ਕੇ ਮਾਰੂ ਹਮਲੇ ਹੋਣ ਦਾ ਖ਼ਦਸ਼ਾ ਮੰਨਿਆ ਜਾ ਸਕਦਾ ਹੈ। ਇਸ ਦਾ ਅੰਦਾਜ਼ਾ ਗਾਂਧੀ ਦੇ ਉਸ ਸਮੇਂ ਦੇ ਗੁੰਝਲਦਾਰ ਬਿਆਨਾਂ ਤੋਂ ਲਗਾਇਆ ਜਾ ਸਕਦਾ ਹੈ ਜਿਹੜੇ ਉਸ ਨੇ ਅੰਬੇਦਕਰ ਦੀ ਸਿੱਖ ਧਰਮ ਨੂੰ ਗ੍ਰਹਿਣ ਕਰਨ ਦੀ ਯੋਜਨਾ ਬਾਰੇ ਦਿਤੇ ਸਨ। ਅਜਿਹੇ ਹੀ ਇਕ ਬਿਆਨ ਵਿਚ ਗਾਂਧੀ ਨੇ ਕਿਹਾ ਸੀ ਕਿ "ਇਹ ਜ਼ਿਆਦਾ ਅੱਛਾ ਹੋਵੇਗਾ ਕਿ ਭਾਰਤ ਦੇ ਕਰੋੜਾਂ ਅਛੂਤ ਲੋਕਾਂ ਨੂੰ ਇਸਲਾਮ ਵਿਚ ਬਦਲਿਆ ਜਾਏ, ਇਸ ਨਾਲੋਂ ਕਿ ਉਹ ਸਿੱਖ ਬਣ ਜਾਣ।"

ਅਛੂਤਾਂ ਦਾ ਬੋਧੀ ਬਣਨਾ ਬ੍ਰਾਹਮਣਵਾਦ ਨੂੰ ਉਹ ਚੁਨੌਤੀ ਨਹੀਂ ਸੀ ਦਿੰਦਾ ਜੋ ਉਨ੍ਹਾਂ ਦੇ ਸਿੱਖ ਬਣਨ ਨਾਲ ਮਿਲ ਸਕਦੀ ਹੈ, ਕਿਉਂਕਿ ਭਾਰਤ ਵਿਚ ਬ੍ਰਾਹਮਣ ਨੇ ਬੁਧ ਧਰਮ ਉਤੇ ਪਹਿਲਾਂ ਹੀ ਮੁਕੰਮਲ ਕਬਜ਼ਾ ਕੀਤਾ ਹੋਇਆ ਹੈ ਜਦਕਿ ਸਿੱਖ ਅਜੇ ਉਸ ਦੇ ਰਾਹ ਵਿਚ ਇਕ ਵੱਡੇ ਪੱਥਰ ਵਾਂਗ ਅੜਿਆ ਹੋਇਆ ਹੈ।

ਡਾ ਅੰਬੇਦਕਰ ਨੂੰ ਦਲਿਤ ਸਮਾਜ ਦੀ ਜਾਨ-ਮਾਲ ਦੀ ਸੁਰੱਖਿਆ ਦੀ ਜ਼ਿੰਮੇਵਾਰੀ ਅਤੇ ਬ੍ਰਾਹਮਣ ਦੇ ਬਣਾਏ ਸਮਾਜ ਵਿਚੋਂ ਨਿਕਲਣ ਦੀ ਮਨਸ਼ਾ ਦੀ ਪੂਰਤੀ ਵਾਸਤੇ, ਬੁਧ ਧਰਮ ਨੂੰ ਅਪਣਾਉਣ ਦਾ ਵਿਚਕਾਰਲਾ ਫ਼ੈਸਲਾ ਵੀ ਸ਼ਾਇਦ ਇਕ ਸਮਝੌਤੇ ਵਾਂਗ ਕਰਨਾ ਪਿਆ ਸੀ।

੧੯੪੭ ਤੋਂ ਬਾਦ ਭਾਸ਼ਾ ਦੇ ਆਧਾਰ ਉਤੇ ਜਦੋਂ ਪੰਜਾਬੀ ਸੂਬੇ ਦੀ ਮੰਗ ਉਠੀ ਤਾਂ ਇਸ ਨੂੰ ਵੀ ਦੇਸ਼ ਦੀ ਏਕਤਾ-ਅਖੰਡਤਾ ਵਾਸਤੇ ਖ਼ਤਰਾ ਦਸਿਆ ਗਿਆ ਤੇ ਉੱਚ ਜਾਤੀ ਪੰਜਾਬੀ ਹਿੰਦੂਆਂ ਨੇ ਇਸ ਦਾ ਡਟ ਕੇ ਵਿਰੋਧ ਕੀਤਾ। ੧੯੫੧ ਦੀ ਜਨਗਣਨਾ ਵਿਚ ਪੰਜਾਬ ਦੇ ਹਿੰਦੂਆਂ ਨੇ ਆਪਣੀ ਮਾਂ-ਬੋਲੀ ਪੰਜਾਬੀ ਦੀ ਥਾਂ ਹਿੰਦੀ ਲਿਖਵਾਈ। ਹਿੰਦੂਆਂ ਵਲੋਂ ਆਪਣੇ ਹੀ ਸੂਬੇ ਅਤੇ ਭਾਸ਼ਾ ਦੇ ਵਿਰੁਧ ਦੇਸ਼-ਭਗਤੀ ਦੇ ਖੁਮਾਰ ਹੇਠ ਭੁਗਤਿਆ ਗਿਆ ਸੀ। ਨਤੀਜੇ ਵਜੋਂ ੧੯੬੬ ਵਿਚ ਪੰਜਾਬ ਇਕ ਕਮਜ਼ੋਰ ਤੇ ਅਧੂਰਾ ਸੂਬਾ ਬਣਾਇਆ ਗਿਆ ਜਿਸ ਕੋਲੋਂ ਉਸ ਦੀ ਰਾਜਧਾਨੀ ਚੰਡੀਗੜ੍ਹ ਦੇ ਨਾਲ-ਨਾਲ ਕਈ ਪੰਜਾਬੀ ਬੋਲਦੇ ਇਲਾਕੇ ਵੀ ਖੋ ਲਏ ਗਏ।

ਪੰਜਾਬ ਨੂੰ ਤਾਂ ਆਪਣੇ ਦਰਿਆਈ ਪਾਣੀਆਂ ਦਾ ਕੰਟਰੋਲ ਵੀ ਨਹੀਂ ਦਿਤਾ ਗਿਆ। ਭਾਰਤੀ ਸੰਵਿਧਾਨ ਅਨੁਸਾਰ ਦਰਿਆਈ ਪਾਣੀ ਸੂਬਾਈ ਅਧਿਕਾਰ ਹਨ। ਪਰ ਸੰਵੀਧਾਨ ਦੇ ਵਿਰੁਧ ਜਾ ਕੇ ਪੰਜਾਬ ਦੇ ਪਾਣੀ ਉਤੇ ਕੇਂਦਰ ਨੇ ਸਾਰਾ ਕੰਟਰੋਲ ਆਪਣੇ ਕੋਲ ਰੱਖ ਕੇ ੭੫ ਫ਼ੀ ਸਦੀ ਤੋਂ ਵੀ ਵੱਧ ਪਾਣੀ ਗ਼ੈਰ ਰਾਈਪੇਰਿਅਨ (non-riparian) ਰਾਜਾਂ ਨੂੰ ਵੰਢ ਦਿਤਾ, ਉਹ ਵੀ ਮੁਫ਼ਤ ਵਿਚ, ਜਿਸ ਦਾ ਖ਼ਮਿਆਜ਼ਾ ਨਾ ਸਿਰਫ਼ ਪੰਜਾਬ ਨੂੰ ਡੂੰਗੇ ਆਰਥਕ ਸੰਕਟ ਵਿਚੋਂ

ਗੁਜ਼ਰ ਕੇ ਕਰਨਾ ਪੈ ਰਿਹਾ ਹੈ ਬਲਕਿ ਆਉਣ ਵਾਲੇ ਸਮੇਂ ਵਿਚ ਪੰਜਾਬ ਦੀ ਧਰਤੀ ਨੂੰ ਬੰਜਰ ਬਨਣ ਦੇ ਕੰਢੇ ਉਤੇ ਖੜਾ ਕਰ ਦਿਤਾ ਹੈ। ਸਿੱਖਾਂ ਵੱਲੋਂ ੧੯੭੩ ਵਿਚ ਅਨੰਦਪੁਰ ਸਾਹਿਬ ਦਾ ਮੱਤਾ ਪੇਸ਼ ਕੀਤਾ ਗਿਆ ਜਿਸ ਦਾ ਮਕਸਦ ਪੰਜਾਬੀ ਸੂਬੇ ਨੂੰ ਸੰਵਿਧਾਨ ਵਿਚ ਰਹਿ ਕੇ ਵੱਧ ਅਧਿਕਾਰ ਦੇਣਾ ਸੀ, ਪਰ ਕੇਂਦਰ ਸਰਕਾਰ ਨੂੰ ਵੱਧ ਸੂਬਾਈ ਅਧਿਕਾਰ ਕਿਵੇਂ ਪ੍ਰਵਾਨ ਹੋ ਸਕਦੇ ਸਨ ? ਇਨ੍ਹਾਂ ਮੰਗਾ ਦਾ ਜਵਾਬ ਕੇਂਦਰ ਸਰਕਾਰ ਵਲੋਂ ਜੂਨ ੧੯੮੪ ਨੂੰ ਦਰਬਾਰ ਸਾਹਿਬ, ਸ੍ਰੀ ਅੰਮ੍ਰਿਤਸਰ ਉਤੇ ਫ਼ੌਜੀ ਹਮਲੇ ਨਾਲ ਸ੍ਰੀ ਅਕਾਲ ਤਖ਼ਤ ਸਾਹਿਬ ਨੂੰ ਢਹਿ ਢੇਰੀ ਕਰ ਕੇ ਤੇ ਪੰਚਮ ਗੁਰੂ ਦੇ ਸ਼ਹੀਦੀ ਦਿਹਾੜੇ ਮੌਕੇ ਆਈਆਂ ਸੰਗਤਾਂ (ਜਵਾਨ, ਬੁਢੇ, ਔਰਤਾਂ, ਬੱਚੀਆਂ) ਦਾ ਕਤਲੇਆਮ ਕਰ ਕੇ ਦਿਤਾ।

ਮਾਨਵ-ਵਿਗਿਆਨੀ ਜੌਇਸ ਪੈਟੀਗ੍ਰਿਊ (Anthropologist Joyce Pettigrew) ਹਮਲੇ ਦਾ ਕਾਰਨ ਲਿਖਦੇ ਹਨ ਕਿ "ਫ਼ੌਜ ਦਾ ਦਰਬਾਰ ਸਾਹਿਬ ਵਿਚ ਜਾਣਾ ਕਿਸੇ ਰਾਜਨੀਤਕ ਆਗੂ ਜਾਂ ਸਿਆਸੀ ਅੰਦੋਲਨ ਨੂੰ ਖ਼ਤਮ ਕਰਨਾ ਨਹੀਂ ਸੀ, ਬਲਕਿ ਲੋਕਾਂ ਦੇ ਸਭਿਆਚਾਰ ਨੂੰ ਦਬਾਉਣ ਲਈ, ਉਨ੍ਹਾਂ ਦੇ ਦਿੱਲ ਉਤੇ ਹਮਲਾ ਕਰਨ ਲਈ, ਉਨ੍ਹਾਂ ਦੀ ਆਤਮਾ ਤੇ ਸਵੈ-ਵਿਸ਼ਵਾਸ ਉਤੇ ਸੱਟ ਮਾਰਨ ਲਈ ਸੀ।" (ਇਸ ਵਿਸ਼ੇ ਨੂੰ ਵਿਸਥਾਰ ਨਾਲ ਜਾਣਨ ਲਈ ਪੜ੍ਹੋ ਡਾ. ਗੁਰਦਰਸ਼ਨ ਸਿੰਘ ਢਿੱਲੋਂ ਦੀ ਕਿਤਾਬ 'ਇੰਡਿਆ ਕਮਿੱਟਸ ਸੁਇਸਾਈਡ')

ਕਸ਼ਮੀਰ ਦੇ ਹੱਕਾਂ ਦੀ ਰਾਖੀ ਵਾਸਤੇ ਸੰਵਿਧਾਨ ਦੀ ਧਾਰਾ ੩੭੦ ਅਤੇ ੩੫ਏ ਦੀ ਵਿਰੋਧਤਾ ਵੀ ਇਸੇ ਨਿਤੀ ਦਾ ਹਿੱਸਾ ਹੈ।

ਜਦ ਵੀ ਦੇਸ਼ ਵਿਚ ਭਾਰਤ ਦੀ ਏਕਤਾ ਤੇ ਅਖੰਡਤਾ ਨੂੰ ਬਚਾਉਣ ਦੀ ਗੱਲ ਚੱਲ ਰਹੀ ਹੋਵੇਗੀ, ਇਹ ਸਮਝ ਲੈਣਾ ਚਾਹੀਦਾ ਹੈ ਕਿ ਕਿਸੇ ਘੱਟ ਗਿਣਤੀ ਕੌਮ ਦੇ ਹੱਕਾਂ ਉਤੇ ਡਾਕਾ ਪਾਉਣ ਦੇ ਮਨਸੂਬੇ ਘੜੇ ਜਾ ਰਹੇ ਹਨ।

*ਜਦੋਂ ਆਮ ਜਨਤਾ ਅੰਦੋਲਨ ਕਰਦੀ ਹੈ ਤਾਂ ਭਾਰਤ ਦੀ ਏਕਤਾ ਤੇ ਅਖੰਡਤਾ ਨੂੰ ਬਚਾਉਣ ਦੇ ਨਾਂ ਹੇਠ ਕਈ ਤਰ੍ਹਾਂ ਦੇ ਕਾਲੇ ਕਾਨੂੰਨ ਅਧੀਨ 'ਫ਼ੌਜ ਜਾਂ ਪੁਲਿਸ ਦੀ ਵਰਤੋਂ ਨਾਲ ਬਰਾਬਰ ਦੇ ਹੱਕਾਂ ਵਾਸਤੇ ਸਿਆਸੀ ਵਿਰੋਧ ਨੂੰ ਕੁਚਲ' ਦਿਤਾ ਜਾਂਦਾ ਹੈ।*

੧੮੬੦ ਵਿਚ ਬਰਤਾਨਵੀ ਬਸਤੀਵਾਦ ਰਾਜ ਵਲੋਂ ਬਣਾਇਆ ਦੇਸ਼ਧ੍ਰੋਹ ਦਾ ਕਾਨੂੰਨ ਅੱਜ ਤਕ ਭਾਰਤ ਦੇ ਕਾਨੂੰਨ ਦਾ ਅਨਿਖੜਵਾਂ ਅੰਗ ਹੈ। ਇਸ ਤੋਂ ਇਲਾਵਾ ਯੂ.ਏ.ਪੀ. ਐਕਟ

ਵਰਗੇ ਹੋਰ ਕਾਲੇ ਕਾਨੂੰਨ ਵੀ ਹਨ, ਜੋ ਬਰਾਬਰ ਦੇ ਹੱਕਾਂ ਵਾਸਤੇ ਲੋਕਾਂ ਦੀ ਆਵਾਜ਼ ਨੂੰ ਖ਼ਤਮ ਕਰਨ ਵਾਸਤੇ ਹੀ ਵਰਤੇ ਜਾਂਦੇ ਹਨ।

ਫ਼ਰਵਰੀ ੨੦੧੯ ਵਿਚ ਨਵਾਂਸ਼ਹਿਰ ਦੀ ਅਦਾਲਤ ਨੇ ਤਿੰਨ ਸਿੱਖ ਨੌਜੁਆਨਾਂ ਉਤੇ ਰਾਸ਼ਟਰ ਵਿਰੁਧ ਜੰਗ ਛੇੜਣ ਦੇ ਅਪਰਾਧ ਵਿਚ ਉਮਰ ਕੈਦ ਦੀ ਸਜ਼ਾ ਸੁਣਾਈ। ਅਦਾਲਤ ਨੇ ਫ਼ੈਸਲੇ ਵਿਚ ਲਿਖਿਆ ਕਿ ਇਨ੍ਹਾਂ ਕੋਲੋਂ ਇਤਰਾਜ਼ ਯੋਗ ਕਿਤਾਬਾਂ, ਸਾਹਿਤ ਤੇ ਇਸ਼ਤਿਹਾਰ ਬਰਾਮਦ ਹੋਏ ਹਨ ਜਿਨ੍ਹਾਂ ਨਾਲ ਇਹ ਵਿਸਾਖੀ ਮੌਕੇ ਆਜ਼ਾਦ ਸਿੱਖ ਰਾਜ ਖ਼ਾਲਿਸਤਾਨ ਪ੍ਰਤੀ ਲੋਕਾਂ ਨੂੰ ਭੜਕਾਉਣ ਦੀ ਮਨਸ਼ਾ ਰਖਦੇ ਸਨ। ਇਹ ਆਪਣੇ ਆਪ ਵਿਚ ਨਿਵੇਕਲਾ ਫ਼ੈਸਲਾ ਸੀ, ਕਿਉਂਕਿ ਕਥਿਤ ਮੁਲਜ਼ਮਾਂ ਨੂੰ ਭਾਰੀ ਸਜ਼ਾ ਕੋਈ ਨਾਜਾਇਜ਼ ਅਸਲਾ ਜਾਂ ਹਿੰਸਾ ਦੇ ਦੋਸ਼ ਹੇਠ ਨਹੀਂ ਬਲਕਿ ਜੱਜ ਵੱਲੋਂ ਮੁਲਜ਼ਮਾਂ ਦੇ ਦਿਮਾਗ਼ ਵਿਚ ਚੱਲ ਰਹੀ ਮਨਸ਼ਾ ਨੂੰ ਪੜ੍ਹ ਕੇ ਤੇ ਉਹ ਸਾਹਿਤ ਰੱਖਣ ਦੇ ਅਧਾਰ ਉਤੇ ਦਿਤਾ ਗਿਆ ਜਿਹੜਾ ਸਾਹਿਤ ਆਸਾਨੀ ਨਾਲ ਬਾਜ਼ਾਰ ਵਿਚ ਉਪਲੱਬਧ ਹੈ ਤੇ ਭਾਰਤ ਸਰਕਾਰ ਵਲੋਂ ਉਸ ਉਤੇ ਕੋਈ ਪਾਬੰਦੀ ਵੀ ਨਹੀਂ ਹੈ।

ਫ਼ਰਵਰੀ ੨੦੧੯ ਵਿਚ ਹੀ ਅਲਿਗੜ੍ਹ ਮੁਸਲਿਮ ਯੂਨੀਵਰਸਟੀ ਵਿਚ ਵਿਦਿਆਰਥੀਆਂ ਦੇ ਦੋ ਗੁਟਾਂ ਵਿਚ ਝਗੜਾ ਹੋਣ ਉਪਰੰਤ ੧੪ ਵਿਦਿਆਰਥੀਆਂ ਵਿਰੁਧ ਦੇਸ਼ਧ੍ਰੋਹ ਦਾ ਆਰੋਪ ਦਾਇਰ ਕੀਤਾ ਗਿਆ। ਇਸ ਝਗੜੇ ਦਾ ਕਾਰਨ ਵਿਦਿਆਰਥੀਆਂ ਵਲੋਂ ਕੈਂਪਸ ਵਿਚ ਆਏ ਟੀਵੀ ਨਿਊਜ਼ ਚੈਨਲ ਦੇ ਸਟਾਫ਼ ਦਾ ਵਿਰੋਧ ਕਰਨਾ ਸੀ, ਜਿਹੜਾ ਚੈਨਲ ਸਰਕਾਰ ਪੱਖੀ ਮਨਿਆ ਜਾਂਦਾ ਹੈ। ਕੁੱਝ ਹੀ ਦਿਨਾਂ ਬਾਦ ਪੁਲਿਸ ਨੂੰ ਇਹ ਆਰੋਪ ਵਾਪਸ ਲੈਣੇ ਪਏ।

ਮਨੁੱਖੀ ਅਧਿਕਾਰ ਸੰਗਠਨਾਂ ਦੀਆਂ ਕਈ ਰਿਪੋਰਟਾਂ ਸਮੇਂ ਸਮੇਂ ਤੇ ਪੇਸ਼ ਹੁੰਦੀਆਂ ਰਹਿੰਦੀਆਂ ਹਨ, ਜੋ ਭਾਰਤ ਵਿਚ ਮਨੁੱਖੀ ਅਧਿਕਾਰਾਂ ਦੀ ਉਲੰਘਣਾ ਦੀ ਪੁਸ਼ਟੀ ਕਰਦੀਆਂ ਹਨ, ਇਸਦੇ ਬਾਵਜੂਦ ਵਿਸ਼ਵ ਸ਼ਕਤੀਆਂ ਭਾਰਤ ਵਿਰੁੱਧ ਨਿਗੂਣੀ ਜਹੀ ਆਵਾਜ਼ ਵੀ ਬੁਲੰਦ ਨਹੀਂ ਕਰਦੀਆਂ। ਇਹ ਇਸ ਲਈ ਹੈ ਕਿਉਂਕਿ ਭਾਰਤ ਨੇ ਵਿਸ਼ਵ ਸ਼ਕਤੀਆਂ ਲਈ ਆਪਣੇ ਉਤਪਾਦ ਵੇਚਣ ਲਈ ਆਪਣੀ ਵਿਸ਼ਾਲ ਮੰਡੀ ਖੋਲ੍ਹ ਰਖੀ ਹੈ। ਵਪਾਰ ਅਤੇ ਮਨੁੱਖੀ ਅਧਿਕਾਰਾਂ ਵਿਚਕਾਰ, ਵਪਾਰ ਨੂੰ ਹਮੇਸ਼ਾ ਹੀ ਪਹਿਲ ਮਿਲਦੀ ਹੈ। ਇਕ ਤਰ੍ਹਾਂ ਨਾਲ, *ਭਾਰਤ ਦੀਆਂ ਵਿਸ਼ਾਲ ਹੱਦਾਂ ਦਲਿਤ, ਆਦੀਵਾਸੀ ਅਤੇ ਹੋਰ ਧਾਰਮਿਕ ਘੱਟ ਗਿਣਤੀਆਂ ਦੇ ਦੁਖਾਂਤ ਦਾ ਕਾਰਨ ਬਣ ਗਈਆਂ ਹਨ।*

ਇਥੇ ਇਹ ਗੱਲ ਸਮਝਣੀ ਬਹੁਤ ਜ਼ਰੂਰੀ ਹੈ ਕਿ ਘੱਟ ਗਿਣਤੀ ਸਮੁਦਾਇ ਉਤੇ ਹਮਲਾ ਸਰਕਾਰੀ ਪ੍ਰਬੰਧਾਂ ਅਧੀਨ ਹੀ ਕੀਤਾ ਜਾਂਦਾ ਹੈ। ਉਹ ਸਰਕਾਰੀ ਤੰਤਰ ਜੋ ਆਮ ਜਨਤਾ ਦੇ ਟੈਕਸ ਰਾਹੀਂ ਚਲਦਾ ਹੈ, ਜਮਹੂਰੀਅਤ ਵਿਚ ਜਿਸ ਦਾ ਉਦੇਸ਼ ਸਾਰੇ ਨਾਗਰਿਕਾਂ ਨੂੰ ਬਿਨਾਂ ਕਿਸੇ ਵਿਤਕਰੇ ਦੇ ਚੰਗਾ ਪ੍ਰਬੰਧ ਤੇ ਨਿਆਂ ਦੇਣਾ ਹੁੰਦਾ ਹੈ। ਪਰ ਘੱਟ ਗਿਣਤੀਆਂ ਜਦੋਂ ਇਸ ਸਰਕਾਰੀ ਦਹਿਸ਼ਤ ਵਿਰੁਧ ਅਦਾਲਤਾਂ ਵਿਚ ਲੜਦੀਆਂ ਹਨ ਤੇ ਉਨ੍ਹਾਂ ਨੂੰ ਆਪਣਾ ਨਿਜੀ ਸਮਾਂ, ਪੈਸਾ ਅਤੇ ਜ਼ਿੰਦਗੀ ਦਾਅ ਉਤੇ ਲਗਾਉਣੀ ਪੈਂਦੀ ਹੈ। ਇਹ ਅਸਾਂਵੀ ਜੰਗ ਭਾਰਤ ਵਿਚ ਨਿੱਤ ਚਲਦੀ ਰਹਿੰਦੀ ਹੈ।

ਕਰਤਾ ਤੂੰ ਸਭਨਾ ਕਾ ਸੋਈ ॥ ਜੇ ਸਕਤਾ ਸਕਤੇ ਕਉ ਮਾਰੇ ਤਾ ਮਨਿ ਰੋਸੁ ਨ ਹੋਈ ॥

(ਗੁਰੂ ਗ੍ਰੰਥ ਸਾਹਿਬ, ਮ. ੧, ਅੰਗ ੩੬੦)

***

*ਤੀਜੇ ਥੰਮ੍ਹ ਮਿਥਹਾਸ ਆਧਾਰਤ ਵਿਸ਼ਵਾਸ ਨੂੰ ਖੜਾ ਰੱਖਣ ਲਈ 'ਤਰਕਸ਼ੀਲ ਤੇ ਵਿਗਿਆਨਕ ਸੋਚ ਨੂੰ ਦਬਾਉਣਾ' ਜ਼ਰੂਰੀ ਹੋ ਜਾਂਦਾ ਹੈ।* ਇਹ ਜ਼ਰੂਰੀ ਹੋ ਜਾਂਦਾ ਹੈ ਕਿ ਤਰਕਵਾਦੀ ਤੇ ਵਿਗਿਆਨਕ ਸੋਚ ਦੇ ਪ੍ਰਚਾਰ ਪ੍ਰਸਾਰ ਦੀ ਜ਼ੁਬਾਨ ਨੂੰ ਬੰਦ ਕੀਤਾ ਜਾਵੇ। ਪਿਛਲੇ ਕੁੱਝ ਸਾਲਾਂ ਵਿਚ ਹੋਏ ਬੁਧੀਜੀਵੀਆਂ ਦੇ ਕਤਲ ਜਿਵੇਂ ਡਾ. ਨਰੇਂਦਰ ਦਾਭੋਲਕਰ, ਗੋਵਿੰਦ ਪੰਸਾਰੇ, ਐੱਮ.ਐੱਮ. ਕਲਬੁਰਗੀ ਤੇ ਗੌਰੀ ਲੰਕੇਸ਼ ਇਸੇ ਨੀਤੀ ਦਾ ਹੀ ਹਿੱਸਾ ਹੈ।

ਭਾਰਤ ਦੇ ਸੰਵਿਧਾਨ ਧਾਰਾ ੫੧ਏ(ਐਚ) ਅਨੁਸਾਰ ਭਾਰਤ ਦੇ ਹਰ ਨਾਗਰਿਕ ਦੀ ਇਹ ਜ਼ਿੰਮੇਵਾਰੀ ਹੈ ਕਿ ਉਹ ਵਿਗਿਆਨਕ ਸੋਚ, ਮਾਨਵਵਾਦ ਤੇ ਗਿਆਨ ਅਤੇ ਸੁਧਾਰ ਦੀ ਭਾਵਨਾ ਦਾ ਵਿਕਾਸ ਕਰੇ। ਪਰ ਬ੍ਰਾਹਮਣਵਾਦ ਜੋ ਮਿਥਿਹਾਸ ਉਤੇ ਹੀ ਟਿਕਿਆ ਹੋਇਆ ਹੈ ਇਹ ਕਦੇ ਵੀ ਨਹੀਂ ਚਾਹੁੰਦਾ ਕਿ ਲੋਕਾਂ ਵਿਚ ਵਿਗਿਆਨਿਕ ਸੋਚ ਵਧੇ-ਫੁੱਲੇ। ਜਿੰਨੀ ਵਿਗਿਆਨਕ ਸੋਚ ਵਧੇਗੀ ਬ੍ਰਾਹਮਣਵਾਦ ਓਨਾ ਹੀ ਕਮਜ਼ੋਰ ਪਵੇਗਾ। ਸੋ ਜਿਥੇ ਇਕ ਪਾਸੇ ਵਿਗਿਆਨਕ ਸੋਚ ਰੱਖਣ ਵਾਲੇ ਤਰਕਵਾਦੀਆਂ ਦੀ ਆਵਾਜ਼ ਨੂੰ ਦਬਾਇਆ ਜਾਂਦਾ ਹੈ, *ਉੱਥੇ ਹੀ ਦੂਜੇ ਪਾਸੇ 'ਕਰਮਕਾਂਡ ਤੇ ਮਿਥਿਹਾਸ ਦਾ ਪ੍ਰਚਾਰ' ਕੀਤਾ ਜਾਂਦਾ ਹੈ।* ਇਸ ਕੰਮ ਲਈ ਪੂੰਜੀਵਾਦੀਆਂ ਦੁਆਰਾ ਖਰੀਦਿਆ ਵਿਕਾਊ ਮੀਡੀਆ ਸਹਾਈ ਹੁੰਦਾ ਹੈ। ਹਿੰਦੀ ਟੀ.ਵੀ. ਚੈਨਲਾਂ ਉਤੇ ਪ੍ਰਾਈਮ

ਟਾਈਮ ਵਿਚ ਮਿਥਿਹਾਸਕ ਕਹਾਣੀਆਂ ਨੂੰ ਇਤਿਹਾਸ ਦਾ ਹਿੱਸਾ ਸਾਬਤ ਕਰਨ ਲਈ ਖ਼ਾਸ ਪ੍ਰੋਗਰਾਮ ਪੇਸ਼ ਕੀਤੇ ਜਾਂਦੇ ਹਨ।

ਇਸ ਵਿਚ ਕੋਈ ਹੈਰਾਨੀ ਨਹੀਂ ਹੋਣੀ ਚਾਹੀਦੀ ਕਿ ਜਮਹੂਰੀਅਤ ਦਾ ਚੌਥਾ ਥੰਮ੍ਹ ਅਖਵਾਉਣ ਵਾਲੀ ਪ੍ਰੈੱਸ ਦਾ ਰੀਪੋਰਟਰਜ਼ ਵਿਦਾਉਟ ਬਾਰਡਰ (Reporters Without Border) ਦੀ ੨੦੧੯ ਦੀ ਰੀਪੋਰਟ ਅਨੁਸਾਰ ੧੮੦ ਦੇਸ਼ਾਂ ਵਿਚੋਂ ਭਾਰਤ ਦਾ ਵਰਲਡ ਪ੍ਰੈੱਸ ਫ਼ਰੀਡਮ ਇੰਡੈਕਸ (World Press Freedom Index) ਸ਼ਰਮਨਾਕ ੧੪੦ਵਾਂ ਸਥਾਨ ਹੈ।

ਪੀ. ਸਾਈਨਾਥ ਨੇ ਆਪਣੀ ਮਸ਼ਹੂਰ ਕਿਤਾਬ 'ਏਵਰੀਬੋਡੀ ਲਵਜ਼ ਏ ਗੁਡ ਡਰੋਟ' (Everybody Loves a Good Drought) ਵਿਚ ਸੈਂਟਰ ਫ਼ਾਰ ਮੀਡੀਆ ਸਟਡੀਜ਼ (Centre for Media Studies, CMS) ਦੇ ਅੰਕੜੇ ਦਿੰਦੇ ਹੋਏ ਲਿਖਿਆ:

> ੨੦੧੨-੧੬ ਦੇ ਵਿਚਾਲੇ, ਭਾਰਤ ਦੇ ੬.੪੦.੦੦੦੦ ਪਿੰਡਾਂ ਦੀਆਂ ਖ਼ਬਰਾਂ ਨੂੰ ਦਿਤੇ ਪਹਿਲੇ ਸਫ਼ੇ ਦੀ ਥਾਂ ੦.੨੬ ਪ੍ਰਤੀਸ਼ਤ ਸੀ। ਸੀ.ਐੱਮ.ਐੱਸ. ਨੇ ਕਿਹਾ ਕਿ ਇਹ ਪੰਜ ਸਾਲਾਂ ਦੀ ਔਸਤ ਸੀ। ਇਸੇ ਅਰਸੇ ਦੌਰਾਨ ਖੇਤੀਬਾੜੀ ਨੇ ਰਾਜਧਾਨੀ ਦੇ ਚੋਟੀ ਦੇ ਹਿੰਦੀ ਅਖ਼ਬਾਰਾਂ ਦੇ ਪਹਿਲੇ ਪੰਨਿਆਂ ਉਤੇ ੦.੦੭ ਪ੍ਰਤੀਸ਼ਤ ਖ਼ਬਰਾਂ ਦਾ ਦਾਅਵਾ ਕੀਤਾ। ਪ੍ਰਮੁੱਖ ਅੰਗਰੇਜ਼ੀ ਅਖ਼ਬਾਰਾਂ ਵਿਚ ਇਹ ਵੱਧ ਕੇ ੦.੧੭ ਪ੍ਰਤੀਸ਼ਤ ਹੋ ਗਿਆ।
>
> ਇਨ੍ਹਾਂ ਛੋਟੇ ਅਨੁਪਾਤ ਦੇ ਅੰਦਰ ਟੈਲੀਵੀਜ਼ਨ ਨੇ ਥੋੜ੍ਹੇ ਜਹੇ ਵਧੀਆ ਪ੍ਰਦਰਸ਼ਨ ਕੀਤੇ। ਦਿੱਲੀ ਤੋਂ ਪ੍ਰਾਈਮ ਟਾਈਮ ਉਤੇ ਪ੍ਰਸਾਰਣ ਕਰਨ ਵਾਲੇ ਮੋਹਰੀ ਚੈਨਲਾਂ ਲਈ ਪੰਜ ਸਾਲਾਂ ਦੀ ਔਸਤ ੦.੮੭ ਪ੍ਰਤੀਸ਼ਤ ਸੀ। ਇਹ ਗਿਣਤੀ ਕੁੱਝ ਸਾਲਾਂ ਵਿਚ ਵੱਖੋ ਵਖਰੀ ਹੋ ਸਕਦੀ ਹੈ। ਉਦਾਹਰਣ ਲਈ, ਜਦੋਂ ਰਾਸ਼ਟਰੀ ਚੋਣਾਂ ਹੁੰਦੀਆਂ ਹਨ ਤਾਂ ਪੇਂਡੂ ਖੇਤਰਾਂ ਦੀ ਕਵਰੇਜ ਵਿਚ ਵਾਧਾ ਹੁੰਦਾ ਹੈ। ਹਾਲਾਂਕਿ, ਪਿੰਡ/ਪੇਂਡੂ ਮੂਲ ਦੀਆਂ ਖ਼ਬਰਾਂ ਦਾ ਹਿੱਸਾ ੧ ਪ੍ਰਤੀਸ਼ਤ ਤੋਂ ਉੱਪਰ ਜਾਂਦਾ ਕਦੇ ਵੀ ਦਿਖਾਈ ਨਹੀਂ ਦਿੱਤਾ, ਹਾਲਾਂਕਿ ਸਾਡੇ ਲਗਭਗ ੬੯ ਪ੍ਰਤੀਸ਼ਤ ਲੋਕ ਪੇਂਡੂ ਭਾਰਤ ਵਿਚ ਰਹਿੰਦੇ ਹਨ।

ਇਥੇ ਇਹ ਨਹੀਂ ਭੁੱਲਣਾ ਚਾਹੀਦਾ, ਦੇਸ਼ ਦੇ ਗ਼ਰੀਬ, ਦਲਿਤ ਤੇ ਆਦਿਵਾਸੀ ਵਰਗ ਦੀ ਵੱਧ ਜਨਸੰਖਿਆ ਪੇਂਡੂ ਇਲਾਕਿਆਂ ਵਿਚ ਹੀ ਰਹਿੰਦੀ ਹੈ।

"ਅਸਲ ਵਿਚ ਅਜਿਹਾ ਕੁੱਝ ਨਹੀਂ ਹੁੰਦਾ ਜਿਸ ਨੂੰ 'ਮੂਕ' ਕਿਹਾ ਜਾਵੇ। ਹਮੇਸ਼ਾਂ ਜਾਣ ਬੁੱਝ ਕੇ ਚੁੱਪ ਕਰਵਾਇਆ ਜਾਂਦਾ ਹੈ ਜਾਂ ਫਿਰ ਲੋੜ ਅਨੁਸਾਰ ਅਣਸੁਨਾ ਕੀਤਾ ਜਾਂਦਾ ਹੈ।" -ਅਰੁੰਧਤੀ ਰਾਏ।

*ਕਰਮਕਾਂਡੀ ਸੋਚ ਨੂੰ ਹੋਰ ਪ੍ਰਫੁੱਲਤ ਕਰਨ ਲਈ 'ਅਖੌਤੀ ਸੰਤਾਂ ਨੂੰ ਸਥਾਪਤ ਕਰ ਕੇ ਆਪਣੇ ਅਨੁਕੂਲ ਧਾਰਮਕ ਅਤੇ ਸਿਆਸੀ ਮਾਹੌਲ' ਖੜਾ ਕੀਤਾ ਜਾਂਦਾ ਹੈ।* ਟੀ.ਵੀ. ਉਤੇ ੨੪ ਘੰਟੇ ਇਨ੍ਹਾਂ ਦੇ ਪ੍ਰਵਚਨ ਸੁਣਾਏ ਜਾਂਦੇ ਹਨ। ਇਨ੍ਹਾਂ ਵਿਚੋਂ ਬਹੁਤੇ ਡੇਰੇਦਾਰਾਂ ਉਤੇ ਕਤਲ, ਬਲਾਤਕਾਰ, ਜ਼ਮੀਨਾਂ ਉਤੇ ਕਬਜ਼ਾ ਕਰਨ ਤੇ ਦੰਗੇ ਕਰਾਉਣ ਜਹੇ ਗੰਭੀਰ ਦੋਸ਼ ਲੱਗੇ ਹੁੰਦੇ ਹਨ। ਭਾਰਤੀ ਰਾਜਤੰਤਰ ਵੱਲੋਂ ਡੇਰੇਦਾਰਾਂ ਨੂੰ ਦਿਤੀ ਦੰਡ-ਰਹਿਤ (impunity) ਵਿਵਸਥਾ ਕਾਰਨ ਪੰਜਾਬ ਬਹੁਤ ਦੁਖਦਾਈ ਨਤੀਜੇ ਭੁਗਤ ਚੁਕਾ ਹੈ। ਨਿਰੰਕਾਰੀ ਡੇਰੇ ਵੱਲੋਂ ੧੯੭੮ ਵਿਚ ੧੩ ਸਿੱਖਾਂ ਨੂੰ ਸ਼ਹੀਦ ਕੀਤਾ, ਉਪਰੰਤ ਨਿਰੰਕਾਰੀ ਬਾਬੇ ਨੂੰ ਦੇਸ਼ ਦੇ ਕਾਨੂਨ ਵੱਲੋਂ ਬਰੀ ਕਰਵਾ ਦਿਤਾ ਗਿਆ। ਇਸ ਘਟਨਾ ਨੇ ਪੰਜਾਬ ਵਿਚ ਹਥਿਆਰਬੰਦ ਸੰਘਰਸ਼ ਦਾ ਮੁੱਢ ਬੱਝਾ। ਪੰਜਾਬ ਵਿਚ ਜਿਥੇ ਸਿੱਖੀ ਦਾਇਰੇ ਤੋਂ ਬਾਹਰ ਕਈ ਡੇਰੇ ਖੜੇ ਕੀਤੇ ਗਏ ਹਨ, ਜਿਵੇਂ ਨਿਰੰਕਾਰੀ, ਰਾਧਾ ਸੁਆਮੀ, ਸੱਚਾ ਸੌਦਾ, ਨੂਰਮਹਿਲੀਏ, ਉਥੇ ਹੀ ਸਿੱਖ ਅਖਵਾਉਂਦੇ ਸੰਤਾਂ ਡੇਰੇਦਾਰਾਂ ਨੂੰ ਵੀ ਖੜਾ ਕੀਤਾ ਜਾਂਦਾ ਹੈ, ਜੋ ਪੂਜਾਰੀਵਾਦ ਨੂੰ ਸਥਾਪਤ ਕਰਨ ਵਿਚ ਸਹਾਈ ਹੁੰਦੇ ਹਨ।

ਸੰਯੁਕਤ ਰਾਸ਼ਟਰ ਵਿਕਾਸ ਪ੍ਰੋਗਰਾਮ (Untited Nations Development Programme, UNDP) ਦੀ ੨੦੧੮ ਦੀ ਰੀਪੋਰਟ ਅਨੁਸਾਰ ਭਾਰਤ ਦੀ ਮਨੁੱਖੀ ਵਿਕਾਸ ਸੂਚੀ (Human Development Index) ਵਿਚ ੧੮੯ ਦੇਸ਼ਾਂ ਵਿਚੋਂ ੧੩੦ਵਾਂ ਸਥਾਨ ਹੈ।

ਇਹ ਅਖੌਤੀ ਸੰਤ ਡੇਰੇਦਾਰ ਆਮ ਲੋਕਾਈ ਦਾ ਬੁਨਿਆਦੀ ਹੱਕਾਂ ਤੋਂ ਧਿਆਨ ਹਟਾ ਕੇ ਉਨ੍ਹਾਂ ਨੂੰ ਸੰਪਰਦਾਈ ਮਾਮਲਿਆਂ ਤੇ ਕਰਮਕਾਂਡਾਂ ਵਿਚ ਗੁਮਰਾਹ ਕਰਦੇ ਹਨ।

ਭਾਰਤ ਦੇ ਚੋਟੀ ਦੇ ਅਖਵਾਉਂਦੇ ਧਾਰਮਕ ਗੁਰੂ ਸ਼੍ਰੀ ਸ਼੍ਰੀ ਰਵਿਸ਼ੰਕਰ ਨੇ ਕਰਜ਼ੇ ਵਿਚ ਡੁੱਬੇ ਕਿਸਾਨਾਂ ਦੀਆਂ ਵੱਧ ਰਹੀ ਖ਼ੁਦਕੁਸ਼ੀਆਂ ਬਾਰੇ ਕਿਹਾ ਕਿ "'ਕੇਵਲ ਗ਼ਰੀਬੀ ਹੀ ਕਾਰਨ ਨਹੀਂ, ਬਲਕਿ ਕਿਸਾਨ ਅਧਿਆਤਮਿਕਤਾ ਤੋਂ ਵੀ ਦੂਰ ਚਲੇ ਗਏ ਹਨ। ਜੇਕਰ ਉਹ ਯੋਗ ਅਤੇ ਪ੍ਰਾਣਾਯਾਮ ਦਾ ਅਭਿਆਸ ਕਰਨ ਤਾਂ ਖ਼ੁਦਕੁਸ਼ੀ ਵਰਗੇ ਖਿਆਲਾਂ ਉਤੇ ਕਾਬੂ ਪਾ ਸਕਦੇ ਹਨ।" (Scroll.in ੨੯ ਅਪ੍ਰੈਲ ੨੦੧੭)

ਭੂਖੇ ਭਗਤਿ ਨ ਕੀਜੈ ॥ ਯਹ ਮਾਲਾ ਅਪਨੀ ਲੀਜੈ ॥

(ਗੁਰੂ ਗ੍ਰੰਥ ਸਾਹਿਬ, ਭ. ਕਬੀਰ, ਅੰਗ ੬੫੬)

ਇਸ ਤਰ੍ਹਾਂ ਅਧਿਆਤਮਿਕਤਾ ਦੇ ਨਾਂ ਹੇਠ ਖਿਆਲੀ ਫ਼ਲਸਫ਼ੇ ਨਾਲ ਕਮਜ਼ੋਰ ਹੋ ਚੁੱਕੇ ਸਮਾਜ ਨੂੰ ਗ਼ੁਲਾਮ ਬਣਾਉਣਾ ਆਸਾਨ ਹੋ ਜਾਂਦਾ ਹੈ। ਇਸ ਦੇ ਨਾਲ-ਨਾਲ *'ਝੂਠਾ ਤੇ ਵਿਗੜਿਆ ਇਤਹਾਸ ਘੜ ਕੇ ਪ੍ਰਚਾਰਿਆ ਜਾਂਦਾ ਹੈ।'* ਇਤਿਹਾਸ ਦੀਆਂ ਨਵੀਆਂ ਕਿਤਾਬਾਂ ਲਿਖੀਆਂ ਜਾਂਦੀਆਂ ਹਨ, ਜਿਨ੍ਹਾਂ ਵਿਚ ਅਸਲ ਤੱਥਾਂ ਨੂੰ ਤੋੜ-ਮਰੋੜ ਕੇ ਪੇਸ਼ ਕੀਤਾ ਜਾਂਦਾ ਹੈ। ਜਿਵੇਂ ਕਿ ਮਨੂਵਾਦੀ ਇਹ ਸਾਬਤ ਕਰਨ ਵਿਚ ਲੱਗੇ ਹੋਏ ਹਨ ਕਿ ਆਰੀਅਨ ਲੋਕ ਦੇਸ਼ ਤੋਂ ਬਾਹਰੋਂ ਆਏ ਹਮਲਾਵਰ ਨਹੀਂ ਬਲਕਿ ਭਾਰਤ ਦੇ ਮੂਲ ਨਿਵਾਸੀ ਹੀ ਸਨ। ਪਰ ਇਹ ਕੋਰਾ ਇਤਿਹਾਸਕ ਝੂਠ ਹੈ।

ਮੋਰੀਆ ਰਾਜਵੰਸ਼ ਦੇ ਸੰਸਥਾਪਕ ਚੰਦਰਗੁਪਤ ਦੇ ਬ੍ਰਾਹਮਣ ਵਜ਼ੀਰ ਚਾਣਕਿਯਾ ਨੂੰ ਚੰਦਰਗੁਪਤ ਤੋਂ ਵੀ ਵੱਡਾ ਇਤਿਹਾਸਕ ਪਾਤਰ ਬਣਾ ਕੇ ਪੇਸ਼ ਕੀਤਾ ਜਾਂਦਾ ਹੈ। ਜੇਕਰ ਚਾਣਕਿਯਾ ਏਨਾ ਹੀ ਪ੍ਰਭਾਵੀ ਹੁੰਦਾ ਤਾਂ ਚੰਦਰਗੁਪਤ ਆਪਣੇ ਆਖ਼ਰੀ ਸਮੇਂ ਬ੍ਰਾਹਮਣਵਾਦ ਦਾ ਤਿਆਗ ਕਰ ਕੇ ਜੈਨ ਧਰਮ ਕਿਉਂ ਅਪਣਾਉਂਦਾ ?

ਚੰਦਰਗੁਪਤ ਦੇ ਪੋਤੇ ਸਮਰਾਟ ਅਸ਼ੋਕ ਨੇ ਤਾਂ ਦੇਸ਼-ਵਿਦੇਸ਼ ਵਿਚ ਬੁਧ ਧਰਮ ਦਾ ਅਸਰਦਾਰ ਪ੍ਰਚਾਰ ਕਰ ਕੇ ਬ੍ਰਾਹਮਣਵਾਦ ਨੂੰ ਸਖ਼ਤ ਚੁਨੌਤੀ ਦਿਤੀ।

ਸਕੂਲਾਂ ਵਿਚ ਅਕਬਰ-ਬੀਰਬਲ ਦੀ ਕਹਾਣੀਆਂ ਪੜ੍ਹਾਈ ਜਾਂਦੀਆਂ ਹਨ, ਜਿਨ੍ਹਾਂ ਵਿਚ ਬ੍ਰਾਹਮਣ ਬੀਰਬਲ ਨੂੰ ਬਹੁਤ ਸਿਆਣਾ ਤੇ ਬਾਦਸ਼ਾਹ ਅਕਬਰ ਨੂੰ ਬੁਧੂ ਜਿਹਾ ਪੇਸ਼ ਕੀਤਾ ਜਾਂਦਾ ਹੈ। ਬਹੁਤੇ ਲੋਕ ਇਨ੍ਹਾਂ ਕਹਾਣੀਆਂ ਨੂੰ ਸੱਚ ਹੀ ਮੰਨਦੇ ਹਨ।

ਖੋਜੀ ਪੱਤਰਕਾਰੀ ਦੇ ਅੰਤਰਰਾਸ਼ਟਰੀ ਸੰਘ (International Consortium of Investigative Journalists) ਦੇ ਸਰਵੇਖਣ ਅਨੁਸਾਰ ਝੂਠੇ ਰਸਾਲੇ ਪ੍ਰਕਾਸ਼ਿਤ ਕਰਨ ਵਿਚ ਭਾਰਤੀ ਵਿਦਿਅਕ ਅਦਾਰੇ ਦੁਨਿਆਂ ਵਿਚ ਪਹਿਲੇ ਨੰਬਰ ਉਤੇ ਆਉਂਦੇ ਹਨ। (Scroll.in ੨੧ ਜਨਵਰੀ ੨੦੧੯)

***

ਚੌਥਾ ਥੰਮ੍ਹ ਜੋ ਕਿ ਦੂਜੇ ਧਰਮਾਂ ਪ੍ਰਤੀ ਅਸਹਿਣਸ਼ੀਲਤਾ ਹੈ, ਇਸ ਦੇ ਉਦੇਸ਼ ਨੂੰ ਪੂਰਾ ਕਰਨ ਲਈ ਦੋ ਤਰੀਕੇ ਅਪਣਾਏ ਜਾਂਦੇ ਹਨ।

*ਪਹਿਲਾ 'ਭਾਰਤ ਵਿਚ ਜਨਮੇ ਧਰਮਾਂ (ਜੈਨ, ਬੁਧ, ਸਿੱਖ) ਨੂੰ ਹਿੰਦੂ ਧਰਮ ਦਾ ਅੰਗ ਪ੍ਰਚਾਰ ਕੇ ਨਿਗਲਣਾ'।* ਇਨ੍ਹਾਂ ਦੀ ਵਖਰੀ ਹਸਤੀ ਨੂੰ ਨਕਾਰ ਕੇ ਇਨ੍ਹਾਂ ਨੂੰ ਹਿੰਦੂ ਧਰਮ ਦਾ ਅੰਗ ਦੱਸ ਕੇ ਬ੍ਰਾਹਮਣਵਾਦ ਦੁਆਰਾ ਨਿਗਲਣ ਦੀ ਕੋਸ਼ਿਸ਼ ਕੀਤੀ ਜਾਂਦੀ ਹੈ। ਜਦ ਕਿ ਸੱਚ ਇਹ ਹੈ ਕਿ ਭਾਰਤ ਵਿਚ ਜਨਮੀ ਕੌਮਾਂ ਜੈਨ, ਬੁਧ ਤੇ ਸਿੱਖ ਸਾਰੇ ਬ੍ਰਾਹਮਣਵਾਦ ਦਾ ਵਿਰੋਧ ਕਰਦੀਆਂ ਹਨ। ਇਨ੍ਹਾਂ ਕੌਮਾਂ ਨੂੰ ਅਪਨਾਉਣ ਵਾਲੇ ਜ਼ਿਆਦਾ ਭਾਰਤ ਦੇ ਮੂਲ ਨਿਵਾਸੀ ਸਨ ਨਾ ਕਿ ਅਖੌਤੀ ਉੱਚ ਜਾਤੀ ਦੇ ਲੋਕ। ਇਥੋਂ ਤੱਕ ਕਿ ਭਾਰਤੀ ਸੰਵਿਧਾਨ ਦੀ ਧਾਰਾ ੨੫ਬੀ ਵਿਚ ਇਨ੍ਹਾਂ ਧਰਮਾਂ ਨੂੰ ਹਿੰਦੂ ਧਰਮ ਦਾ ਹਿੱਸਾ ਦਸਿਆ ਗਿਆ ਹੈ। ਇਸ ਧਾਰਾ ਨੂੰ ਰੱਦ ਕਰਨ ਲਈ ਸਿੱਖਾਂ ਦੀ ਬੜੇ ਲੰਮੇ ਸਮੇਂ ਤੋਂ ਮੰਗ ਚੱਲੀ ਆ ਰਹੀ ਹੈ।

*ਦੂਜੇ ਪਾਸੇ 'ਭਾਰਤ ਤੋਂ ਬਾਹਰ ਜਨਮੇ ਧਰਮਾਂ (ਇਸਲਾਮ, ਇਸਾਈ) ਨੂੰ ਪਰਾਇਆ ਸਭਿਆਚਾਰ ਪ੍ਰਚਾਰ ਕੇ ਨਕਾਰਿਆ ਜਾਂਦਾ ਹੈ।'* ਇਸਲਾਮ ਜਾਂ ਇਸਾਈ ਧਰਮਾਂ ਨੂੰ ਅਪਨਾਉਣ ਵਾਲੇ ਵੀ ਜ਼ਿਆਦਾਤਰ ਲੋਕ ਭਾਰਤ ਦੇ ਮੂਲ ਨਿਵਾਸੀ ਦੇ ਸਨ, ਜਦਕਿ ਬ੍ਰਾਹਮਣੀ ਵਿਚਾਰਧਾਰਾ ਅਨੁਸਾਰ ਭਾਰਤ ਦੇ ਬਹੁਤੇ ਮੂਲ ਨਿਵਾਸੀ ਸ਼ੂਦਰ ਹਨ ਜਿਨ੍ਹਾਂ ਨੂੰ ਵੈਦਿਕ ਧਰਮ ਤੋਂ ਬਾਹਰ ਰਖਿਆ ਗਿਆ ਹੈ। ਇਸ ਸੱਭ ਦੇ ਬਾਵਜੂਦ ਆਰੀਅਨ ਖ਼ੁਦ ਨੂੰ ਭਾਰਤੀ ਤੇ ਮੁਸਲਿਮ ਜਾਂ ਇਸਾਈਆਂ ਨੂੰ ਬੇਗਾਨਾ ਦਸਦੇ ਹਨ। ਈਸਾਈ ਜਾਂ ਮੁਸਲਿਮ ਧਰਮ ਅਪਣਾ ਚੁਕੇ ਦਲਿਤਾਂ ਦੀ 'ਘਰ ਵਾਪਸੀ' ਦੇ ਨਾਂ ਹੇਠ ਜਬਰਨ ਧਰਮ ਪਰਿਵਰਤਨ ਕਰਵਾਇਆ ਜਾਂਦਾ ਹੈ। ਇਹ ਬੇਹਦ ਬੇਰਹਿਮੀ ਭਰੀ ਦਾਸਤਾਨ ਹੈ ਕਿ ਦਲਿਤਾਂ ਨੂੰ ਨਾ ਤਾਂ ਇਹ ਦੂਜੇ ਧਰਮਾਂ ਵਿਚ ਪ੍ਰਵੇਸ਼ ਕਰਨ ਦਿੰਦੇ ਹਨ ਤੇ ਨਾ ਹੀ ਬ੍ਰਾਹਮਣੀ ਮੱਤ ਅਨੁਸਾਰ ਸ਼ੂਦਰਾਂ ਤੋਂ ਉੱਤੇ ਕੋਈ ਸਤਿਕਾਰ ਦਾ ਰੁਤਬਾ ਦਿਤਾ ਜਾਂਦਾ ਹੈ।

ਦੇਸ਼ ਦੇ ਕਈ ਸੂਬਿਆਂ ਵਿਚ 'ਧਰਮ ਪਰਿਵਰਤਨ' ਤੇ ਕਾਨੂੰਨੀ ਰੋਕ ਲਗਾਈ ਹੋਈ ਹੈ ਪਰ 'ਘਰ ਵਾਪਸੀ' ਹੋ ਸਕਦੀ ਹੈ। ਮਤਲਬ ਇਹ ਕਿ ਦਲਿਤਾਂ ਨੂੰ ਈਸਾਈ ਜਾਂ ਮੁਸਲਿਮ ਬਣਨ ਤੋਂ ਤਾਂ ਕਾਨੂੰਨ ਰੋਕਦਾ ਹੈ ਪਰ ਉਹੀ ਕਾਨੂੰਨ ਈਸਾਈ ਜਾਂ ਮੁਸਲਿਮ ਬਣ ਚੁਕੇ ਦਲਿਤਾਂ ਨੂੰ ਮੁੜ

ਸ਼ੂਦਰ ਜਾਂ ਅਛੂਤ ਬਣਾਉਣ ਵਿਚ ਸਹਾਈ ਹੁੰਦਾ ਹੈ। ਤਾਂ ਫਿਰ ਭਾਰਤ ਆਪਣੇ-ਆਪ ਨੂੰ ਧਰਮ ਨਿਰਪੱਖ (secular) ਦੇਸ਼ ਅਖਵਾਉਣ ਵਿਚ ਮਾਣ ਕਿਉਂ ਨਾ ਕਰੇ ?

ਇਨ੍ਹਾਂ ਦੋਵੇਂ ਤਰੀਕਿਆਂ ਦੇ ਅਮਲ ਵਾਸਤੇ ਵੀ ਇਤਿਹਾਸ ਨਾਲ ਛੇੜਛਾੜ ਕੀਤੀ ਜਾਂਦੀ ਹੈ। ਜਿਵੇਂ ਕਿ ਸਿੱਖ ਧਰਮ ਬਾਰੇ ਇਹ ਲਗਾਤਾਰ ਪ੍ਰਚਾਰ ਕੀਤਾ ਜਾ ਰਿਹਾ ਹੈ ਕਿ ਸ੍ਰੀ ਗੁਰੂ ਗੋਬਿੰਦ ਸਿੰਘ ਜੀ ਨੇ ਖ਼ਾਲਸਾ ਪੰਥ ਦੀ ਸਥਾਪਨਾ ਮੁਗਲਾਂ ਨਾਲ ਜੰਗਾਂ ਕਰ ਕੇ ਹਿੰਦੂ ਧਰਮ ਦੀ ਰੱਖਿਆ ਲਈ ਕੀਤੀ ਸੀ। ਪਰ ਅਸਲ ਇਤਿਹਾਸਕ ਤੱਥ ਛੁਪਾ ਲਿਆ ਜਾਂਦਾ ਹੈ ਕਿ ਗੁਰੂ ਜੀ ਨੂੰ ਕੁੱਲ ੧੪ ਜੰਗਾਂ ਲੜਨੀਆਂ ਪਈਆਂ ਜਿਨ੍ਹਾਂ ਵਿਚੋਂ ੧੦ ਜੰਗਾਂ ਤਾਂ ਕੇਵਲ ਉੱਚ ਜਾਤ ਦੇ ਹੰਕਾਰੀ ਹਿੰਦੂ ਪਹਾੜੀ ਰਾਜਿਆਂ ਨਾਲ ਲੜੀਆਂ ਸਨ ਅਤੇ ਬਾਕੀ ਦੀਆਂ ਜੰਗਾਂ ਵਿਚ ਵੀ ਇਨ੍ਹਾਂ ਪਹਾੜੀ ਰਾਜਿਆਂ ਨੇ ਮੁ.ਗਲਾਂ ਦਾ ਪੂਰਾ ਸਾਥ ਦਿਤਾ। ਬ੍ਰਾਹਮਣਵਾਦੀਆਂ ਵਲੋਂ ਗੁਰਬਾਣੀ ਨੂੰ ਵੇਦਾਂ ਦਾ ਸਾਰ ਕਹਿ ਕੇ ਪ੍ਰਚਾਰਨਾ ਇਸੇ ਨੀਤੀ ਦਾ ਹਿੱਸਾ ਹੈ ਜੋ ਕਿ ਦਿਨ ਨੂੰ ਰਾਤ ਕਹਿਣ ਦਾ ਕੁ.ਫ਼ਰ ਹੈ ।

***

ਇਹਨਾਂ ਚਾਰਾਂ ਥੰਮ੍ਹਾਂ ਦੀ ਨੀਂਹ ਨੂੰ ਮਜ਼ਬੂਤ ਕਰਨ ਲਈ ਭਰਮ ਦੀ ਵਰਤੋਂ ਕੀਤੀ ਜਾਂਦੀ ਹੈ। ਇਕ ਵਾਰ ਫਿਰ ਪੂੰਜੀਵਾਦੀਆਂ ਵੱਲੋਂ ਕਾਬੂ ਕੀਤਾ ਮੀਡੀਆ ਇਸ ਦੇ ਪ੍ਰਚਾਰ ਪ੍ਰਸਾਰ ਵਿਚ ਸਹਾਈ ਹੁੰਦਾ ਹੈ। *'ਹਿੰਦੂ ਖ਼ਤਰੇ ਵਿਚ ਹੈ' ਦੇ ਝੂਠੇ ਬਿਰਤਾਂਤ ਨਾਲ ਖ਼ੁਦ ਨੂੰ ਸਦਾ ਪੀੜਤ ਸਾਬਤ ਕੀਤਾ ਜਾਂਦਾ ਹੈ। ਦੂਜਾ ਹਥਿਆਰ ਹੈ ਕਿ ਝੂਠ ਨੂੰ ਵਾਰ-ਵਾਰ ਬੋਲੋ ਜਿਸ ਨਾਲ ਉਹ ਸੱਚ ਜਾਪਣ ਲੱਗੇ।* ਇਸੇ ਨੁਕਤੇ ਤੋਂ ਤਾਂ ਅਸੀਂ ਸ਼ੁਰੂਆਤ ਕੀਤੀ ਸੀ :

ਮਾਧਵੇ ਕਿਆ ਕਹੀਐ ਭ੍ਰਮੁ ਐਸਾ॥ ਜੈਸਾ ਮਾਨੀਐ ਹੋਇ ਨ ਤੈਸਾ॥

ਇਸ ਤਰ੍ਹਾਂ ਬ੍ਰਾਹਮਣਵਾਦ ਆਪਣਾ ਟੀਚਾ ਸਰ ਕਰਦਾ ਹੈ, *ਇਹ ਟੀਚਾ ਅਖੌਤੀ ਉੱਚ ਜਾਤੀ ਹਿੰਦੂ (ਆਰੀਅਨ) ਦੇ ਵਲੋਂ ਸਾਰੀ ਰਾਜਨੀਤਕ, ਆਰਥਕ ਤੇ ਧਾਰਮਕ ਤਾਕਤ ਉਤੇ ਕਬਜ਼ਾ ਬਣਾਏ ਰਖਣਾ ਹੈ।*

***

ਇਸ ਸੰਖੇਪ ਵਿਚਾਰ ਤੋਂ ਉਪਰੰਤ ਜੇ ਬ੍ਰਾਹਮਣਵਾਦ ਦੀ ਪਰਿਭਾਸ਼ਾ ਇਕ ਪੰਕਤੀ ਵਿਚ ਕਰਨੀ ਹੋਵੇ ਤੇ ਅਸੀਂ ਕਹਿ ਸਕਦੇ ਹਾਂ ਕਿ *ਬ੍ਰਾਹਮਣਵਾਦ ਰੱਬੀ ਨਿਯਮਾਂ ਦੀ ਖਿਲਾਫ਼ਤ ਕਰਦੀ ਅਸਮਾਨਤਾ ਉਤੇ ਖੜੀ ਉਹ ਵਿਚਾਰਧਾਰਾ ਹੈ ਜਿਸ ਰਾਹੀਂ ਅਖੌਤੀ ਉੱਚ ਜਾਤੀ ਆਰਿਅਨ ਹਿੰਦੂ ਲੋਕ ਘੱਟ ਗਿਣਤੀ ਹੋਣ ਦੇ ਬਾਵਜੂਦ ਵੀ ਸਮਾਜ ਦੀ ਰਾਜਨੀਤਕ, ਆਰਥਕ ਤੇ ਧਾਰਮਕ ਤਾਕਤ ਉਤੇ ਕਾਬਜ਼ ਹੁੰਦੇ ਹਨ।*

# ਸਿੱਖ ਦਾ ਮੂਲ

# ਪਹਿਲਾ ਪਾਠ

ਗੁਰੂ ਅਰਜਨ ਸਾਹਿਬ ਜੀ ਨੇ ਜਦੋਂ ਆਦਿ ਗ੍ਰੰਥ ਦੀ ਸੰਪਾਦਨਾ ਕੀਤੀ ਤੇ ਜਿਸ ਬਾਣੀ ਨੂੰ ਉਨ੍ਹਾਂ ਨੇ ਆਰੰਭ ਵਿਚ ਦਰਜ ਕਰਨ ਦਾ ਫ਼ੈਸਲਾ ਕੀਤਾ, ਉਹ ਸਿੱਖ ਪੰਥ ਵਿਚ 'ਮੂਲ ਮੰਤਰ' ਕਰਕੇ ਜਾਣੀ ਜਾਂਦੀ ਹੈ। ਮੂਲ ਮੰਤਰ ਸਿੱਖ ਧਰਮ ਦੇ ਬਾਨੀ ਗੁਰੂ ਨਾਨਕ ਸਾਹਿਬ ਜੀ ਦੀ ਆਪਣੀ ਰਚਨਾ ਹੈ। ਇਹ ਰਚਨਾ ਮੂਲ ਮੰਤਰ ਕਰਕੇ ਇਸ ਲਈ ਵੀ ਪ੍ਰਚੱਲਿਤ ਹੈ ਕਿਉਂਕਿ ਇਹ ਸਿੱਖੀ ਤੇ ਗੁਰਬਾਣੀ ਦੇ ਫ਼ਲਸਫ਼ੇ ਦਾ ਮੂਲ ਹੈ।

ਸਿੱਖੀ ਦੇ ਨਿਆਰੇ ਅਸੂਲ ਮੂਲ ਮੰਤਰ ਵਿਚ ਦਰਜ ਅਕਾਲ ਪੁਰਖ ਦੇ ਸੱਚੇ ਗੁਣਾਂ ਉਤੇ ਹੀ ਆਧਾਰਤ ਹਨ। ਇਸ ਲਈ ਹਰ ਸਿੱਖ ਦੀ ਸਿਖਿਆ ਮੂਲ ਮੰਤਰ ਤੋਂ ਹੀ ਸ਼ੁਰੂ ਹੁੰਦੀ ਹੈ ਤੇ ਹੋਣੀ ਚਾਹੀਦੀ ਹੈ। ਇਸ ਕਰਕੇ ਇਹ ਸਿੱਖ ਧਰਮ ਦਾ ਪਹਿਲਾ ਪਾਠ ਹੈ। ਗੁਰਬਾਣੀ ਦੇ ਅਰਥਾਂ ਨੂੰ ਲੈ ਕੇ ਜਦੋਂ ਵੀ ਜਗਿਆਸੂ ਦੇ ਮਨ ਵਿਚ ਦੁਬਿਧਾ ਹੋਵੇ, ਮੂਲ ਮੰਤਰ ਦੀ ਕਸਵੱਟੀ ਲਗਾ ਕੇ ਇਹ ਦੁਬਿਧਾ ਖ਼ਤਮ ਕੀਤੀ ਜਾ ਸਕਦੀ ਹੈ। *ਗੁਰਬਾਣੀ ਦੀ ਜਿਹੜੀ ਵਿਆਖਿਆ ਮੂਲ ਮੰਤਰ ਦੇ ਸੱਚੇ ਨਿਯਮਾਂ ਉਤੇ ਖ਼ਰੀ ਨਹੀਂ ਉਤਰਦੀ ਉਹ ਵਿਆਖਿਆ ਯਕੀਨਨ ਗ਼ਲਤ ਹੈ ਤੇ ਨਕਾਰ ਦੇਣੀ ਚਾਹੀਦੀ ਹੈ।*

ਗੁਰੂ ਗ੍ਰੰਥ ਸਾਹਿਬ ਤੋਂ ਬਾਹਰ ਕਿਸੇ ਵੀ ਹੋਰ ਗ੍ਰੰਥ, ਗੁਰ ਇਤਿਹਾਸ ਜਾਂ ਸਾਹਿਤ ਦੀ ਪ੍ਰਮਾਣਿਕਤਾ ਵੀ ਮੂਲਮੰਤਰ ਦੀ ਕਸੌਟੀ ਉਤੇ ਹੀ ਪ੍ਰਖਣੀ ਚਾਹੀਦੀ ਹੈ। ਜਗਿਆਸੂ ਦੀ ਸਮਝ ਦੀ ਸੀਮਾਵਾਂ ਅਨੁਸਾਰ ਇਸ ਦੇ ਅਰਥ ਕਰਨ ਲਗਿਆਂ ਡੂੰਘਾਈ ਜਾਂ ਵਿਸਤਾਰ ਵਿਚ ਭਾਵੇਂ ਅੰਤਰ ਹੋਵੇ ਪਰ ਇਸ ਦਾ ਹਰ ਅੱਖਰ ਜਾਂ ਸ਼ਬਦ ਸਥਾਈ ਸਿਧਾਂਤ ਬਖ਼ਸ਼ਦਾ ਹੈ ਕਿਉਂਕਿ ਇਸ ਦੇ ਸ਼ਬਦਾਂ ਦੀ ਚੋਣ ਇਸ ਤਰ੍ਹਾਂ ਹੈ ਕਿ ਅਰਥ ਕਦੇ ਦਵੈਤ ਭਾਵ ਨਾਲ ਨਹੀਂ ਕੀਤੇ ਜਾ ਸਕਦੇ। ਜਿਵੇਂ 'ਇਕ' ਦਾ ਅਰਥ ਕਦੇ 'ਦੋ' ਨਹੀਂ ਹੋ ਸਕਦਾ। ਮੂਲ ਮੰਤਰ ਦਾ ਹਰ ਇਕ ਸ਼ਬਦ ਗਾਗਰ ਵਿਚ ਸਾਗਰ ਵਾਂਗ ਵਿਸ਼ਾਲ ਵਿਚਾਰਧਾਰਾ ਨੂੰ ਸਮੇਟਦਾ ਹੈ। ਹਰ ਇਕ ਸ਼ਬਦ ਪ੍ਰਮਾਤਮਾ ਦੇ ਬੇਅੰਤ ਗੁਣਾਂ ਨੂੰ ਦਰਸਾਉਂਦਾ ਹੋਇਆ ਇਕ ਕਰਣਹਾਰ ਦੀ ਵਿਚਾਰ ਬਖ਼ਸ਼ਦਾ ਹੈ। ਇਹ ਗੁਰੂ ਗ੍ਰੰਥ ਸਾਹਿਬ ਜੀ ਦਾ ਪਹਿਲਾ ਪਾਠ ਹੈ ਜਿਸ ਦੀ ਵਿਚਾਰ ਨਾ ਸਿਰਫ਼ ਹਰ ਸਿੱਖ ਵਾਸਤੇ

ਬਲਕਿ ਹਰ ਮਨੁੱਖ ਵਾਸਤੇ ਰੂਹਾਨੀਅਤ ਦਾ ਚਸ਼ਮਾ ਹੈ। ਵਿਚਾਰ ਅਰੰਭ ਕਰਨ ਤੋਂ ਪਹਿਲਾਂ ਆਉ ਸ੍ਰੀ ਗੁਰੂ ਗ੍ਰੰਥ ਸਾਹਿਬ ਜੀ ਦੇ ਪਹਿਲੇ ਪਾਠ ਦਾ ਸੰਪੂਰਨ ਰੂਪ ਵਿਚ ਸਿਮਰਨ ਕਰੀਏ:

ੴ ਸਤਿਨਾਮੁ ਕਰਤਾ ਪੁਰਖੁ ਨਿਰਭਉ ਨਿਰਵੈਰੁ ਅਕਾਲ ਮੂਰਤਿ ਅਜੂਨੀ ਸੈਭੰ ਗੁਰਪ੍ਰਸਾਦਿ॥

# ਪਹਿਲਾ ਪਾਠ, ਮੂਲ ਮੰਤਰ

## The First Lesson, Mool Mantar

**ੴ**

**Ekankaar (Ay-kan-kaar)**
ਏਕੰਕਾਰ, ਇੱਕ ਕਰਤਾਰ (One Doer)

**ਸਤਿਨਾਮੁ**

**Satnaam**
ਨਾਮ ਜਾਂ ਹੁਕਮ ਸੱਤ ਹੈ (Divine Command is eternal truth)

**ਕਰਤਾ ਪੁਰਖੁ**

**Karta Purakh**
ਕਰਣਹਾਰ ਇੱਕ ਹੈ ਅਤੇ ਸਰਬ-ਵਿਆਪਕ ਹੈ (There's One Doer, who permeates all creation)

**ਨਿਰਭਉ**

**Nirbhau**
ਉਸਨੂੰ ਕਿਸੇ ਦਾ ਡਰ ਨਹੀਂ (Fears none)

**ਨਿਰਵੈਰੁ**

**Nirvaer**
ਉਸਨੂੰ ਕਿਸੇ ਨਾਲ ਵੈਰ ਨਹੀਂ (Without enmity or hate)

**ਨਾਮੁ**
(Divine Command)

**ਅਕਾਲ ਮੂਰਤਿ**

**Akaal Moorat**
ਉਸਦੀ ਹੱਸਤੀ ਸਮੇਂ ਦੇ ਬੰਧਨ ਵਿੱਚ ਨਹੀਂ; ਅਮਰ ਹੈ (Personification is beyond time; Immortal)

**ਅਜੂਨੀ**

**Ajooni**
ਉਹ ਜਨਮ ਨਹੀਂ ਲੈਂਦਾ (Never incarnates nor is born)

**ਸੈਭੰ**

**Saibhang**
ਉਸਦੀ ਹੋਂਦ ਆਪਣੇ ਆਪ ਤੋਂ ਹੈ (Self-existent)

**ਸਤਿ**
(Eternal truth)

**ਗੁਰਪ੍ਰਸਾਦਿ ॥**

**Gurprasaad**
ਉਸਦੀ ਸੋਝੀ ਗੁਰੂ ਦੀ ਬਖ਼ਸ਼ਿਸ਼ ਨਾਲ ਹੁੰਦੀ ਹੈ (Revealed through Guru's grace).

41

# ੴ

ਸ੍ਰੀ ਗੁਰੂ ਗ੍ਰੰਥ ਸਾਹਿਬ ਜੀ ਦੀ ਬਾਣੀ ਦਾ ਪਹਿਲਾ ਅੱਖਰ ੴ ਹੈ। ਇਹ ਖ਼ਾਲਸੇ ਦਾ ਨਿਰਾਲਾ ਚਿੰਨ੍ਹ (logo) ਹੈ ਤੇ ਇਹ ਸਿੱਖੀ ਦੀ ਬੁਨਿਆਦ ਹੈ। *ਜੇਕਰ ਗੁਰੂ ਨਾਨਕ ਸਾਹਿਬ ਜੀ ਵੱਲੋਂ ਪ੍ਰਚਾਰੇ ਸੰਦੇਸ਼ ਨੂੰ ਇਕ ਅੱਖਰ ਵਿਚ ਹੀ ਸਮੇਟਣਾ ਹੋਵੇ ਤਾਂ ਉਹ ੴ ਹੈ।* ਗੁਰੂ ਸਾਹਿਬ ਨੇ ਇਸ ਸੰਸਾਰ ਉਤੇ ੴ ਦਾ ਝੰਡਾ ਹੀ ਬਲੰਦ ਕੀਤਾ ਹੈ। ਸਮਾਜ ਉਤੇ ਪਸਰੀ ਅਗਿਆਨਤਾ ਦੀ ਧੂੰਦ ਜਿਸ ਨੇ ਜਾਤ-ਪਾਤ, ਧਰਮ, ਨਸਲ, ਲਿੰਗ, ਭਾਸ਼ਾ ਦੇ ਆਧਾਰ ਉਤੇ ਕਈ ਤਰ੍ਹਾਂ ਦੀਆਂ ਵੰਡੀਆਂ ਪਾਈਆਂ ਹੋਈਆਂ ਸਨ ਜਿਸ ਕਾਰਨ ਮਨੁੱਖ ਜਾਤੀ ਦੀ ਮਾਨਸਿਕਤਾ ਗ਼ੁਲਾਮ ਬਣ ਚੁੱਕੀ ਸੀ। ਬਾਬੇ ਨਾਨਕ ਨੇ ੴ 'ਇਕ ਕਰਤਾਰ' ਜਾਂ 'ਇਕ ਕਰਣਹਾਰ' ਦੇ ਸਰਬ ਸਾਂਝੇ ਉਪਦੇਸ਼ ਨਾਲ ਸੰਸਾਰ ਨੂੰ ਸੱਚ ਦੇ ਗਿਆਨ ਨਾਲ ਰੌਸ਼ਨ ਕੀਤਾ।

ਸਤਿਗੁਰ ਨਾਨਕ ਪ੍ਰਗਟਿਆ ਮਿਟੀ ਧੁੰਧੁ ਜਗਿ ਚਾਨਣੁ ਹੋਆ।

(ਭਾਈ ਗੁਰਦਾਸ, ਵਾਰ ੧, ਪਉੜੀ ੨੭)

ਗੁਰੂ ਗ੍ਰੰਥ ਸਾਹਿਬ ਜੀ ਦੀ ਬਾਣੀ ਦਾ ਆਰੰਭ ੴ ਤੋਂ ਹੋਣਾ ਸਿੱਖ ਫ਼ਲਸਫ਼ੇ ਵਿਚ 'ਕੇਵਲ ਇਕ ਕਰਤਾਰ ਜਾਂ ਕਰਣਹਾਰ' ਦਾ ਸੰਕਲਪ ਪੱਕਾ ਕਰਾਉਂਦਾ ਹੈ।

ਸਾਹਿਬੁ ਮੇਰਾ ਏਕੋ ਹੈ ॥ ਏਕੋ ਹੈ ਭਾਈ ਏਕੋ ਹੈ ॥

(ਗੁਰੂ ਗ੍ਰੰਥ ਸਾਹਿਬ, ਮ. ੧, ਅੰਗ ੩੫੦)

ਸਾਰੇ ਬ੍ਰਹਿਮੰਡ ਦੀ ਉਤਪਤੀ, ਪਾਲਣਾ ਤੇ ਵਿਨਾਸ ਇਸ ਸੱਭ ਦਾ ਕਰਣਹਾਰ ਇਕ ਹੀ ਹੈ। ਗੁਰਮਤਿ ਫ਼ਲਸਫ਼ੇ ਨੂੰ ਸਮਝਣ ਵਾਸਤੇ ਏਕੰਕਾਰ (ੴ) ਸੱਭ ਤੋਂ ਮਹੱਤਵਪੂਰਨ ਅੱਖਰ ਹੈ।

ਪਰ ਬ੍ਰਾਹਮਣੀ ਦਖਲ ਕਾਰਨ ਸਿੱਖੀ ਦੇ ਧੁਰੇ ਦੇ ਉਚਾਰਣ ਨੂੰ ਲੈ ਕੇ ਪੰਥ ਵਿਚ ਇਕਸਾਰਤਾ ਨਹੀਂ ਬਣ ਸਕੀ, ਹਾਲਾਂਕਿ ਇਸ ਦੇ ਅਰਥਾਂ ਦੀ ਸਮਝ ਵਿਚ ਇਕਸਾਰਤਾ ਹੈ। ਜਿਵੇਂ ਕਿ ਪਹਿਲਾਂ ਦਸਿਆ ਗਿਆ ਹੈ ਕਿ 'ਪਹਿਲੇ ਪਾਠ' ਦੇ ਅੱਖਰ ਜਾਂ ਸ਼ਬਦ ਦੀ ਚੋਣ ਅਜਿਹੀ ਹੈ ਕਿ ਇਸ ਦੇ ਦੋਹਰੇ ਅਰਥਾਂ ਵਿਚ ਵਿਆਖਿਆ ਨਹੀਂ ਕੀਤੀ ਜਾ ਸਕਦੀ। ੴ ਅੱਖਰ ਦੇ ਕਈ ਉਚਾਰਣ ਪ੍ਰਚੱਲਤ ਹਨ- ਏਕੰਕਾਰ, ਇਕੋਂਕਾਰ, ਇੱਕਉਂਕਾਰ, ਇੱਕ ਓਅੰ, ਇੱਕੋ ਆਦਿ। ਇਸ ਦੁਵਿਧਾ ਦਾ ਕਾਰਨ ਏਹੀ ਜਾਪਦਾ ਹੈ ਕਿ ਅਸੀਂ ਸਹੀ ਸਵਾਲ ਨਹੀਂ ਕਰ ਰਹੇ ਹਾਂ। ਸਹੀ ਜਵਾਬ ਤਾਂ ਹੀ

ਮਿਲੇਗਾ ਜੇਕਰ ਸਹੀ ਸਵਾਲ ਕੀਤਾ ਹੋਵੇ। ਆਉ ਉਹ ਸਵਾਲ ਕਰਿਏ ਜਿਸ ਨਾਲ ਇਸ ਵਿਸ਼ੇ ਦਾ ਵਰਣਨ ਸਹੀ ਦਿਸ਼ਾ ਵੱਲ ਜਾ ਸਕੇ।

ਸਾਡਾ ਪਹਿਲਾ ਸਵਾਲ ਹੋਣਾ ਚਾਹੀਦਾ ਹੈ ਕਿ ੴ ਚਿੰਨ੍ਹ ਦਾ ਕਰਤਾ ਕੌਣ ਹੈ ?

ਦੂਜਾ ਸਵਾਲ ਕਿ ੴ ਚਿੰਨ੍ਹ ਦੇ ਕਰਤੇ ਨੇ ਇਸ ਦਾ ਉਚਾਰਣ ਕਿ ਕੀਤਾ ਹੈ ?

ਇਨ੍ਹਾਂ ਸਵਾਲਾਂ ਦਾ ਗੁਰਬਾਣੀ ਵਿਚੋਂ ਜਵਾਬ ਇਹੀ ਮਿਲੇਗਾ ਕਿ ੴ ਬਾਬੇ ਨਾਨਕ ਜੀ ਦੀ ਆਪਣੀ ਕਿਰਤ ਹੈ। ਇਸ ਦਾ ਉਚਾਰਣ 'ਏਕੰਕਾਰ' ਵੀ ਬਾਬਾ ਜੀ ਦੀ ਆਪਣੀ ਹੀ ਕਿਰਤ ਹੈ।

*ਬਾਬੇ ਨਾਨਕ ਜੀ ਦੀ ਬਾਣੀ ਤੋਂ ਪਹਿਲਾਂ ਨਾ ਤੇ ੴ ਚਿੰਨ੍ਹ ਦੀ ਕੋਈ ਹੋਂਦ ਸੀ ਤੇ ਨਾ ਹੀ 'ਏਕੰਕਾਰ' ਸ਼ਬਦ ਦੀ ਕਿਸੇ ਭਾਸ਼ਾ ਵਿਚ ਕੋਈ ਹੋਂਦ ਸੀ।* 'ਏਕੰਕਾਰ' ਅੱਖਰ ਗੁਰੂ ਨਾਨਕ ਸਾਹਿਬ ਜੀ ਦੀ ਬਾਣੀ ਵਿਚ ੧੩ ਵਾਰ ਆਇਆ ਹੈ ਅਤੇ ਗੁਰੂ ਗ੍ਰੰਥ ਸਾਹਿਬ ਵਿਚ ਕੁਲ ੩੭ ਵਾਰ। ਆਉ ਕੁੱਝ ਸ਼ਬਦਾਂ ਦੇ ਦਰਸ਼ਨ ਕਰਿਏ:

ਏਕੋ ਤਖਤੁ ਏਕੋ ਪਾਤਿਸਾਹੁ ॥ ਸਰਬੀ ਥਾਈ ਵੇਪਰਵਾਹੁ ॥
ਤਿਸ ਕਾ ਕੀਆ ਤ੍ਰਿਭਵਣ ਸਾਰੁ ॥ ਓਹੁ ਅਗਮੁ ਅਗੋਚਰੁ ਏਕੰਕਾਰੁ ॥

(ਗੁਰੂ ਗ੍ਰੰਥ ਸਾਹਿਬ, ਮ. ੧, ਅੰਗ ੧੧੮੮)

ਤੂ ਏਕੰਕਾਰੁ ਨਿਰਾਲਮੁ ਰਾਜਾ ॥ ਤੂ ਆਪਿ ਸਵਾਰਹਿ ਜਨ ਕੇ ਕਾਜਾ ॥
ਅਮਰੁ ਅਡੋਲੁ ਅਪਾਰੁ ਅਮੋਲਕੁ ਹਰਿ ਅਸਥਿਰ ਥਾਨਿ ਸੁਹਾਇਆ ॥

(ਗੁਰੂ ਗ੍ਰੰਥ ਸਾਹਿਬ, ਮ. ੧, ਅੰਗ ੧੦੩੯)

ਏਕਮ ਏਕੰਕਾਰੁ ਨਿਰਾਲਾ ॥ ਅਮਰੁ ਅਜੋਨੀ ਜਾਤਿ ਨ ਜਾਲਾ ॥
ਅਗਮ ਅਗੋਚਰੁ ਰੂਪੁ ਨ ਰੇਖਿਆ ॥ ਖੋਜਤ ਖੋਜਤ ਘਟਿ ਘਟਿ ਦੇਖਿਆ ॥

(ਗੁਰੂ ਗ੍ਰੰਥ ਸਾਹਿਬ, ਮ. ੧, ਅੰਗ ੮੩੮)

ਏਕੰਕਾਰੁ ਅਵਰੁ ਨਹੀ ਦੂਜਾ ਨਾਨਕ ਏਕੁ ਸਮਾਈ ॥

(ਗੁਰੂ ਗ੍ਰੰਥ ਸਾਹਿਬ, ਮ. ੧, ਅੰਗ ੯੩੦)

ਪਰ ਹੁਣ ਤਕ ਵਿਦਵਾਨਾਂ ਨੇ ੴ ਦੀ ਜੋ ਵਿਚਾਰ ਕੀਤੀ ਹੈ, ਉਹ ਸੱਭ ਸਨਾਤਨੀ ਧਰਮ ਦੇ ਓਅੰ ਸ਼ਬਦ ਨੂੰ ਆਧਾਰ ਬਣਾ ਕੇ ਹੀ ਕੀਤੀ ਹੈ। ਇਸੇ ਕਰਕੇ 'ਇੱਕਓਂਕਾਰ' ਉਚਾਰਣ ਸੱਭ ਤੋਂ ਜ਼ਿਆਦਾ ਪ੍ਰਚੱਲਤ ਹੈ, ਜਦਕਿ *'ਇੱਕਓਂਕਾਰ' ਸ਼ਬਦ ਗੁਰੂ ਗ੍ਰੰਥ ਸਾਹਿਬ ਵਿਚ ਇਕ ਵਾਰ ਵੀ ਨਹੀਂ ਆਉਂਦਾ।* ਬ੍ਰਾਹਮਣੀ ਓਅੰ ਨੂੰ ਆਧਾਰ ਬਣਾ ਕੇ ੴ ਦੇ ਅਰਥ ਕਰਨ ਵਾਲਿਆਂ ਲਈ

ਇਹ ਜਾਣਨਾ ਜ਼ਰੂਰੀ ਹੈ ਕਿ ੴ ਦੇ ਸਿਰਲੇਖ ਹੇਠ ਵੈਦਿਕ ਧਰਮ ਗ੍ਰੰਥ, ਜੋ ਇਸ ਦੇ ਜਨਮਦਾਤਾ ਹਨ, ਕਿਸ ਸਮਾਜ ਦੀ ਰਚਨਾ ਕਰਦੇ ਹਨ ? ਵੇਦਾਂ, ਉਪਨਿਸ਼ਦਾਂ, ਪੁਰਾਨਾਂ, ਸਿਮ੍ਰਤੀਆਂ ਵਿਚ ੴ ਨੇ ਮਨੁੱਖਤਾ ਨੂੰ ਜਾਤ-ਪਾਤ, ਲਿੰਗ, ਭਾਸ਼ਾ ਦੇ ਆਧਾਰ ਉਤੇ ਵੰਡ ਦਿਤਾ ਸੀ । ਇਸ ਸੱਭ ਦਾ ਨਤੀਜਾ ਇਹ ਨਿਕਲਿਆ ਕਿ ਆਰੀਅਨ ਹਮਲਾਵਰਾਂ ਨੇ ਭਾਰਤੀ ਮੂਲਨਿਵਾਸੀਆਂ ਨੂੰ ਗ਼ੁਲਾਮ ਬਣਾ ਲਿਆ। ਸਿੱਟੇ ਵਜੋਂ ਸਾਰੀ ਧਾਰਮਕ, ਰਾਜਨੀਤਕ ਅਤੇ ਆਰਥਿਕ ਤਾਕਤ ਉਤੇ ਸਵਰਣ ਜਾਤੀ ਅਖਵਾਉਂਦੇ ਬਾਹਰੋਂ ਆਏ ਆਰੀਅਨ ਹਮਲਾਵਰਾਂ ਨੇ ਕਬਜ਼ਾ ਕਰ ਲਿਆ। ਇਸੇ ਕਰਕੇ ਗੁਰੂ ਗ੍ਰੰਥ ਸਾਹਿਬ ਜੀ ਦਾ ਫ਼ੁਰਮਾਨ ਹੈ:

ਬੇਦ ਕੀ ਪੁਤ੍ਰੀ ਸਿੰਮ੍ਰਿਤਿ ਭਾਈ ॥ ਸਾਂਕਲ ਜੇਵਰੀ ਲੈ ਹੈ ਆਈ ॥

(ਗੁਰੂ ਗ੍ਰੰਥ ਸਾਹਿਬ, ਭ. ਕਬੀਰ, ਅੰਗ ੩੨੯)

*'ਅਦੁੱਤੀ ਸਵਤੰਤਰ ਸੰਕਲਪੀ ਚਿੰਨ੍ਹ 'ੴ' ਗੁਰੂ ਨਾਨਕ ਸਾਹਿਬ ਜੀ ਦੀ ਆਪਣੀ ਕਿਰਤ ਹੈ ਜੋ ਮਨੁੱਖ ਨੂੰ ਹਰ ਤਰ੍ਹਾਂ ਦੀ ਸਾਂਕਲ ਜੇਵਰੀ ਭਾਵ ਗ਼ੁਲਾਮੀ ਤੋਂ ਆਜ਼ਾਦ ਕਰਾਉਂਦਾ ਹੈ।*

ੴ ਦੀ ਬਣਤਰ ਵਾਸਤੇ ਬਾਬੇ ਨਾਨਕ ਨੇ ਮਨੁੱਖੀ ਸਭਿਅਤਾ ਦੀਆਂ ਤਿੰਨ ਤਰ੍ਹਾਂ ਦੀਆਂ ਲਿਪੀਆਂ ਦੀ ਵਰਤੋਂ ਕੀਤੀ ਹੈ। '੧' ਪੰਜਾਬੀ ਭਾਸ਼ਾ ਦੀ ਗਣਿਤ ਲਿਪੀ, 'ੳ' ਪੰਜਾਬੀ ਭਾਸ਼ਾ ਦੀ ਵਰਣਮਾਲਾ ਲਿਪੀ ਤੇ ਅਨਿਸ਼ਚਿਤ ਕਾਲ ਦੀ ਰੇਖਾ '√' ਚਿੱਤਰਕਲਾ ਲਿਪੀ ਦੇ ਜੋੜ ਤੋਂ ੴ ਇਕ ਨਿਰਾਲਾ 'ਅੱਖਰ' ਬਣਿਆ ਹੈ। ਇਸ ਨੂੰ 'ਸ਼ਬਦ' ਨਹੀਂ ਕਿਹਾ ਜਾ ਸਕਦਾ। *ੴ 'ਇਕ ਵਿਲੱਖਣ ਮਿਸ਼ਰਤ ਲਿਪੀ ਸਮਾਸ' ਹੈ, ਜੋ ਭਾਸ਼ਾ ਨੀਯਮਾਂ ਤੋਂ ਬਾਹਰ ਹੈ।* ਇਸ ਦਾ ਅੱਰਥ ਜਾਂ ਉਚਾਰਣ 'ਸ਼ਬਦ' ਸਮਝ ਕੇ ਕਰਨਾ ਗ਼ਲਤ ਹੋਵੇਗਾ। ਇਸ ਦੀ ਬਣਤਰ ਸਮਝਣ ਵਾਸਤੇ '੧', 'ੳ' ਅਤੇ '√' ਨੂੰ ਵੱਖ-ਵੱਖ ਕਰਕੇ ਤਾਂ ਵੇਖ ਸਕਦੇ ਹਾਂ, ਪਰ ਤਿੰਨਾਂ ਇਕਾਈਆਂ ਦੇ ਜੋੜ ਤੋਂ ਬਾਦ ਜਦੋਂ ਇਕ ਸਵਤੰਤਰ ਅੱਖਰ ਬਣ ਗਿਆ ਤਾਂ ਇਸ ਦੇ ਅੱਰਥ ਜਾਂ ਉਚਾਰਣ ਵਾਸਤੇ ਇਹ ਤਿੰਨ ਇਕਾਈਆਂ ਨੂੰ ਵੱਖ-ਵੱਖ ਨਹੀਂ ਕੀਤਾ ਜਾ ਸਕਦਾ। *'ਅੱਖਰ' ਤੇ 'ਸ਼ਬਦ' ਵਿਚ ਅੰਤਰ ਨਾ ਸਮਝਣਾ ਹੀ ਪੰਥ ਵਿਚ ਦੁਵਿਧਾ ਦਾ ਕਾਰਨ ਬਣਿਆ ਹੋਇਆ ਹੈ।* ਉਦਾਹਰਣ ਵਜੋਂ ਅਮਰੀਕੀ ਕਰੰਸੀ (American Currency) ਨੂੰ ਡਾਲਰ (Dollar) ਉਚਾਰਣ ਕਰਦੇ ਹਨ ਤੇ ਉਸ ਦਾ ਸਵਤੰਤਰ ਚਿੰਨ੍ਹ '$' ਹੈ। ਯਕੀਨਨ ਇਸ ਚਿੰਨ੍ਹ '$' ਦੀ ਬਣਤਰ ਸਮਝਣ ਵਾਸਤੇ

ਅਸੀਂ 'S' + 'I' ਵੱਖ ਕਰ ਸਕਦੇ ਹਾਂ ਪਰ ਇਹ '$' ਜਦੋਂ ਇਕ ਚਿੰਨ੍ਹ ਬਣ ਗਿਆ ਤਾਂ ਇਸ ਦਾ ਉਚਾਰਣ ਦੱਸਣ ਦਾ ਹੱਕਦਾਰ ਉਹੀ ਹੈ ਜਿਸ ਨੇ ਇਹ ਚਿੰਨ੍ਹ ਘੜਿਆ ਹੈ। ਉਸੇ ਤਰ੍ਹਾਂ ੧ਓ ਦੇ ਕਰਤਾ ਗੁਰੂ ਨਾਨਕ ਸਾਹਿਬ ਜੀ ਖ਼ੁਦ ਹਨ ਤੇ ਉਸ ਦਾ ਉਚਾਰਣ 'ਏਕੰਕਾਰ' ਵੀ ਗੁਰੂ ਸਾਹਿਬ ਜੀ ਨੇ ਆਪ ਹੀ ਘੜਿਆ ਹੈ।

ਭਾਈ ਗੁਰਦਾਸ ਜੀ ਜੋ ਚੌਥੇ, ਪੰਜਵੇਂ ਤੇ ਛੇਵੇਂ ਪਾਤਸ਼ਾਹੀਆਂ ਜੀ ਵੇਲੇ ਗੁਰੂ ਘਰ ਦੇ ਹਜ਼ੂਰੀ ਲਿਖਾਰੀ ਸਨ। ਉਨ੍ਹਾਂ ਦੀਆਂ ਰਚਨਾਵਾਂ ਵਿਚ ਵੀ ਅਦੁੱਤੀ ਚਿੰਨ੍ਹ ੧ਓ ਦੇ ਉਚਾਰਣ 'ਏਕੰਕਾਰ' ਤੇ ਮੋਹਰ ਲਗਦੀ ਹੈ।

ਨਿਰੰਕਾਰੁ ਅਕਾਰ ਕਰਿ ਏਕੰਕਾਰੁ ਅਪਾਰ ਸਦਾਇਆ।
ਓਅੰਕਾਰੁ ਅਕਾਰੁ ਕਰਿ ਇਕੁ ਕਵਾਉ ਪਸਾਉ ਕਰਾਇਆ।

(ਭਾਈ ਗੁਰਦਾਸ, ਵਾਰ ੩੯, ਪਉੜੀ ੨)

ਪਰ 'ਸ਼ਬਦ' ਅਤੇ 'ਚਿੰਨ੍ਹ' ਵਿਚ ਅੰਤਰ ਨੂੰ ਨਾ ਸਮਝਣ ਕਾਰਨ ਭਾਈ ਗੁਰਦਾਸ ਜੀ ਦੀਆਂ ਜਿਹੜੀਆਂ ਪੰਕਤੀਆਂ ੧ਓ ਚਿੰਨ ਦੀ 'ਬਣਤਰ' ਸਮਝਾਂਦੀਆਂ ਹਨ, ਕਈ ਵਿਆਖਿਆਕਾਰ ਉਨ੍ਹਾਂ ਨੂੰ 'ਉਚਾਰਣ' ਦੇ ਅਰਥ ਸਮਝ ਕੇ ਟਪਲਾ ਖਾ ਜਾਂਦੇ ਹਨ। ਇਹ ਪੰਕਤੀਆਂ ਹਨ:

ਏਕਾ ਏਕੰਕਾਰੁ ਲਿਖਿ ਦੇਖਾਲਿਆ।
ਊੜਾ ਓਅੰਕਾਰੁ ਪਾਸਿ ਬਹਾਲਿਆ। (ਭਾਈ ਗੁਰਦਾਸ, ਵਾਰ ੩, ਪਉੜੀ ੧੫)

ਇਸੇ ਵਿਚਾਰ ਨੂੰ ਇਕ ਹੋਰ ਪਉੜੀ ਵਿਚ ਇਕ ਪੰਕਤੀ ਵਿਚ ਕਲਮਬੰਦ ਕਰਦੇ ਹੋਏ ਲਿਖਦੇ ਹਨ:

ਏਕੰਕਾਰੁ ਇਕਾਂਗ ਲਿਖਿ ਊੜਾ ਓਅੰਕਾਰੁ ਲਿਖਾਇਆ।

(ਭਾਈ ਗੁਰਦਾਸ, ਵਾਰ ੩੯, ਪਉੜੀ ੧)

ਇਹ ਦੋਵੇਂ ਸ਼ਬਦ ਅਦੁੱਤੀ ਚਿੰਨ੍ਹ ੧ਓ ਦੀ ਬਣਤਰ ਸਮਝਾ ਰਹੇ ਹਨ, ਨਾ ਕਿ ਉਚਾਰਣ। ਜਿਸ ਦਾ ਅਰਥ ਹੈ ਬਾਬਾ ਨਾਨਕ ਜੀ ਨੇ ਪਹਿਲਾਂ ੧ਓ ਚਿੰਨ੍ਹ ਦਾ ਏਕਾ (੧) ਲਿਖਿਆ, ਫਿਰ ਓਅੰਕਾਰ ਵਰਗੇ ਖੁੱਲ੍ਹੇ ਮੂੰਹ ਵਾਲਾ ਊੜਾ (ੳ) ਲਿਖਿਆ। ਭਾਈ ਗੁਰਦਾਸ ਜੀ ਬਾਰੇ ਸੰਕਲਪੀ ਚਿੰਨ੍ਹ ਦੇ ਬਣਨ ਦੀ ਵਿਚਾਰ ਕਾਵਿ ਸ਼ੈਲੀ ਵਿਚ ਹੋਣ ਕਰਕੇ ੧ਓ ਵਿਚ ਵਰਤੀ ਗਈ ਚਿੱਤਰਕਲਾ ਗਿਆਨ ਦੀ ਰੇਖਾ ' ✓ ' ਦਾ ਜ਼ਿਕਰ ਨਹੀਂ ਕੀਤਾ। ਇਨ੍ਹਾਂ ਪੰਕਤਿਆਂ ਵਿਚ 'ਊੜਾ ਓਅੰਕਾਰੁ' ਆਉਣ ਕਰਕੇ ਵਿਆਖਿਆਕਾਰ ੧ਓ ਵਿਚ ਆਏ ਊੜੇ (ੳ) ਦਾ ਉਚਾਰਣ

'ਓਅੰਕਾਰ' ਕਰ ਬੈਠਣ ਦਾ ਭੁਲੇਖਾ ਖਾ ਜਾਂਦੇ ਹਨ। ਭਾਈ ਗੁਰਦਾਸ ਜੀ ਨੇ ਖੁੱਲ੍ਹੇ ਮੂੰਹ ਵਾਲੇ ਊੜੇ ਦੀ ਬਣਤਰ ਨੂੰ ਸਮਝਾਉਣ ਲਈ ਓਅੰਕਾਰ ਲਿਖਿਆ ਹੈ, ਕਿਉਂਕਿ ਗੁਰੂ ਗ੍ਰੰਥ ਸਾਹਿਬ ਵਿਚ 'ਓਅੰਕਾਰ' ਹਮੇਸ਼ਾਂ ਖੁੱਲ੍ਹੇ ਮੂੰਹ ਵਾਲੇ ਊੜੇ (ਓ) ਨਾਲ ਆਇਆ ਹੈ ਜਿਸ ਤਰ੍ਹਾਂ ਬੱਚੇ ਨੂੰ ਗੁਰਮੁੱਖੀ ਵਰਣਮਾਲਾ ਦਾ ਬੋਧ ਕਰਾਉਣ ਵਾਸਤੇ ਅਧਿਆਪਕ ਵਲੋਂ 'ਊੜਾ ਊਠ' ਪੜ੍ਹਾਇਆ ਜਾਂਦਾ ਹੈ। ਇਸ ਦਾ ਭਾਵ ਊੜਾ (ੳ) ਚਿੰਨ੍ਹ ਦਾ ਬੋਧ ਕਰਾਉਣਾ ਹੁੰਦਾ ਹੈ, ਨਾ ਕਿ ਉਚਾਰਣ 'ਊਠ' ਕਰਾਉਣਾ। ਭਾਈ ਗੁਰਦਾਸ ਜੀ ਦੋਵੇਂ ਪੰਕਤੀਆਂ ਵਿਚ ੧ੴ ਨੂੰ ਇਕ ਨਿਰਾਲੇ ਅੱਖਰ ਦੀ ਵਿਚਾਰ ਨਾਲ ਵਿਚਾਰਦੇ ਹਨ ਤੇ ਸ਼ੁਰੂ ਵਿਚ ਇਸ ਦਾ ਪਾਠ ਸਾਫ਼-ਸਾਫ਼ 'ਏਕੰਕਾਰ' ਲਿਖ ਕੇ ਇਸ ਦੀ ਬਣਤਰ ਵੱਲ ਸੰਕੇਤ ਕਰਦੇ ਹਨ।

ਗੁਰੂ ਕਾਲ ਦੇ ਲਿਖਾਰੀਆਂ ਵਿਚੋਂ ਭਾਈ ਗੁਰਦਾਸ ਜੀ ਤੋਂ ਬਾਅਦ ਸ਼ਹੀਦ ਭਾਈ ਮਨੀ ਸਿੰਘ ਜੀ ਦੀ ਲਿਖਤ ਵਿਚੋਂ ਵੀ ਇਸ ਨਿਰਾਲੇ ਚਿੰਨ੍ਹ ਦਾ ਉਚਾਰਣ 'ਏਕੰਕਾਰ' ਕਰਨ ਦੀ ਸੇਧ ਮਿਲਦੀ ਹੈ। ਭਾਈ ਗੁਰਦਾਸ ਜੀ ਅਤੇ ਸ਼ਹੀਦ ਭਾਈ ਮਨੀ ਸਿੰਘ ਜੀ ਦੇ ਹਵਾਲਿਆਂ ਤੋਂ ਇਹ ਸਿੱਧ ਹੋ ਜਾਂਦਾ ਹੈ ਕਿ ਗੁਰੂ ਕਾਲ ਸਮੇਂ ਤੱਕ ੧ੴ ਦਾ ਉਚਾਰਣ 'ਏਕੰਕਾਰ' ਹੋਣ ਵਿਚ ਕੋਈ ਦੁਵਿੱਧਾ ਨਹੀਂ ਸੀ।

ਉਪਰੰਤ ਜਿਸ ਵੇਲੇ ਸਿੱਖਾਂ ਨੂੰ ਆਪਣੇ ਘਰ ਜੰਗਲ ਤੇ ਘੋੜੀਆਂ ਦੀ ਕਾਠੀ ਨੂੰ ਬਣਾਉਣੇ ਪਏ, ਧਾਰਮਕ ਸਥਾਨਾਂ ਦੀ ਦੇਖਭਾਲ ਦਾ ਜਿੰਮਾ ਨਿਰਮਲੇ ਤੇ ਉਦਾਸੀਆਂ ਦੇ ਹੱਥ ਆ ਗਿਆ। ਸਿੱਖ ਸਾਹਿਤ ਵਿਚ ਬ੍ਰਾਹਮਣਵਾਦ ਦੀ ਘੁਸਪੈਠ ਉਦੋਂ ਤੋਂ ਹੀ ਸ਼ੁਰੂ ਹੋ ਗਈ। ਭਾਈ ਮਨੀ ਸਿੰਘ ਜੀ ਦੀ ਸ਼ਹਾਦਤ ਤੋਂ ਤਕਰੀਬਨ ੯੦ ਸਾਲ ਬਾਅਦ ਉਦਾਸੀ ਸੰਪ੍ਰਦਾ ਵਲੋਂ ੧ੴ ਦਾ ਪਹਿਲੀ ਵਾਰ ਲਿਖਤੀ ਰੂਪ ਵਿਚ ਵਿਗੜਿਆ ਉਚਾਰਣ ਸਾਹਮਣੇ ਆਉਂਦਾ ਹੈ।

ਸੱਭ ਤੋਂ ਪਹਿਲਾਂ ਉਦਾਸੀ ਸੰਪ੍ਰਦਾ ਵੱਲੋਂ ਅਨੰਦ ਘਣ ਤੇ ਫਿਰ ਸਾਧੂ ਸਦਾਨੰਦ ਨੇ ੧ੴ ਦਾ ਉਚਾਰਣ ਵੇਦਾਂ, ਸ਼ਾਸਤਰਾਂ ਦੇ ॐ ਨੂੰ ਆਧਾਰ ਬਣਾ ਕੇ 'ਇਕੋਅੰਕਾਰ' ਲਿਖਤੀ ਰੂਪ ਵਿਚ ਕੀਤਾ। ਇਸ ਪ੍ਰਚਾਰ ਹੇਠ ਸਿੱਖੀ ਦੇ ਵਿਲੱਖਣ ਤੇ ਸਵਤੰਤਰ ਚਿੰਨ੍ਹ ੧ੴ ਅਤੇ ਇਸ ਦੇ ਸਵਤੰਤਰ ਉਚਾਰਣ 'ਏਕੰਕਾਰ' ਨੂੰ ਵੈਦਿਕ ਵਿਦਵਤਾ ਵੱਸ 'ਇੱਕ ਓਅੰਕਾਰ' ਦੇ ਰੂਪ ਵਿਚ ਤੋੜਦੇ ਹੋਏ ਅਸਵਤੰਤਰ ਬਣਾ ਦਿਤਾ।

ਫਿਰ ਇਸ ਕੜੀ ਵਿਚ ਜਿਵੇਂ ਨਿਰਮਲੇ ਕਵੀ ਸੰਤੋਖ ਸਿੰਘ ਵੀ ਜੁੜ ਗਏ। ਪੰਥ ਦੇ ਮਹਾਨ ਵਿਦਵਾਨ ਭਾਈ ਕਾਨ੍ਹ ਸਿੰਘ 'ਨਾਭਾ', ਡੀ ਲਿਟ ਸਾਹਿਬ ਸਿੰਘ, ਭਾਈ ਵੀਰ ਸਿੰਘ ਆਪਣੀ ਲਿਖਤਾਂ ਵਿਚ ੴ ਨੂੰ ਇਕ 'ਅੱਖਰ' ਤਾਂ ਦਸਦੇ ਹਨ ਪਰ ਉਚਾਰਣ ਕਰਨ ਲਗਿਆਂ ਦੁਵਿਧਾ ਵਿਚ ਪਏ ਦਿਸਦੇ ਹਨ। ੴ ਦਾ ਉਚਾਰਣ 'ਏਕੰਕਾਰ' ਵੀ ਲਿਖਦੇ ਹਨ ਪਰ ਨਾਲ-ਨਾਲ ਹੋਰ ਬ੍ਰਾਹਮਣੀ ਪ੍ਰਭਾਵ ਵਾਲੇ ਉਚਾਰਣ ਵੀ ਕਰਦੇ ਹਨ। ਇਕ ਅੱਖਰ ਦੇ ਇਕ ਤੋਂ ਵੱਧ ਉਚਾਰਣ ਕਿਵੇਂ ਹੋ ਸਕਦੇ ਹਨ? ਇਸ ਦਾ ਜਵਾਬ ਇਨ੍ਹਾਂ ਦੀਆਂ ਲਿਖਤਾਂ ਵਿਚੋਂ ਨਹੀਂ ਲਭਦਾ।

ਇਸ ਸੱਭ ਵਿਚ ਟਕਸਾਲੀ ਲਿਖਾਰੀਆਂ ਵਲੋਂ ਸਨਾਤਨੀ ਪ੍ਰਭਾਵ ਕਬੂਲ ਕਰ ਲੈਣਾ ਸੁਭਾਵਕ ਹੀ ਸੀ। ਇਸ ਤੋਂ ਇਹ ਲਗਦਾ ਹੈ ਕਿ ਲੰਮੇ ਸਮੇਂ ਦੀ ਬ੍ਰਾਹਮਣੀ ਦਖਲ ਅੰਦਾਜ਼ੀ ਸਿੱਖਾਂ ਦਾ ਸੰਸਕਾਰ ਬਣ ਗਈ, ਜੋ ਸਿੱਖ ਵਿਦਵਾਨਾਂ ਦੀ ਲਿਖਤ ਵਿਚੋਂ ਝਲਕਦੀ ਹੈ।

ਪਰ ਅੱਜ ਦੇ ਕਈ ਅਖੌਤੀ ਵਿਦਵਾਨ ੴ ਦਾ ਉਚਾਰਨ 'ਇਕੋ' ਦੱਸ ਰਹੇ ਹਨ। ਇਸ ਵਿਚ ਕੋਈ ਹੈਰਾਨੀ ਨਹੀਂ ਹੋਣੀ ਚਾਹੀਦੀ ਕਿ '੧ੳ' (ਇਕੋ) ਦਾ ਪਾਠ ਸੱਭ ਤੋਂ ਪਹਿਲਾਂ ਦੇਹਧਾਰੀ ਗੁਰੂ ਡੰਮ ਰਾਧਾ ਸੁਆਮੀ ਲਿਖਾਰੀਆਂ ਵਲੋਂ ਕੀਤਾ ਗਿਆ ਜਿਸ ਨੂੰ ਅਖੌਤੀ ਸਿੱਖ ਵਿਦਵਾਨਾਂ ਨੇ ਪੱਬਾਂ ਭਾਰ ਹੋ ਕਬੂਲਿਆ। ਇਥੇ ਇਹ ਗੱਲ ਨਹੀਂ ਭੁੱਲਣੀ ਚਾਹੀਦੀ ਕਿ ਗੁਰੂ ਡੰਮ ਸਰਕਾਰੀ ਸਰਪ੍ਰਸਤੀ ਅਧੀਨ ਬ੍ਰਾਹਮਣੀ ਨੀਤੀ ਦਾ ਹੀ ਹਿੱਸਾ ਹੈ। ਇਹ ਦਲੀਲ ਦਿੰਦੇ ਹਨ ਕਿ ੴ ਅੱਖਰ ਨਾਲ ' ⌒ ' ਬਾਅਦ ਵਿਚ ਜੋੜੀ ਗਈ, ਬਾਬੇ ਨਾਨਕ ਜੀ ਨੇ '੧ੳ' ਹੀ ਲਿਖਿਆ ਸੀ। ਇਹ ਅਖੌਤੀ ਵਿਦਵਾਨ ਬਾਬੇ ਨਾਨਕ ਜੀ ਦੀ ਕਲਪਨਾ ਵਿਚੋਂ ਜਨਮੀ ਚਿੱਤਰਕਲਾ ਲਿਪੀ ਦੀ ਅਨਿਸ਼ਚਿਤ ਆਕਾਰ ਦੀ ਰੇਖਾ ' ⌒ ' ਤੋਂ ਹੀ ਮੁਨਕਰ ਹਨ, ਜੋ ਇਸ ਨੂੰ ਵਿਲੱਖਣ ਚਿੰਨ੍ਹ ਬਣਾਉਂਦਾ ਹੈ। ਇਹ ਜਾਣਦੇ ਹੋਏ ਵੀ ਕਿ ਪੰਥ ਕੋਲ ਪੰਜਵੀਂ, ਛੇਵੀਂ, ਸੱਤਵੀਂ, ਨੌਵੀਂ ਤੇ ਦਸਵੀਂ ਪਾਤਸ਼ਾਹਿਆਂ ਦੇ ਹੱਥ ਲਿਖਤ ਨਿਸ਼ਾਨ ਸਾਂਭੇ ਹੋਏ ਹਨ ਜਿਸ ਵਿਚ ਗੁਰੂ ਸਾਹਿਬਾਨ ਨੇ ਚਿੱਤਰਕਲਾ ਦੀ ਅਨਿਸ਼ਚਿਤ ਆਕਾਰ ਦੀ ਰੇਖਾ ਦੇ ਨਾਲ 'ੴ' ਲਿਖਿਆ ਹੋਇਆ ਹੈ। ਇਹ ਕਹਿਣਾ ਕਿ ਬਾਬੇ ਨਾਨਕ ਜੀ ਨੇ ਤਾਂ '੧ੳ' ਹੀ ਲਿਖਿਆ ਸੀ, ਇਸ ਨਾਲ ਉਹ ਪਹਿਲੀ ਪਾਤਸ਼ਾਹੀ ਤੋਂ ਬਾਅਦ ਦੀਆਂ ਪਾਤਸ਼ਾਹੀਆਂ ਉਤੇ ਸਿੱਖੀ ਦੇ ਮੂਲ ਚਿੰਨ੍ਹ ਨੂੰ ਬਦਲਣ ਦਾ ਆਰੋਪ ਲਗਾ ਰਹੇ ਹਨ। ਉਹ ਇਸ ਤਰ੍ਹਾਂ ਕਰਕੇ ਸਿੱਧੇ ਰੂਪ ਵਿਚ ਬਾਬੇ ਨਾਨਕ ਜੀ ਤੇ ਬਾਕੀ ਗੁਰੂਆਂ ਤੇ ਖ਼ਾਲਸੇ ਦੀ ਵਿਚਾਰਧਾਰਾ ਨਾਲੋਂ ਵਖਰਾ ਪੇਸ਼ ਕਰਨ ਦਾ ਪਾਪ ਕਰ ਰਹੇ ਹਨ ਅਤੇ ਸਿੱਖੀ ਨਾਲ ਧ੍ਰੋਹ ਕਮਾ ਰਹੇ ਹਨ। ੴ ਦਾ ਉਚਾਰਣ 'ਇਕਉਂਕਾਰ' ਆਦਿ

ਸ਼ਬਦਾਂ ਨਾਲ ਕਰਨਾ ਤੇ ਸਨਾਤਨ ਤੋਂ ਪ੍ਰਭਾਵਿਤ ਅਗਿਆਨਤਾ ਵਸ਼ ਕਿਹਾ ਜਾ ਸਕਦਾ ਹੈ ਪਰ ੴ ਦਾ ਉਚਾਰਣ 'ਇਕੋ' ਕੋਈ ਅਗਿਆਨਤਾ ਵਸ ਕੀਤੀ ਗ਼ਲਤੀ ਨਹੀਂ ਬਲਕਿ ਸੋਚੀ ਸਮਝੀ ਸਾਜ਼ਿਸ਼ ਜਾਪਦੀ ਹੈ।

ਏਕੰਕਾਰ (ੴ) ਬਾਬੇ ਨਾਨਕ ਜੀ ਦੇ ਨਿੱਜ ਆਤਮਕ ਅਨੁਭਵ ਦਾ ਵਿਚਾਰ ਹੈ। ਸਾਨੂੰ ਗੁਰੂ ਦੇ ਗਿਆਨ ਸਦਕਾ ਸਾਡੇ ਮਨਾਂ ਉਤੇ ਪਈ ਬ੍ਰਾਹਮਣੀ ਸੰਸਕਾਰਾਂ ਦੀ ਮੈਲ ਉਤਾਰ ਕੇ ੴ ਪ੍ਰਤੀ ਪੈਦਾ ਹੋਈ ਦੁਵਿਧਾ ਜ਼ਰੂਰ ਖ਼ਤਮ ਕਰਨੀ ਹੋਵੇਗੀ ਜਿਸ ਨਾਲ ਸਾਡੀ ਸੋਚ ਵਿਚ ਬਦਲਾਅ ਆ ਜਾਵੇਗਾ। ਇਸ ਵਿਚ ਕੋਈ ਦੁਵਿਧਾ ਨਹੀਂ ਰਹੇਗੀ ਕਿ *ੴ ਇਕ ਅਦੁੱਤੀ ਸਵਤੰਤਰ ਸੰਕਲਪੀ ਚਿੰਨ੍ਹ ਹੈ ਜਿਸ ਦਾ ਉਚਾਰਣ 'ਏਕੰਕਾਰ' ਹੈ, ਜੋ 'ਏਕੰ' + 'ਕਾਰ' ਦੇ ਜੋੜ ਤੋਂ ਬਣਿਆ ਹੈ ਜਿਸ ਦਾ ਭਾਵ 'ਇਕ ਕਰਤਾਰ' ਜਾਂ 'ਇਕ ਕਰਣਹਾਰ' ਹੈ।* ੴ ਦਾ ਹੀ ਵਿਸਥਾਰ ਪਹਿਲੇ ਪਾਠ ਮੂਲਮੰਤਰ ਦੇ ਅਗਲੇ ਸ਼ਬਦ ਹਨ : ਸਤਿਨਾਮੁ ਕਰਤਾ ਪੁਰਖੁ ਨਿਰਭਉ ਨਿਰਵੈਰੁ ਅਕਾਲ ਮੂਰਤਿ ਅਜੂਨੀ ਸੈਭੰ ਗੁਰਪ੍ਰਸਾਦਿ॥ ਪਹਿਲੇ ਪਾਠ ਦੀ ਵਿਆਖਿਆ 'ਜਪੁ' ਦਾ ਪਾਠ ਹੈ ਤੇ ਗੁਰੂ ਗ੍ਰੰਥ ਸਾਹਿਬ ਜੀ ਦੀ ਬਾਣੀ ਜਪੁ ਦੇ ਪਾਠ ਦਾ ਹੀ ਵਿਸਤਾਰ ਹੈ।

(ਉਚਾਰਣ ਪ੍ਰਤੀ ਵਧੇਰੇ ਜਾਣਕਾਰੀ ਵਾਸਤੇ ਪੜ੍ਹੋ ਵੀਰ ਗੁਰਬੰਸ ਸਿੰਘ ਵਲੋਂ ਲਿਖਤ ਜਿਸ ਦਾ ਵਿਸ਼ਾ ਹੈ– "ਅਦੁੱਤੀ ਸਵਤੰਤਰ ਸੰਕਲਪੀ ਚਿੰਨ੍ਹ: ੴ")

# ਸਤਿਨਾਮੁ

ਮਨੁੱਖ ਕਿਸੇ ਵੀ ਵਸਤੂ ਜਾਂ ਪ੍ਰਾਣੀ ਦੀ ਪਛਾਣ ਵਾਸਤੇ ਜਾਂ ਸੰਬੋਧਨ ਕਰਨ ਲਈ ਉਸਦਾ ਨਾਮ ਜ਼ਰੂਰ ਰਖਦਾ ਹੈ। ਇਸੇ ਲਈ ਮਨੁੱਖ ਨੇ ਕਰਤਾਰ ਦੇ ਵੀ ਬੇਅੰਤ ਨਾਮ ਰੱਖੇ ਹੋਏ ਹਨ। ਪਰ ਇਹ ਸਾਰੇ ਨਾਮ ਮਨੁੱਖ ਦੀ ਆਪਣੀ ਸਮਝ ਦੀ ਸੀਮਾਵਾਂ ਅਨੁਸਾਰ ਹੀ ਹਨ। ਗੁਰਬਾਣੀ ਵਿਚ ਸਨਾਤਨੀ, ਇਸਲਾਮ ਤੇ ਹੋਰ ਮੱਤਾਂ ਵਿਚ ਪ੍ਰਚੱਲਿਤ ਉਹ ਸਾਰੇ ਨਾਮ ਆਏ ਹਨ, ਜੋ ਉਸ ਸਮੇਂ ਭਾਰਤੀ ਖਿੱਤੇ ਵਿਚ ਲੋਕਾਂ ਦੀ ਜ਼ੁਬਾਨ ਉਤੇ ਸਨ। ਪਰ ਗੁਰੂ ਨਾਨਕ ਸਾਹਿਬ ਜੀ ਨੇ ਮੂਲ ਮੰਤਰ ਵਿਚ ਇਕ ਕਰਣਹਾਰ ੧ੴ ਨੂੰ ਸਮਝਾਉਣ ਵਾਸਤੇ ਜਿਸ ਸ਼ਬਦ ਦੀ ਚੋਣ ਕੀਤੀ ਹੈ, ਉਹ ਹੈ 'ਸਤਿਨਾਮੁ' ਭਾਵ ਏਕੰਕਾਰ ਦਾ ਨਾਮ ਸਤਿ ਹੈ।

ਕਿਰਤਮ ਨਾਮ ਕਥੇ ਤੇਰੇ ਜਿਹਬਾ॥ ਸਤਿ ਨਾਮੁ ਤੇਰਾ ਪਰਾ ਪੂਰਬਲਾ॥

(ਗੁਰੂ ਗ੍ਰੰਥ ਸਾਹਿਬ, ਮ. ੫, ਅੰਗ ੧੦੮੩)

ਗੁਰਬਾਣੀ 'ਨਾਮ' ਨੂੰ ਨਿਵੇਕਲੀ ਪ੍ਰੀਭਾਸ਼ਾ ਦਿੰਦੀ ਹੈ। ਨਾਮ ਨੂੰ ਸਮਝਣ ਵਾਸਤੇ ਪਹਿਲਾਂ 'ਸਤਿ' ਨੂੰ ਸਮਝਣਾ ਜ਼ਰੂਰੀ ਹੈ। 'ਸਤਿ' ਉਹੀ ਹੋ ਸਕਦਾ ਹੈ ਜਿਸ ਦੀ ਹੋਂਦ ਅਟੱਲ ਹੈ ਤੇ ਸਮੇਂ ਦੇ ਬੰਧਨ ਤੋਂ ਮੁਕਤ ਹੈ। ਇਸੇ ਲਈ ਜਪੁ ਬਾਣੀ ਦੇ ਸ਼ੁਰੂ ਵਿਚ ਹੀ ਇਹ ਸਮਝਾ ਦਿਤਾ:

ਆਦਿ ਸਚੁ ਜੁਗਾਦਿ ਸਚੁ॥
ਹੈ ਭੀ ਸਚੁ ਨਾਨਕ ਹੋਸੀ ਭੀ ਸਚੁ॥

(ਗੁਰੂ ਗ੍ਰੰਥ ਸਾਹਿਬ, ਮ. ੧, ਅੰਗ ੧)

*ਖ਼ਾਲਸੇ ਨੂੰ ਪੰਜ ਕੱਕਾਰਾਂ ਵਿਚੋਂ ਕੜਾ ਹਰ ਵੇਲੇ 'ਸਤਿ' ਦੀ ਵਿਚਾਰ ਉਤੇ ਚੱਲਣ ਦੀ ਪ੍ਰੇਰਣਾ ਵਾਸਤੇ ਹੀ ਬਖ਼ਸ਼ਿਆ ਗਿਆ ਹੈ* ਜਿਸ ਤਰ੍ਹਾਂ ਗੋਲ ਅਕਾਰ ਕੜੇ ਦਾ ਕੋਈ ਸ਼ੁਰੂਆਤ ਜਾਂ ਅੰਤ ਨਹੀਂ, ਸਿੱਖ ਨੇ ਵੀ ਉਸੇ ਕਰਤਾਰ ਨੂੰ ਮੰਨਣਾ ਹੈ ਜੋ ਆਦਿ ਜੁਗਾਦਿ ਸੱਤ ਹੈ। ਹੱਥ ਵਿਚ ਪਾਇਆ ਕੜਾ ਸੱਚੇ ਨੂੰ ਭੁੱਲ ਕੇ ਕੀਤੇ ਮੰਦੇ ਕਰਮਾਂ ਤੋਂ ਸੁਚੇਤ ਕਰਾਉਂਦਾ ਹੈ।

ਜਦੋਂ 'ਨਾਮ' ਦਾ ਜ਼ਿਕਰ ਆਉਂਦਾ ਹੈ ਤੇ ਬ੍ਰਾਹਮਣੀ ਸੰਸਕਾਰ ਅਧੀਨ ਜ਼ੁਬਾਨ ਰਾਹੀਂ ਪ੍ਰਮਾਤਮਾ ਲਈ ਵਰਤੇ ਜਾਂਦੇ ਨਾਵਾਂ ਨੂੰ ਵਾਰ-ਵਾਰ ਰਟਣ ਤਕ ਹੀ ਸੀਮਤ ਰਹਿ ਜਾਂਦੇ ਹਾਂ। ਪਰ ਜ਼ੁਬਾਨ ਰਾਹੀਂ ਸਿਮਰਨ ਤੇ ਕੁੱਝ ਹਜ਼ਾਰ ਸਾਲ ਪਹਿਲਾਂ ਹੀ ਸ਼ੁਰੂ ਹੋਇਆ ਜਦੋਂ ਮਨੁੱਖ ਨੇ

ਭਾਸ਼ਾ ਦੀ ਵਰਤੋਂ ਸ਼ੁਰੂ ਕੀਤੀ ਤੇ ਮਨੁੱਖ ਜਾਤੀ ਦੇ ਸਮਾਪਤ ਹੋ ਜਾਣ ਉਤੇ ਇਹ ਬੰਦ ਵੀ ਹੋ ਜਾਵੇਗਾ। ਫਿਰ ਨਵੀਂ ਸਭਿਅਤਾ ਨਵੇਂ ਨਾਂ ਘੜੇਗੀ। ਬਾਬਾ ਨਾਨਕ ਜੀ ਉਸ ਨਾਮ ਦੀ ਗੱਲ ਕਰ ਰਹੇ ਹਨ, ਜੋ ਸਦਾ ਸਤਿ ਹੈ, ਸ੍ਰਿਸ਼ਟੀ ਦੀ ਹੋਂਦ ਤੋਂ ਪਹਿਲਾਂ ਵੀ ਸੀ, ਇਸ ਦੇ ਬਣ ਜਾਣ ਉਤੇ ਵੀ ਸੀ, ਹੁਣ ਵੀ ਹੈ ਤੇ ਆਉਣ ਵਾਲੇ ਸਮੇਂ ਵਿਚ ਵੀ ਰਹੇਗਾ, ਚਾਹੇ ਮਨੁੱਖ ਰਹਿਣ ਜਾਂ ਨਾ ਰਹਿਣ। ਇਹ ਨਾਮ ਮਨੁੱਖ, ਜਾਨਵਰ, ਬਨਸਪਤੀ, ਸੂਰਜ, ਚੰਨ-ਤਾਰੇ, ਸਾਰੇ ਬ੍ਰਹਿਮੰਡ ਵਾਸਤੇ ਸਾਂਝਾ ਹੈ। ਜਪੁਜੀ ਸਾਹਿਬ ਦੀ ਪਹਿਲੀ ਪਉੜੀ ਵਿਚ ਹੀ ਨਾਮ ਬਾਰੇ ਸਾਫ਼-ਸਾਫ਼ ਸਮਝਾਇਆ ਹੋਇਆ ਹੈ:

ਕਿਵ ਸਚਿਆਰਾ ਹੋਈਐ ਕਿਵ ਕੂੜੈ ਤੁਟੈ ਪਾਲਿ॥
ਹੁਕਮਿ ਰਜਾਈ ਚਲਣਾ ਨਾਨਕ ਲਿਖਿਆ ਨਾਲਿ॥

(ਗੁਰੂ ਗ੍ਰੰਥ ਸਾਹਿਬ, ਮ. ੧, ਅੰਗ ੧)

ਕੂੜ ਰੂਪੀ ਅਗਿਆਨਤਾ ਦਾ ਪਰਦਾ ਉਤਾਰ ਕੇ ਸਚਿਆਰ ਹੋਣ ਦਾ ਇਕੋ ਹੱਲ ਅਕਾਲ ਪੁਰਖ ਦੇ ਹੁਕਮ ਵਿਚ ਚਲਣਾ ਹੈ। ਹੁਕਮ ਵਿਚ ਚਲਣਾ ਹੀ ਉਦੇਸ਼ ਹੈ ਅਤੇ ਅਕਾਲ ਪੁਰਖ ਦਾ ਹੁਕਮ ਹੀ ਨਾਮ ਹੈ। *ਨਾਮ ਤੇ ਹੁਕਮ ਇਕ ਹੀ ਹੈ*:

ਏਕੋ ਨਾਮੁ ਹੁਕਮੁ ਹੈ ਨਾਨਕ ਸਤਿਗੁਰਿ ਦੀਆ ਬੁਝਾਇ ਜੀਉ॥

(ਗੁਰੂ ਗ੍ਰੰਥ ਸਾਹਿਬ, ਮ. ੧, ਅੰਗ ੭੨)

ਕਰਣਹਾਰ ਦਾ ਵਿਚਾਰ ਜਦੋਂ ਗੁਣਾਂ ਦੇ ਰੂਪ ਵਿਚ ਕੀਤਾ ਜਾਵੇ ਤਾਂ ਉਸ ਨੂੰ ਨਾਮ ਕਿਹਾ ਜਾਂਦਾ ਹੈ। ਉਹੀ ਗੁਣ ਜਦੋਂ ਸੰਸਾਰ ਵਿਚ ਸਰਬ-ਵਿਆਪੀ ਨਿਯਮ ਬਣ ਕੇ ਲਾਗੂ ਹੁੰਦੇ ਹਨ ਤਾਂ ਹੁਕਮ ਕਹਿਲਾਉਂਦੇ ਹਨ। ਗੁਰਬਾਣੀ ਦੀ ਸਾਰੀ ਵਿਚਾਰਧਾਰਾ ਹੁਕਮ ਨੂੰ ਸਮਝਣ ਉਤੇ ਹੀ ਟਿਕੀ ਹੋਈ ਹੈ। ਇਹ ਵਿਚਾਰਧਾਰਾ 'ਸਤਿਨਾਮੁ' ਵਿਚੋਂ ਉਪਜੀ ਹੈ।

ਹੁਕਮੁ ਬੂਝੈ ਸੋਈ ਪਰਵਾਨੁ॥ ਸਾਚੁ ਸਬਦੁ ਜਾ ਕਾ ਨੀਸਾਨੁ॥

(ਗੁਰੂ ਗ੍ਰੰਥ ਸਾਹਿਬ, ਮ. ੫, ਅੰਗ ੩੯੬)

ਹੁਕਮੁ ਪਛਾਨੈ ਸੁ ਏਕੋ ਜਾਨੈ ਬੰਦਾ ਕਹੀਐ ਸੋਈ॥

(ਗੁਰੂ ਗ੍ਰੰਥ ਸਾਹਿਬ, ਭ. ਕਬੀਰ, ਅੰਗ ੧੩੫੦)

ਨਾਨਕ ਹੁਕਮੈ ਜੇ ਬੁਝੈ ਤ ਹਉਮੈ ਕਹੈ ਨ ਕੋਇ॥

(ਗੁਰੂ ਗ੍ਰੰਥ ਸਾਹਿਬ, ਮ. ੧, ਅੰਗ ੧)

ਪਰ ਏਨੀ ਸਪੱਸ਼ਟ ਵਿਚਾਰਧਾਰਾ ਦੇ ਹੁੰਦਿਆਂ ਹੋਇਆਂ ਵੀ ਨਾਮ ਦਾ ਅਰਥ ਬ੍ਰਾਹਮਣੀ ਪ੍ਰਭਾਵ ਹੇਠ ਜ਼ੁਬਾਨ ਰਾਹੀਂ ਰਟਨ ਤੱਕ ਹੀ ਸੀਮਤ ਕਰ ਦਿਤਾ ਗਿਆ ਹੈ। ਇਹ ਅਰਥ ਸਤਿਨਾਮ ਦੀ ਅਦੁੱਤੀ ਵਿਚਾਰਧਾਰਾ ਨੂੰ ਸਮਝਣ ਵਿਚ ਰੁਕਾਵਟਾਂ ਖੜੀਆਂ ਕਰਦਾ ਹੈ। ਗੁਰੂ ਗ੍ਰੰਥ ਸਾਹਿਬ ਵਿਚ 'ਜ਼ੁਬਾਨ ਰਾਹੀਂ ਰਟਨ ਵਾਲੇ ਨਾਮ' ਤੇ 'ਹੁਕਮ ਰੂਪੀ ਨਾਮ' ਵਿਚ ਫ਼ਰਕ ਨੂੰ ਕਈ ਥਾਈਂ ਸਪੱਸ਼ਟ ਕੀਤਾ ਗਿਆ ਹੈ, ਜਿਵੇਂ ਪੰਜਵੇਂ ਪਾਤਸ਼ਾਹ ਵਿਚਾਰ ਬਖ਼ਸ਼ਿਸ ਕਰਦੇ ਹਨ ਕਿ ਲੋਗ ਪ੍ਰਮਾਤਮਾ ਨੂੰ ਪਾਉਣ ਵਾਸਤੇ ਬਹੁਤ ਕੁੱਝ ਕਰਦੇ ਹਨ। ਕੋਈ ਰਾਮ-ਰਾਮ, ਕੋਈ ਖ਼ੁਦਾ, ਕੋਈ ਗੁਸਾਈਂ ਤੇ ਕੋਈ ਅੱਲ੍ਹਾ ਦੇ ਨਾਮ ਨੂੰ ਬੋਲ ਕੇ ਯਾਦ ਕਰਦਾ ਹੈ। ਕੋਈ ਤੀਰਥ ਜਾਂਦਾ ਹੈ ਤੇ ਕੋਈ ਹੱਜ, ਕੋਈ ਪੂਜਾ ਕਰਦਾ ਹੈ ਤੇ ਕੋਈ ਸਿਰ ਨਿਵਾ ਕੇ ਨਮਾਜ਼ ਅਦਾ ਕਰਦਾ ਹੈ। ਕੋਈ ਵੇਦ ਪੜ੍ਹਦਾ ਹੈ ਤੇ ਕੋਈ ਕੁਰਾਨ। ਕਿਸੇ ਨੇ ਨੀਲਾ ਤੇ ਕਿਸੇ ਨੇ ਚਿੱਟਾ ਰੰਗ ਧਰਮ ਦਾ ਮਿੱਥ ਰਖਿਆ ਹੈ। ਕੋਈ ਆਪਣੇ ਆਪ ਨੂੰ ਹਿੰਦੂ ਤੇ ਕੋਈ ਮੁਸਲਮਾਨ ਦੱਸ ਕੇ ਵੱਡਾ ਧਰਮੀ ਅਖਵਾਉਂਦਾ ਹੈ। ਕੋਈ ਬਹਿਸ਼ਤ ਤੇ ਕੋਈ ਸਵਰਗ ਨੂੰ ਲੋਚਦਾ ਹੈ। ਪਰ ਗੁਰੂ ਸਾਹਿਬ ਵਿਚਾਰ ਦਿੰਦੇ ਹਨ ਕਿ ਸੱਚ ਤੇ ਇਹ ਹੈ ਜਿਸ ਨੇ ਇਕ ਕਰਤਾਰ ਦਾ ਹੁਕਮ ਜਾਣ ਲਿਆ ਉਹੀ ਪ੍ਰਭੂ ਦਾ ਭੇਦ ਜਾਣ ਸਕਦਾ ਹੈ।

ਰਾਮਕਲੀ ਮਹਲਾ ੫ ॥
ਕੋਈ ਬੋਲੈ ਰਾਮ ਰਾਮ ਕੋਈ ਖੁਦਾਇ ॥ ਕੋਈ ਸੇਵੈ ਗੁਸਈਆ ਕੋਈ ਅਲਾਹਿ ॥੧ ॥
ਕਾਰਣ ਕਰਣ ਕਰੀਮ ॥ ਕਿਰਪਾ ਧਾਰਿ ਰਹੀਮ ॥੧ ॥ ਰਹਾਉ ॥
ਕੋਈ ਨਾਵੈ ਤੀਰਥਿ ਕੋਈ ਹਜ ਜਾਇ ॥ ਕੋਈ ਕਰੈ ਪੂਜਾ ਕੋਈ ਸਿਰੁ ਨਿਵਾਇ ॥੨ ॥
ਕੋਈ ਪੜੈ ਬੇਦ ਕੋਈ ਕਤੇਬ ॥ ਕੋਈ ਓਢੈ ਨੀਲ ਕੋਈ ਸੁਪੇਦ ॥੩ ॥
ਕੋਈ ਕਹੈ ਤੁਰਕੁ ਕੋਈ ਕਹੈ ਹਿੰਦੂ ॥ ਕੋਈ ਬਾਛੈ ਭਿਸਤੁ ਕੋਈ ਸੁਰਗਿੰਦੂ ॥੪ ॥
ਕਹੁ ਨਾਨਕ ਜਿਨਿ ਹੁਕਮੁ ਪਛਾਤਾ ॥ ਪ੍ਰਭ ਸਾਹਿਬ ਕਾ ਤਿਨਿ ਭੇਦੁ ਜਾਤਾ ॥੫ ॥

(ਗੁਰੂ ਗ੍ਰੰਥ ਸਾਹਿਬ, ਮ. ੫, ਅੰਗ ੮੮੫)

*'ਸਤਿ' ਤੇ 'ਨਾਮ' ਦੀ ਵਿਚਾਰ ਤੋਂ ਇਹ ਸਪੱਸ਼ਟ ਹੋ ਜਾਂਦਾ ਹੈ ਕਿ 'ਸਤਿਨਾਮ' ਦਾ ਭਾਵ ਹੈ ਕਿ ਪ੍ਰਭੂ ਦਾ ਨਾਮ ਜਾਂ ਹੁਕਮ ਹੀ ਸੱਤ ਤੇ ਅਟੱਲ ਹੈ। ਪ੍ਰਮਾਤਮਾ ਦੇ ਹੁਕਮ ਵਿਚ ਆਏ ਕੇਸਾਂ ਨੂੰ ਸਿੱਖ ਲਈ ਸੰਭਾਲ ਦਾ ਨੇਮ 'ਸਤਿਨਾਮ' ਦੀ ਵਿਚਾਰਧਾਰਾ ਵਿਚੋਂ ਹੀ ਜਨਮਿਆ ਹੈ।*

***

## ਕੇਸਾਂ ਦੀ ਮਹੱਤਤਾ

ਗੁਰੂ ਨਾਨਕ ਸਾਹਿਬ ਜੀ ਪ੍ਰਮਾਤਮਾ ਦਾ ਰੂਪ ਬਿਆਨ ਕਰਨ ਲਗਿਆਂ ਉਸ ਨੂੰ ਲੰਮੇ ਕੇਸਾਂ ਵਾਲਾ ਚਿੱਤਵਦੇ ਹਨ:

ਤੇਰੇ ਬੰਕੇ ਲੋਇਣ ਦੰਤ ਰੀਸਾਲਾ॥ ਸੋਹਣੇ ਨਕ ਜਿਨ ਲੰਮੜੇ ਵਾਲਾ॥

(ਗੁਰੂ ਗ੍ਰੰਥ ਸਾਹਿਬ, ਮ. ੧, ਅੰਗ ੫੬੭)

ਗੁਰਮਤਿ ਦਾ ਅਟੱਲ ਫ਼ੈਸਲਾ ਹੈ ਕਿ ਪ੍ਰਭੂ ਨਿਰੰਕਾਰ ਹੈ। ਫਿਰ ਉਸ ਨੂੰ ਸੋਹਣੀ ਅੱਖਾਂ ਵਾਲਾ, ਸੋਹਣੇ ਦੰਦਾਂ ਵਾਲਾ, ਸੋਹਣੇ ਨੱਕ ਵਾਲਾ ਤੇ ਫਿਰ ਖ਼ੂਬਸੂਰਤ ਲੰਮੇ ਕੇਸਾਂ ਵਾਲਾ ਲਿਖਣ ਦਾ ਕੀ ਅਰਥ ਹੈ ? ਕਿਉਂਕਿ ਜਿਥੇ ਏਕੰਕਾਰ 'ਅਕਾਲ ਮੂਰਤਿ' ਹੋਣ ਕਰ ਕੇ ਨਿਰੰਕਾਰ ਹੈ, ਉਥੇ ਹੀ 'ਕਰਤਾ ਪੁਰਖੁ' ਹੋਣ ਕਰ ਕੇ ਸਾਰੀ ਰਚਨਾ ਵਿਚ ਆਪ ਸਮਾਇਆ ਹੋਇਆ ਹੈ। ਸੱਭ ਆਕਾਰ ਇਕ ਕਰਤਾਰ ਦੇ ਹੀ ਹਨ। ਰੱਬੀ ਪਿਆਰ ਵਿਚ ਭਿੱਜੇ ਭਗਤ ਦਾ ਰੱਬੀ ਰਚਨਾ ਨਾਲ ਪਿਆਰ ਸੁਭਾਵਕ ਹੈ। ਇਸੇ ਲਈ ਗੁਰਬਾਣੀ ਸਾਨੂੰ ਸ੍ਰੀਰ ਦੀ ਪਾਲਨਾ ਕਰਨ ਦਾ ਉਪਦੇਸ਼ ਵੀ ਕਰਦੀ ਹੈ:

ਨਾਨਕ ਸੋ ਪ੍ਰਭੁ ਸਿਮਰੀਐ ਤਿਸੁ ਦੇਹੀ ਕਉ ਪਾਲਿ॥

(ਗੁਰੂ ਗ੍ਰੰਥ ਸਾਹਿਬ, ਮ. ੫, ਅੰਗ ੫੫੪)

ਇਥੇ ਸਾਨੂੰ ਇਹ ਸਮਝਣ ਵਿਚ ਮੁਸ਼ਕਿਲ ਨਹੀਂ ਹੋਣੀ ਚਾਹੀਦੀ ਕਿ ਗੁਰੂ ਆਪਣੇ ਸਿੱਖ ਦਾ ਨਾ ਸਿਰਫ਼ ਆਤਮਿਕ ਸਰੂਪ ਸੋਹਣਾ ਤੇ ਸੁੰਦਰ ਹੋਣਾ ਲੋਚਦੇ ਹਨ ਸਗੋਂ ਉਸ ਦੇ ਨਾਲ-ਨਾਲ ਬਾਹਰੋਂ ਵੀ ਦਸਤਾਰ ਸਜਾਈ ਹੋਈ, ਕੇਸਾਧਾਰੀ, ਅਰੋਗ ਤੇ ਰਿਸ਼ਟ-ਪੁਸ਼ਟ ਵੇਖਣਾ ਚਾਹੁੰਦੇ ਹਨ। ਮਨੁੱਖ ਨੂੰ ਦਸਤਾਰ ਵਾਲਾ ਵੇਖਣ ਦੀ ਇੱਛਾ ਦੇ ਕਾਰਨ ਸਤਿਗੁਰਾਂ ਨੇ ਨਿਰਾਕਾਰ ਪ੍ਰਭੂ ਨੂੰ ਸੋਹਣੀ ਪਗੜੀ ਵਾਲਾ ਵੀ ਫ਼ੁਰਮਾਨ ਕੀਤਾ ਹੈ:

ਖੂਬੁ ਤੇਰੀ ਪਗਰੀ ਮੀਠੇ ਤੇਰੇ ਬੋਲ॥

(ਗੁਰੂ ਗ੍ਰੰਥ ਸਾਹਿਬ, ਭ. ਨਾਮਦੇਵ, ਅੰਗ ੭੨੭)

ਸਤਿਗੁਰਾਂ ਨੂੰ ਦਸਤਾਰ ਨਾਲ ਏਨਾ ਪਿਆਰ ਸੀ ਕਿ ਉਨ੍ਹਾਂ ਨੇ ਮੁਸਲਮਾਨਾਂ ਨੂੰ ਵੀ ਕਰਮਕਾਂਡ ਤਿਆਗ ਕੇ ਸਾਬਤ ਸੂਰਤ ਅਤੇ ਸਿਰ ਉਤੇ ਦਸਤਾਰ ਹੋਣ ਨੂੰ ਮਾਣ ਸਤਿਕਾਰ ਦਾ ਵਸੀਲਾ ਫ਼ੁਰਮਾਨ ਕੀਤਾ ਹੈ:

ਨਾਪਾਕ ਪਾਕੁ ਕਰਿ ਹਦੂਰਿ ਹਦੀਸਾ ਸਾਬਤ ਸੂਰਤਿ ਦਸਤਾਰ ਸਿਰਾ॥

(ਗੁਰੂ ਗ੍ਰੰਥ ਸਾਹਿਬ, ਮ. ੫, ਅੰਗ ੧੦੮੪)

ਜਿਹੜੇ ਇਹ ਸ਼ੰਕਾ ਪ੍ਰਗਟਾਉਂਦੇ ਹਨ ਕਿ ਕੇਸ ਸ਼ਾਇਦ ਗੁਰੂ ਗੋਬਿੰਦ ਸਿੰਘ ਜੀ ਤੋਂ ਪਹਿਲਾਂ ਸਿੱਖੀ ਵਿਚ ਲਾਜ਼ਮੀ ਨਹੀਂ ਸਨ। ਇਸ ਨੂੰ ਉਨ੍ਹਾਂ ਦੀ ਗੁਰਬਾਣੀ ਪ੍ਰਤੀ ਅਗਿਆਨਤਾ ਹੀ ਕਿਹਾ ਜਾ ਸਕਦਾ ਹੈ। ਇਹ ਗੁਰਮਤਿ ਤੋਂ ਮੂੰਹ ਮੋੜੀ ਰੱਖਣ ਦਾ ਬੇਦਲੀਲ ਬਹਾਨਾ ਹੈ। ਸਿੱਖੀ ਵਿਚ ਕੇਸਾਂ ਦੀ ਮਹੱਤਤਾ ਦਸਵੇਂ ਗੁਰੂ ਤੋਂ ਨਹੀਂ ਬਲਕਿ ਗੁਰੂ ਨਾਨਕ ਸਾਹਿਬ ਜੀ ਤੇ ਭਗਤ ਸਾਹਿਬਾਨਾ ਤੋਂ ਹੀ ਹੈ। ਗੁਰਬਾਣੀ ਵਿਚ ਕਈ ਅਜਿਹੇ ਸ਼ਬਦ ਹਨ ਜਿਸ ਵਿਚ ਦਾੜ੍ਹੀ, ਕੇਸਾਂ ਦਾ ਜ਼ਿਕਰ ਉੱਚੇ ਸੁੱਚੇ ਜੀਵਨ ਵਾਸਤੇ ਅਤੇ ਆਦਰ ਸਹਿਤ ਨਾਲ ਆਇਆ ਹੈ। ਇਥੋਂ ਤਕ ਕਿ ਕਰਤਾਰ ਨੂੰ ਵੀ 'ਕੇਸੋ' ਕਰ ਕੇ ਸੰਬੋਧਨ ਕੀਤਾ ਗਿਆ ਹੈ।

ਸੇ ਦਾੜੀਆਂ ਸਚੀਆ ਜਿ ਗੁਰ ਚਰਨੀ ਲਗੰਨ੍ਹਿ॥<br>
ਅਨਦਿਨੁ ਸੇਵਨਿ ਗੁਰੁ ਆਪਣਾ ਅਨਦਿਨੁ ਅਨਦਿ ਰਹੰਨ੍ਹਿ॥<br>
ਨਾਨਕ ਸੇ ਮੁਹ ਸੋਹਣੇ ਸਚੈ ਦਰਿ ਦਿਸੰਨ੍ਹਿ॥

(ਗੁਰੂ ਗ੍ਰੰਥ ਸਾਹਿਬ, ਮ. ੩, ਅੰਗ ੧੪੧੯)

ਮੇਰੇ ਰਾਮ ਹਰਿ ਜਨ ਕੈ ਹਉ ਬਲਿ ਜਾਈ॥<br>
ਕੇਸਾ ਕਾ ਕਰਿ ਚਵਰੁ ਢੁਲਾਵਾ ਚਰਣ ਧੂੜਿ ਮੁਖਿ ਲਾਈ॥

(ਗੁਰੂ ਗ੍ਰੰਥ ਸਾਹਿਬ, ਮ. ੫, ਅੰਗ ੭੪੯)

ਕਬੀਰ ਸਿਖ ਸਾਖਾ ਬਹੁਤੇ ਕੀਏ ਕੇਸੋ ਕੀਓ ਨ ਮੀਤੁ॥<br>
ਚਾਲੇ ਥੇ ਹਰਿ ਮਿਲਨ ਕਉ ਬੀਚੈ ਅਟਕਿਓ ਚੀਤੁ॥

(ਗੁਰੂ ਗ੍ਰੰਥ ਸਾਹਿਬ, ਭ. ਕਬੀਰ, ਅੰਗ ੧੩੬੯)

ਇਸ ਦੇ ਨਾਲ ਗੁਰਬਾਣੀ ਵਿਚ ਕੇਸ ਕਟਾ ਲੈਣ ਜਾਂ ਮੁੰਡਨ ਨੂੰ ਧਰਮ ਦਾ ਅੰਗ ਦੱਸਣ ਵਾਲਿਆਂ ਦਾ ਕਰੜੇ ਸ਼ਬਦਾਂ ਵਿਚ ਖੰਡਨ ਕੀਤਾ ਹੈ, ਜਿਵੇਂ:

ਮੂਡ ਮੁੰਡਾਏ ਜੌ ਸਿਧਿ ਪਾਈ ॥ ਮੁਕਤੀ ਭੇਡ ਨ ਗਈਆ ਕਾਈ ॥

(ਗੁਰੂ ਗ੍ਰੰਥ ਸਾਹਿਬ, ਭ. ਕਬੀਰ, ਅੰਗ ੩੨੪)

ਜੋਗੁ ਨ ਮੁੰਦੀ ਮੂੰਡਿ ਮੁਡਾਇਐ ਜੋਗੁ ਨ ਸਿੰਙੀ ਵਾਈਐ ॥
ਅੰਜਨ ਮਾਹਿ ਨਿਰੰਜਨਿ ਰਹੀਐ ਜੋਗ ਜੁਗਤਿ ਇਵ ਪਾਈਐ ॥

(ਗੁਰੂ ਗ੍ਰੰਥ ਸਾਹਿਬ, ਮ. ੧, ਅੰਗ ੭੩੦)

ਕਬੀਰ ਮਨੁ ਮੂੰਡਿਆ ਨਹੀ ਕੇਸ ਮੁੰਡਾਏ ਕਾਂਇ ॥
ਜੋ ਕਿਛੁ ਕੀਆ ਸੋ ਮਨ ਕੀਆ ਮੂੰਡਾ ਮੂੰਡੁ ਅਜਾਂਇ ॥

(ਗੁਰੂ ਗ੍ਰੰਥ ਸਾਹਿਬ, ਭ. ਕਬੀਰ, ਅੰਗ ੧੩੬੯)

ਮਨੁੱਖ ਨੂੰ ਕੇਸਾਂ ਵਾਲਾ ਵੇਖਣਾ ਸਤਿਗੁਰ ਨਾਨਕ ਜੀ ਤੋਂ ਹੀ ਗੁਰਮਤਿ ਦਾ ਅਟੁੱਟ ਅੰਗ ਮੰਨਿਆ ਜਾ ਚੁਕਿਆ ਸੀ। ਗੁਰਬਾਣੀ ਕੇਸਾਂ ਦੀ ਸੰਭਾਲ ਦੀ ਪ੍ਰੇਰਣਾ ਨਾ ਸਿਰਫ਼ ਸਿੱਖਾਂ ਨੂੰ ਬਲਕਿ ਪੂਰੀ ਮਨੁੱਖ ਜਾਤੀ ਨੂੰ ਕਰਦੀ ਹੈ। ਕੇਸਾਂ ਦੀ ਬੇਅਦਬੀ ਕਰਤਾਰ ਦੀ ਬਖ਼ਸ਼ਿਸ ਲੈਣ ਤੋਂ ਨਾ ਕਰਨ ਦਾ ਪਾਪ ਹੈ। ਅੱਜ ਦਾ ਮਨੁੱਖ ਕਿਸੇ ਦੋਸਤ ਦਾ ਦਿਤਾ ਉਪਹਾਰ ਮੋੜਨ ਨੂੰ ਤਾਂ ਸਭਿਅਤਾ ਦੇ ਵਿਰੁਧ ਗਿਣਦਾ ਹੈ ਪਰ ਪ੍ਰਮਾਤਮਾ ਦਾ ਹੁਕਮ ਰੂਪੀ ਅਨਮੋਲ ਤੋਹਫ਼ਾ ਕੇਸਾਂ ਨੂੰ ਵਾਪਸ ਮੋੜਨ ਵਿਚ ਸ਼ਰਮ ਮਹਿਸੂਸ ਨਹੀਂ ਕਰਦਾ। ਗੁਰੂ ਨਾਨਕ ਸਾਹਿਬ ਜੀ ਨੇ ਸਿੱਖੀ ਦਾ ਆਧਾਰ ਹੀ ਹੁਕਮ ਸਮਝਣ ਤੇ ਮੰਨਣ ਤੇ ਰਖਿਆ ਹੈ।

ਹੁਕਮੁ ਸਾਜਿ ਹੁਕਮੈ ਵਿਚਿ ਰਖੈ ਨਾਨਕ ਸਚਾ ਆਪਿ ॥

(ਗੁਰੂ ਗ੍ਰੰਥ ਸਾਹਿਬ, ਮ. ੧, ਅੰਗ ੧੪੫)

ਪਰ ਹੁਕਮ ਦਾ ਕਿਸ ਅਰਥ ਵਿਚ ਵਰਨਣ ਕੀਤਾ ਜਾਏ ? ਕਿ ਨਹੁੰਆਂ ਨੂੰ ਕਟਣਾ ਹੁਕਮ ਅੰਦੂਲੀ ਹੈ ? ਕਿਉਂਕਿ ਕਰਤਾਰ ਸੰਸਾਰ ਵਿਚ ਸੱਭ ਨੂੰ ਨੰਗੇ ਭੇਜਦਾ ਹੈ। ਕਿ ਕਪੜੇ ਪਹਿਨਣਾ ਹੁਕਮ ਅੰਦੂਲੀ ਹੈ ?

ਇਸ ਸੱਭ ਦਾ ਜਵਾਬ ਖ਼ਾਲਸੇ ਦਾ ਦੂਜਾ ਕਕਾਰ 'ਕੰਘਾ' ਹੈ। ਗੁਰੂ ਨੇ ਸਿੱਖ ਨੂੰ ਹੁਕਮ ਬੁੱਝਣ ਵਾਸਤੇ ਮੱਧਮ ਮਾਰਗ ਬਖ਼ਸ਼ਿਆ ਹੈ । ਗੁਰਮੱਤ ਨਾ ਤੇ ਅੱਗ ਦਾ ਰਸਤਾ ਹੈ, ਨਾ ਹੀ ਬਰਫ ਦਾ,

ਗੁਰਮੱਤ ਨਿੱਘ ਮਾਨਣਾ ਸਿਖਾਉਂਦੀ ਹੈ । ਗੁਰੂ ਨੇ ਨਾ ਤੇ ਕਾਮ ਵਾਸ਼ਨਾ ਅਧੀਨ ਵਾਮ ਮਾਰਗ ਨੂੰ ਹੁਕਮ ਅਨੁਕੂਲ ਪ੍ਰਵਾਨ ਕੀਤਾ ਹੈ, ਨਾ ਹੀ ਬ੍ਰਹਮਚਾਰੀ ਜੀਵਨ ਨੂੰ, ਗੁਰੂ ਨੇ ਗ੍ਰਹਿਸਥ ਜੀਵਨ ਨੂੰ ਪ੍ਰਧਾਨ ਮਣਿਆ ਹੈ। ਜਿਨ੍ਹਾਂ ਨੇ ਹੁਕਮ ਨੂੰ 'ਅੱਗ' ਕਰਕੇ ਪ੍ਰਭਾਸ਼ਿਤ ਕੀਤਾ ਉਨ੍ਹਾਂ ਪਦਾਰਥਵਾਦੀ ਫੈਸ਼ਨ ਦਾ ਪ੍ਰਭਾਵ ਕਬੂਲਦੇ ਹੋਏ ਨਿੱਤ ਬਦਲਦੇ ਲਿਬਾਸ ਦੀ ਚੋਣ ਕੀਤੀ। ਜਿਨ੍ਹਾਂ ਨੇ ਹੁਕਮ ਨੂੰ 'ਬਰਫ਼' ਕਰਕੇ ਪ੍ਰਭਾਸ਼ਿਤ ਕੀਤਾ ਉਹ ਕਪੜੀਆਂ ਦਾ ਤਿਆਗ ਕਰਕੇ ਨਾਂਗੇ ਸਾਧੂ ਹੋ ਗਏ।

ਪਰ ਗੁਰੂ ਨੇ ਆਪਣੇ ਸਿੱਖ ਨੂੰ ਜੇਠ ਦੀ ਗਰਮੀ ਅਤੇ ਪੋਂਹ ਦੀ ਠੰਢ ਵਿਚੋਂ ਬਚਾਅ ਕੇ ਬਸੰਤ ਦਾ ਨਿੱਘ ਬਖ਼ਸ਼ਿਆ ਹੈ। ਸਾਦੇ ਲਿਬਾਸ ਨਾਲ ਪੰਜ ਕੱਕਾਰ ਤੇ ਸੀਸ ਉਤੇ ਦਸਤਾਰ ਬਖ਼ਸ਼ੀ ਹੈ। ਸਿੱਖ ਦੀ ਰਹਿਤ ਵਿਚ ਜਿਥੇ ਮੁੰਡਨ ਮਨ੍ਹਾਂ ਹੈ ਉੱਥੇ ਹੀ ਸਿੱਧ-ਜੋਗੀਆਂ ਵਾਂਗ ਜਟਾਵਾਂ ਰੱਖਣ ਦਾ ਵੀ ਖੰਡਨ ਕੀਤਾ ਹੈ:

ਮੂੰਡੁ ਮੁਡਾਇ ਜਟਾ ਸਿਖ ਬਾਧੀ ਮੋਨਿ ਰਹੈ ਅਭਿਮਾਨਾ॥

(ਗੁਰੂ ਗ੍ਰੰਥ ਸਾਹਿਬ, ਮ. ੧, ਅੰਗ ੧੦੧੩)

ਜਟਾ ਧਾਰਿ ਧਾਰਿ ਜੋਗੀ ਮੂਏ ਤੇਰੀ ਗਤਿ ਇਨਹਿ ਨ ਪਾਈ॥

(ਗੁਰੂ ਗ੍ਰੰਥ ਸਾਹਿਬ, ਭ. ਕਬੀਰ, ਅੰਗ ੬੫੪)

ਇਸ ਲਈ *ਖ਼ਾਲਸੇ ਨੂੰ ਕਕਾਰਾਂ ਵਿਚ <u>ਕੰਘਾ</u> ਬਖ਼ਸ਼ਿਆ ਹੈ, ਜੋ ਕੁਦਰਤ ਦੀ ਸੰਭਾਲ ਦਾ ਮੱਧਮ ਮਾਰਗ ਦਰਸਾਉਂਦਾ ਹੈ। ਗੁਰਮਤਿ ਮਾਰਗ ਤਿਆਗ ਤੇ ਪਦਾਰਥਵਾਦ ਤੋਂ ਨਿਰਲੇਪ ਹੈ।* ਸਿੱਖ ਨੇ ਕੇਸਾਂ ਦੀ ਸੰਭਾਲ ਰਖਣੀ ਹੈ ਜਟਾਵਾਂ ਰੱਖ ਕੇ ਗੰਦਗੀ ਵਿਚ ਨਹੀਂ ਰਹਿਣਾ। 'ਕੰਘਾ' ਕੇਸਾਂ ਵਿਚੋਂ ਗੰਦੇ ਜਾਂ ਗੁੰਝਲਦਾਰ ਵਾਲਾਂ ਨੂੰ ਕੱਢ ਦਿੰਦਾ ਹੈ, ਇਸੇ ਤਰ੍ਹਾਂ ਨਹੁੰ ਵੀ ਜਿਹੜੇ ਮਾਸ ਤੋਂ ਵੱਧ ਜਾਣ ਤੇ ਗੰਦਗੀ ਦਾ ਹਿੱਸਾ ਬਣ ਜਾਣ ਉਨ੍ਹਾਂ ਨੂੰ ਵੀ ਕੱਟ ਦੇਣਾ ਚਾਹੀਦਾ ਹੈ। ਗੁਰਮਤਿ ਨਾ ਤੇ 'ਪਦਾਰਥਵਾਦ' ਅਤੇ ਨਾ ਹੀ 'ਤਿਆਗ' ਦਾ ਰਸਤਾ ਹੈ, ਗੁਰਮਤਿ ਕੁਦਰਤ ਦੀ 'ਸੰਭਾਲ' ਸਿਖਾਉਂਦੀ ਹੈ।

ਬੜੇ ਅਫ਼ਸੋਸ ਦੀ ਗੱਲ ਹੈ ਕਿ ਅੱਜ ਸਿੱਖ ਅਖਵਾਉਂਦੇ ਬਹੁਤ ਸਾਰੇ ਮੁੰਡੇ-ਕੁੜੀਆਂ ਨੇ ਕੇਸਾਂ ਨੂੰ ਤਿਲਾਂਜਲੀ ਦੇ ਦਿਤੀ ਹੈ। ਇਸ ਦਾ ਮੁੱਖ ਕਾਰਨ ਕੇਸਾਂ ਦੀ ਸੰਭਾਲ ਨੂੰ ਲੈ ਕੇ ਆਲਸ ਜਾਂ ਝੂਠੇ ਫੈਸ਼ਨ ਦਾ ਪ੍ਰਭਾਵ ਹੈ। ਇਹੀ ਲੋਕ ਆਪਣੇ ਪਾਪਾਂ ਜਾਂ ਭੈੜੀਆਂ ਆਦਤਾਂ ਦੇ ਨਤੀਜੇ ਜਿਵੇਂ ਮੋਟਾਪਾ, ਸ਼ੂਗਰ, ਬਲੱਡ-ਪ੍ਰੈਸ਼ਰ, ਦਿਲ ਦੇ ਰੋਗ ਆਦਿ ਨੂੰ ਤਾਂ ਬੜਾ ਸਾਂਭ-ਸਾਂਭ ਕੇ ਸਰੀਰ

ਨਾਲ ਜੋੜੀ ਰਖਦੇ ਹਨ। ਜੇ ਇਨ੍ਹਾਂ ਨੂੰ ਪੁਛਿਆ ਜਾਵੇ, ਮੋਟਾਪਾ ਆਲਸ ਦਾ ਕਾਰਨ ਵੀ ਹੈ ਤੇ ਫ਼ੈਸ਼ਨ ਅਨੁਕੂਲ ਵੀ ਨਹੀਂ, ਅਪਣਾ ਵਧਿਆ ਢਿੱਡ ਕੱਟ ਕਿਉਂ ਨਹੀਂ ਦਿੰਦੇ ? ਯਕੀਨਨ ਜਵਾਬ ਇਹੀ ਮਿਲੇਗਾ ਕਿ 'ਕੋਈ ਆਪਣਾ ਢਿੱਡ ਕਿਵੇਂ ਕੱਟ ਸਕਦਾ ਹੈ ?' ਪਰ ਗੁਰੂ ਦੇ ਆਖੇ ਲੱਗ ਕੇ ਕਰਤਾਰ ਦੇ ਹੁਕਮ ਵਿਚ ਆਏ ਕੇਸ ਸਾਂਭਣ ਵਿਚ ਇਨ੍ਹਾਂ ਨੂੰ ਔਖ ਆਉਂਦੀ ਹੈ, ਕਿਉਂਕਿ ਕੇਸਾਂ ਨੂੰ ਕਟਣਾ ਸੌਖਾ ਹੈ। ਮੁੱਕਦੀ ਗੱਲ ਇਹੀ ਹੈ, ਜੇਕਰ ਸਿੱਖ ਨੂੰ ਗੁਰਬਾਣੀ ਨਾਲ ਪਿਆਰ ਪੈ ਜਾਵੇ ਤਾਂ ਫਿਰ ਇਹ ਸਵਾਲ ਬੜਾ ਪਿੱਛੇ ਰਹਿ ਜਾਂਦੇ ਹਨ ਕਿਉਂਕਿ ਸਿੱਖ ਨੂੰ ਸਮਝ ਪੈ ਜਾਂਦੀ ਹੈ ਕਿ ਮਨੁੱਖਾ ਜੀਵਨ ਦਾ ਤਾਂ ਮਨੋਰਥ ਹੀ ਆਪਣੇ ਔਗੁਣਾਂ ਕਾਰਨ ਆਈ ਕਮਜ਼ੋਰੀ ਨੂੰ ਦੂਰ ਕਰਕੇ ਰੱਬੀ ਗੁਣਾਂ ਦਾ ਧਾਰਨੀ ਹੋਣਾ ਹੈ, ਜਦਕਿ ਕੇਸਾਂ ਪ੍ਰਤੀ ਪੈਦਾ ਹੋਏ ਖਦਸ਼ਿਆਂ ਦਾ ਜਨਮ ਹੀ ਆਪਣੀ ਕਮਜ਼ੋਰੀਆਂ ਵਿਚੋਂ ਹੋਇਆ ਹੈ। ਇਸ ਤਰ੍ਹਾਂ ਸਿੱਖ ਦੇ ਮਨ ਵਿਚ ਕਦੇ ਵੀ ਸੱਚੇ ਹੁਕਮ (ਸਤਿਨਾਮ) ਵਿਚ ਆਏ ਕੇਸਾਂ ਦੇ ਤੋਹਫ਼ੇ ਨੂੰ ਮੋੜਨ ਦਾ ਖ਼ਿਆਲ ਨਹੀਂ ਆਵੇਗਾ।

***

# ਕਰਤਾ ਪੁਰਖੁ

ਜੇ ਏਕੰਕਾਰ (ੴ) ਦਾ ਸਾਰਾ ਪਸਾਰਾ 'ਸਤਿਨਾਮ' ਦੇ ਅਧੀਨ ਹੈ ਫਿਰ ਉਹ ਨਾਮ ਜਾਂ ਹੁਕਮ ਕਿਹੜੇ ਸੱਚੇ ਨਿਯਮਾਂ ਤੇ ਖੜਾ ਹੈ ? ਮੂਲ ਮੰਤਰ ਦੇ ਅਗਲੇ ਤਿੰਨ ਸ਼ਬਦ ਕਰਤਾ ਪੁਰਖੁ, ਨਿਰਭਉ, ਨਿਰਵੈਰੁ ਇਸ ਹੁਕਮ ਜਾਂ ਨਾਮ ਨੂੰ ਸਮਝਾਉਂਦੇ ਹਨ। ਇਹ ਨਾਮ ਸਤਿ ਕਿਵੇਂ ਹੈ ? ਅਕਾਲ ਮੂਰਤਿ, ਅਜੂਨੀ, ਸੈਭੰ ਇਸ ਦੀ ਵਿਚਾਰ ਦਿੰਦੇ ਹਨ। ਏਕੰਕਾਰ ਦੀ ਸੋਝੀ ਤੇ ਪ੍ਰਾਪਤੀ ਗੁਰਪ੍ਰਸਾਦਿ ਨਾਲ ਹੀ ਹੁੰਦੀ ਹੈ।

ਇਸ ਸੱਚੇ ਹੁਕਮ ਦਾ ਪਹਿਲਾ ਅਟੱਲ ਨਿਯਮ ਇਹੀ ਹੈ ਕਿ ਏਕੰਕਾਰ 'ਕਰਤਾ ਪੁਰਖੁ' ਹੈ। 'ਕਰਤਾ' ਦਾ ਅਰਥ ਹੈ ਕਰਣਹਾਰ ਜਾਂ ਕਰਤਾਰ ਭਾਵ ਜੋ ਕੁੱਝ ਵੀ ਹੋ ਰਿਹਾ ਹੈ ਚਾਹੇ ਉਹ ਸਿਰਜਨਾ ਹੋਵੇ, ਪਾਲਣ ਹੋਵੇ ਜਾਂ ਵਿਨਾਸ਼, ਉਸ ਸੱਭ ਦਾ ਕਰਤਾ ਇਕ ਹੈ। ਸਨਾਤਨੀ ਮਤ ਵਿਚ ਬ੍ਰਹਮਾ, ਵਿਸ਼ਨੂੰ, ਮਹੇਸ਼ ਤਿੰਨ ਦੇਵਤੇ ਮਿੱਥ ਕੇ ਪ੍ਰਮਾਤਮਾ ਨੂੰ ਤਿੰਨ ਸ਼ਕਤੀਆਂ ਵਿਚ ਵੰਡ ਦਿਤਾ ਸੀ। ਪਰ ਗੁਰੂ ਸਾਹਿਬ ਜੀ ਨੇ ਪਹਿਲੇ ਪਾਠ ਵਿਚ ਹੀ ਸਪੱਸ਼ਟ ਕਰ ਦਿਤਾ ਕਿ ਕਰਤਾ ਇਕ ਅਕਾਲ ਪੁਰਖ ਹੈ:

ਤੂ ਆਪੇ ਕਰਤਾ ਤੇਰਾ ਕੀਆ ਸਭੁ ਹੋਇ॥
ਤੁਧੁ ਬਿਨੁ ਦੂਜਾ ਅਵਰੁ ਨ ਕੋਇ॥

(ਗੁਰੂ ਗ੍ਰੰਥ ਸਾਹਿਬ, ਮ. ੪, ਅੰਗ ੧੨)

'ਪੁਰਖ' ਗੁਰਬਾਣੀ ਵਿਚ ਕਈ ਭਾਵਾਂ ਨਾਲ ਆਇਆ ਹੈ। ਇਹ ਸਰਬਵਿਆਪਕ, ਸਮਰੱਥ, ਮਹਾਪੁਰਖ ਜਾਂ ਸ੍ਰੇਸ਼ਟ ਪੁਰਖ, ਪਤੀ, ਮਰਦ ਜਾਂ ਸੂਰਮਾ, ਇਸਤ੍ਰੀ ਮਰਦ ਦੋਹਾਂ ਵਾਸਤੇ ਜਾਂ ਸਾਂਝੇ ਤੌਰ ਤੇ ਮਨੁੱਖ ਜਾਤੀ ਵਾਸਤੇ ਵੀ ਆਇਆ ਹੈ। ਜੀਵ-ਆਤਮਾ ਵਾਸਤੇ ਵੀ ਪੁਰਖ ਸ਼ਬਦ ਦੀ ਵਰਤੋਂ ਕੀਤੀ ਗਈ ਹੈ। ਮੂਲ ਮੰਤਰ ਵਿਚ 'ਕਰਤਾ' ਨਾਲ 'ਪੁਰਖ' ਦਾ ਅਰਥ ਸਰਬਵਿਆਪਕ ਹੈ।

ਤੂੰ ਘਟ ਘਟ ਅੰਤਰਿ ਸਰਬ ਨਿਰੰਤਰਿ ਜੀ ਹਰਿ ਏਕੋ ਪੁਰਖੁ ਸਮਾਣਾ॥

(ਗੁਰੂ ਗ੍ਰੰਥ ਸਾਹਿਬ, ਮ. ੪, ਅੰਗ ੧੧)

ਪੂਰਿ ਰਹਿਆ ਸਰਬਤ੍ਰ ਮੈ ਸੋ ਪੁਰਖੁ ਬਿਧਾਤਾ॥

(ਗੁਰੂ ਗ੍ਰੰਥ ਸਾਹਿਬ, ਮ. ੫, ਅੰਗ ੧੧੨੨)

'ਕਰਤਾ ਪੁਰਖੁ' ਦਾ ਅਰਥ ਹੋਇਆ ਕਰਣਹਾਰ ਇਕ ਹੀ ਹੈ ਜਿਹੜਾ ਆਪਣੀ ਰਚਨਾ ਵਿਚ ਸਮਾਇਆ ਹੋਇਆ ਹੈ। ਅਕਾਲ ਪੁਰਖ ਦੀ ਆਪਣੀ ਰਚਨਾ ਦੇ ਘਟ-ਘਟ ਵਿਚ ਸਮਾਉਣ ਦੀ ਵਿਚਾਰਧਾਰਾ ਗੁਰਮਤਿ ਨੂੰ ਇਸਲਾਮ ਮਤ ਨਾਲੋਂ ਵੀ ਵਿਲੱਖਣ ਬਣਾਉਂਦੀ ਹੈ। ਇਸਲਾਮ ਮਤ ਅਨੁਸਾਰ ਰਚਣਹਾਰ ਕੇਵਲ ਅੱਲ੍ਹਾ ਹੈ ਪਰ ਅੱਲ੍ਹਾ ਖ਼ੁਦ ਅਪਣੀ ਰਚਨਾ ਤੋਂ ਵੱਖ ਹੈ, ਕਿਉਂਕਿ ਮਨੁੱਖ ਕੋਲ ਚੰਗੇ ਜਾਂ ਮਾੜੇ ਪਾਸੇ ਜਾਣ, ਪੁੰਨੀ ਜਾਂ ਪਾਪੀ ਬਣਨ ਦੀ ਆਜ਼ਾਦੀ ਹੈ। ਇਸਲਾਮ ਮਤ ਅਨੁਸਾਰ ਮੰਦੀ ਬਿਰਤੀ ਵਿਚੋਂ ਜਨਮੇ ਗ਼ਲਤ ਨਤੀਜਿਆਂ ਨੂੰ ਅੱਲ੍ਹਾ ਦੀ ਕਿਰਤ ਨਹੀਂ ਕਿਹਾ ਜਾ ਸਕਦਾ। ਪਰ ਗੁਰਮਤਿ ਅਨੁਸਾਰ ਕਰਤਾ ਪੁਰਖੁ ਆਪਣੀ ਰਚਨਾ ਵਿਚ ਹੁਕਮ ਬੰਨ੍ਹ ਕੇ ਬਿਰਾਜਮਾਨ ਹੈ। ਜੇ ਬਾਗ਼ ਵਿਚ ਲੱਗੇ ਸੋਹਣੇ ਫੁੱਲਾਂ ਵਿਚ ਖੁਸ਼ਬੂ ਪ੍ਰਮਾਤਮਾ ਦੀ ਕਿਰਤ ਹੈ, ਪਰ ਜਦੋਂ ਫੁੱਲ ਅਪਣੀ ਮੂਲ ਟਾਹਣੀ ਤੋਂ ਵੱਖ ਹੋ ਕੇ ਸੜ ਜਾਂਦੈ ਤੇ ਬਦਬੂ ਮਾਰਨ ਲੱਗ ਜਾਂਦੈ ਤਾਂ ਇਹ ਵੀ ਪ੍ਰਮਾਤਮਾ ਦੇ ਹੁਕਮ ਵਿਚ ਹੀ ਉਸ ਦੀ ਕਿਰਤ ਹੈ। ਮਨੁੱਖ ਪ੍ਰਮਾਤਮਾ ਵੱਲੋਂ ਦਿਤੇ ਤਾਣ ਤੇ ਲੱਤਾਂ ਨਾਲ ਆਜ਼ਾਦ ਹੈ ਉਹ ਫਿਰ ਭਾਵੇਂ ਸਤਿਸੰਗ ਵਿਚ ਜਾਵੇ ਜਾਂ ਭੈੜੀ ਸੰਗਤ ਵਿਚ ਪੈ ਜਾਵੇ। ਇਸ ਸੰਗਤ ਦਾ ਚੰਗਾ ਜਾਂ ਮੰਦਾ ਪ੍ਰਭਾਵ ਸਤਿਨਾਮ ਦੇ ਅਟੱਲ ਨਿਯਮ ਅਨੁਸਾਰ ਹੀ ਹੁੰਦਾ ਹੈ ਜੋ ਹੁਕਮ ਬਣ ਕੇ ਦੋਹਾਂ ਨਤੀਜਿਆਂ ਵਿਚ ਸਮਾਇਆ ਹੋਇਆ ਹੈ। ਹੁਕਮ ਨੂੰ ਬੁਝਣ ਵਾਲੇ ਸਤਿਸੰਗ ਦੀ ਚੋਣ ਕਰਦੇ ਹਨ। ਇਸ ਵਿਚ ਕੋਈ ਭਰਮ ਨਹੀਂ ਰਹਿਣਾ ਚਾਹੀਦਾ ਕਿ ਕਰਤਾ ਆਪਣੀ ਕਿਰਤ ਵਿਚ ਵਸਦਾ ਹੈ। ਖਲਕਤ ਦੇ ਕਣ-ਕਣ ਵਿਚ ਖਾਲਕ ਸਮਾਇਆ ਹੋਇਆ ਹੈ। ਕਰਤੇ ਦੇ ਹੁਕਮ ਵਿਚ ਬਣੀ ਇਸ ਰਚਨਾ ਨੂੰ ਹੀ ਕੁਦਰਤ ਕਹਿੰਦੇ ਹਨ, ਨੇਕੀਆਂ ਬਦੀਆਂ ਸੱਭ ਕੁਦਰਤ ਹੀ ਹੈ।

ਲੋਗਾ ਭਰਮਿ ਨ ਭੂਲਹੁ ਭਾਈ ॥
ਖਾਲਿਕੁ ਖਲਕ ਖਲਕ ਮਹਿ ਖਾਲਿਕੁ ਪੂਰਿ ਰਹਿਓ ਸ੍ਰਬ ਠਾਂਈ ॥

(ਗੁਰੂ ਗ੍ਰੰਥ ਸਾਹਿਬ, ਭ. ਕਬੀਰ, ਅੰਗ ੧੩੫੦)

ਕੁਦਰਤਿ ਨੇਕੀਆ ਕੁਦਰਤਿ ਬਦੀਆ ਕੁਦਰਤਿ ਮਾਨੁ ਅਭਿਮਾਨੁ ॥

(ਗੁਰੂ ਗ੍ਰੰਥ ਸਾਹਿਬ, ਮ. ੧, ਅੰਗ ੪੬੪)

ਕੁਦਰਤ ਵਿਚ ਖਾਲਕ ਨੂੰ ਵੇਖਣ ਵਾਲਾ ਕਿਸੇ ਨੂੰ 'ਕਾਫ਼ਰ' ਕਹਿ ਕੇ ਨਫ਼ਰਤ ਨਹੀਂ ਕਰਦਾ ਬਲਕਿ ਤਰਸ ਤੇ ਦਯਾ ਕਰਕੇ ਉਸ ਨੂੰ ਸਤਿਸੰਗਤ ਨਾਲ ਜੋੜਨ ਦਾ ਉਧਮ ਕਰਦਾ ਹੈ।

ਇਸ ਤਰ੍ਹਾਂ ਕਰਤਾ ਪੁਰਖੁ ਦੀ ਵਿਚਾਰਧਾਰਾ ਗੁਰਮਤਿ ਨੂੰ ਸਨਾਤਨੀ ਮਤ ਤੇ ਇਸਲਾਮ ਮਤ ਦੋਹਾਂ ਨਾਲੋਂ ਵਿਲੱਖਣ ਬਣਾਉਂਦੀ ਹੈ।

ਕਾਮ, ਕ੍ਰੋਧ, ਲੋਭ, ਮੋਹ, ਹੰਕਾਰ ਵਿਚ ਮਨੁੱਖ ਦਾ ਗ੍ਰਸਿਆ ਜਾਣਾ ਕਰਤਾ ਪੁਰਖੁ ਦੀ ਵਿਚਾਰ ਨੂੰ ਵਿਸਾਰਨ ਦਾ ਹੀ ਨਤੀਜਾ ਹੈ। ਗੁਰੂ ਦੇ ਗਿਆਨ ਸਦਕਾ ਜਦੋਂ ਮਨੁੱਖ ਇਹ ਜਾਣ ਲੈਂਦਾ ਹੈ ਕਿ ਕਰਤਾ, ਉਹ ਨਹੀਂ, ਕੇਵਲ ਇਕ ਕਰਤਾਰ ਹੈ, ਫਿਰ ਹੰਕਾਰ ਦਾ ਕੋਈ ਸਥਾਨ ਨਹੀਂ ਰਹਿੰਦਾ।

ਸਭ ਕਿਛੁ ਆਪੇ ਆਪਿ ਹੈ ਹਉਮੈ ਵਿਚਿ ਕਹਨੁ ਨ ਜਾਇ॥

(ਗੁਰੂ ਗ੍ਰੰਥ ਸਾਹਿਬ, ਮ. ੩, ਅੰਗ ੩੫)

ਇਸੇ ਤਰ੍ਹਾਂ ਪਰਾਏ ਧਨ ਦਾ ਲੋਭ ਜਾਂ ਪਰਾਏ ਤਨ ਪ੍ਰਤੀ ਕਾਮ ਵਾਸ਼ਨਾ ਪਰਮਾਤਮਾ ਦੇ ਸਰਬ ਵਿਆਪਕ ਗੁਣ ਨੂੰ ਵਿਸਾਰਨਾ ਹੈ। ਮਨੁੱਖ ਜਦੋਂ ਕਰਤੇ ਨੂੰ ਘਟ-ਘਟ ਵਿਚ ਵਸਦਾ ਜਾਣ ਲੈਂਦਾ ਹੈ ਤਾਂ ਫਿਰ ਪਰਾਏ ਧਨ ਦੀ ਲਾਲਸਾ ਉਸ ਨੂੰ ਬਜਰ ਕੁਰਹਿਤ ਜਾਪਦੀ ਹੈ ਜਿਵੇਂ ਹਿੰਦੂ ਵਾਸਤੇ ਗਊ ਮਾਸ ਤੇ ਮੁਸਲਮਾਨ ਵਾਸਤੇ ਸੂਅਰ ਦਾ ਮਾਸ ਜਾਪਦਾ ਹੈ। ਉਹ ਕ੍ਰੋਧ ਕਿਸ ਉਤੇ ਕਰੇ ਜਦਕਿ ਹਰ ਕਿਸੇ ਵਿਚ ਕਰਤਾ ਖ਼ੁਦ ਵਸਦਾ ਹੈ। ਕਰਤੇ ਨੂੰ ਬੁੱਝ ਕੇ ਮਨੁੱਖ ਦੇ ਕਰਮ ਆਪਣੇ-ਪਰਾਏ ਦੇ ਮੋਹ ਅਧੀਨ ਨਹੀਂ ਬਲਕਿ ਸਾਰੀ ਮਨੁੱਖਤਾ ਦੇ ਭਲੇ ਵਾਸਤੇ ਹੋ ਨਿਬੜਦੇ ਹਨ। ਅਜਿਹੇ ਮਨੁੱਖ ਦੀ ਦ੍ਰਿਸ਼ਟੀ ਪਰਾਏ ਤਨ ਨੂੰ ਧੀ, ਭੈਣ, ਮਾਂ ਜਾਂ ਭਾਈ ਸਮਾਨ ਵੇਖਦੀ ਹੈ।

ਹਕੁ ਪਰਾਇਆ ਨਾਨਕਾ ਉਸੁ ਸੂਅਰ ਉਸੁ ਗਾਇ॥

(ਗੁਰੂ ਗ੍ਰੰਥ ਸਾਹਿਬ, ਮ. ੧, ਅੰਗ ੧੪੧)

ਨਾ ਕੋ ਬੈਰੀ ਨਹੀ ਬਿਗਾਨਾ ਸਗਲ ਸੰਗਿ ਹਮ ਕਉ ਬਨਿ ਆਈ॥

(ਗੁਰੂ ਗ੍ਰੰਥ ਸਾਹਿਬ, ਮ. ੫, ਅੰਗ ੧੨੯੯)

ਸਰਬ ਨਿਰੰਜਨ ਪੁਰਖੁ ਸੁਜਾਨਾ॥ ਅਦਲੁ ਕਰੇ ਗੁਰ ਗਿਆਨ ਸਮਾਨਾ॥
ਕਾਮੁ ਕ੍ਰੋਧੁ ਲੈ ਗਰਦਨਿ ਮਾਰੇ ਹਉਮੈ ਲੋਭੁ ਚੁਕਾਇਆ॥

(ਗੁਰੂ ਗ੍ਰੰਥ ਸਾਹਿਬ, ਮ. ੧, ਅੰਗ ੧੦੪੦)

ਖ਼ਾਲਸੇ ਨੂੰ ਪੰਜ ਕੱਕਾਰਾਂ ਵਿਚੋਂ <u>ਕਛਿਹਰਾ</u> ਦੀ ਬਖ਼ਸ਼ਿਸ਼ ਕਰਤਾ ਪੁਰਖੁ ਦੀ ਵਿਚਾਰ ਅਧੀਨ ਘਟ-ਘਟ ਵਿਚ ਕਰਤੇ ਨੂੰ ਜਾਣ ਕੇ ਉੱਚੇ ਸੁੱਚੇ ਆਚਰਨ ਦੇ ਧਾਰਨੀ ਹੋਣ ਦੀ ਪ੍ਰੇਰਣਾ ਦਿੰਦਾ ਹੈ।

# ਨਿਰਭਉ

ਸਤਿਨਾਮੁ ਦੇ ਜਿਸ ਸੱਚੇ ਨਿਯਮ ਦਾ ਕਰਤਾ ਪੁਰਖੁ ਤੋਂ ਬਾਅਦ ਵਰਣਨ ਹੈ, ਉਹ ਹੈ ਨਿਰਭਉ– ਏਕੰਕਾਰ ਨੂੰ ਕਿਸੇ ਤਰ੍ਹਾਂ ਦਾ ਕੋਈ ਭੈਅ ਨਹੀਂ ਜਾਂ ਕਿਸੇ ਤੋਂ ਕੋਈ ਡਰ ਨਹੀਂ।

ਏਕੰਕਾਰੁ ਨਿਰੰਜਨੁ ਨਿਰਭਉ ਸਭ ਜਲਿ ਥਲਿ ਰਹਿਆ ਸਮਾਈ॥

(ਗੁਰੂ ਗ੍ਰੰਥ ਸਾਹਿਬ, ਮ. ੫, ਅੰਗ ੬੧੬)

ਭੈਅ ਜਾਂ ਡਰ ਉਦੋਂ ਹੀ ਪੈਦਾ ਹੁੰਦਾ ਹੈ ਜਦੋਂ ਕੋਈ ਵੱਡੀ ਜਾਂ ਬਰਾਬਰ ਦੀ ਤਾਕਤ ਹੋਵੇ। ਪਰ ਏਕੰਕਾਰ ਦੇ ਬਰਾਬਰ ਤਾਂ ਕੋਈ ਹੈ ਹੀ ਨਹੀਂ ਤਾਂ ਫਿਰ ਉਸ ਨੂੰ ਡਰ ਜਾਂ ਭੈਅ ਕਿਸ ਤੋਂ ਹੋਵੇ। ਇਸੇ ਲਈ ਨਿਰਭਉ ਦੀ ਵਿਚਾਰ ਦੇਣ ਤੋਂ ਪਹਿਲਾ ਮੂਲਮੰਤਰ ਵਿਚ 'ਕਰਤਾ ਪੁਰਖੁ' ਦੀ ਵਿਚਾਰ ਦਿਤੀ ਗਈ ਹੈ। ਜੇਕਰ ਸਾਰੀ ਰਚਨਾ ਉਸ ਦੀ ਹੀ ਕਿਰਤ ਹੈ ਤੇ ਉਹ ਇਸ ਵਿਚ ਸਮਾਇਆ ਹੋਇਆ ਹੈ, ਫਿਰ ਉਸ ਨੂੰ ਡਰ ਕਿਸ ਤੋਂ ਹੋ ਸਕਦਾ ਹੈ।

ਅਕਾਲ ਪੁਰਖ ਦਾ ਹੁਕਮ ਨਿਰਭਉ ਦੇ ਗੁਣ ਦੇ ਆਧਾਰਤ ਹੋਣ ਦਾ ਭਾਵ ਹੈ ਉਸ ਦਾ ਹੁਕਮ ਅਟੱਲ ਹੈ, ਜੋ ਕਿਸੇ ਡਰ ਅਧੀਨ ਤਬਦੀਲ ਨਹੀਂ ਹੋ ਸਕਦਾ। ਮਨੁੱਖ ਦੁਨਿਆਵੀਂ ਅਦਾਲਤਾਂ ਵਿਚ ਤੇ ਆਪਣੇ ਰਸੂਖ ਸਦਕਾ ਡਰ, ਲਾਲਚ ਦੇ ਕੇ ਫ਼ੈਸਲੇ ਆਪਣੇ ਹੱਕ ਵਿਚ ਕਰ ਲੈਂਦਾ ਹੈ ਪਰ ਨਿਰਭਉ ਦੀ ਸੱਚੀ ਅਦਾਲਤ ਵਿਚ ਇਸ ਤਰ੍ਹਾਂ ਨਹੀਂ ਹੋ ਸਕਦਾ, ਬਲਕਿ ਸਾਰੀ ਕਾਇਨਾਤ ਕਰਣਹਾਰ ਦੇ ਭੈਅ ਵਿਚ ਚਲਦੀ ਹੈ:

ਭੈ ਵਿਚਿ ਸਭੁ ਆਕਾਰੁ ਹੈ ਨਿਰਭਉ ਹਰਿ ਜੀਉ ਸੋਇ॥

(ਗੁਰੂ ਗ੍ਰੰਥ ਸਾਹਿਬ, ਮ. ੪, ਅੰਗ ੫੮੬)

ਪਹਿਲੇ ਪਾਠ ਵਿਚ ਵਿਚਾਰੇ ਕਰਤਾਰ ਦੇ 'ਨਿਰਭਉ' ਤੇ 'ਨਿਰਵੈਰ' ਦੇ ਗੁਣਾਂ ਨੂੰ ਮਨੁੱਖ ਆਪਣੇ ਜੀਵਨ ਵਿਚ ਗੁਰੂ ਦੀ ਮਤ ਸਦਕਾ ਧਾਰਨ ਕਰ ਸਕਦਾ ਹੈ। ਮਨੁੱਖ ਦਾ ਜੀਵਨ ਜਿੰਨਾ ਨਿਰਭਉ ਤੇ ਨਿਰਵੈਰਤਾ ਨਾਲ ਭਰਿਆ ਹੋਵੇਗਾ, ਉਹ ਉਨਾ ਹੀ ਰੱਬੀ ਹੁਕਮ ਦੇ ਅਨੁਸਾਰ ਹੋਵੇਗਾ। ਇਸ ਦੇ ਉੱਲਟ ਇਨ੍ਹਾਂ ਗੁਣਾਂ ਦੀ ਅਣਹੋਂਦ ਮਨੁੱਖ ਨੂੰ ਕਰਤਾਰ ਤੋਂ ਦੂਰ ਲੈ ਜਾਵੇਗੀ। ਇਸ ਲਈ ਗੁਰਬਾਣੀ ਮਨੁੱਖ ਨੂੰ ਨਿਰਭਉ ਹੋਣ ਦਾ ਉਪਦੇਸ਼ ਕਰਦੀ ਹੈ:

ਜਿਨ ਨਿਰਭਉ ਜਿਨ ਹਰਿ ਨਿਰਭਉ ਧਿਆਇਆ ਜੀ ਤਿਨ ਕਾ ਭਉ ਸਭੁ ਗਵਾਸੀ॥

(ਗੁਰੂ ਗ੍ਰੰਥ ਸਾਹਿਬ, ਮ. ੪, ਅੰਗ ੧੧)

ਨਿਰਭਉ ਜਪੈ ਸਗਲ ਭਉ ਮਿਟੈ ॥ ਪ੍ਰਭ ਕਿਰਪਾ ਤੇ ਪ੍ਰਾਣੀ ਛੁਟੈ ॥

(ਗੁਰੂ ਗ੍ਰੰਥ ਸਾਹਿਬ, ਮ. ੫, ਅੰਗ ੨੯੩)

ਗੁਰੂ ਦੇ ਸੱਚੇ ਗਿਆਨ ਸਦਕਾ ਜਦੋਂ ਨਿਰਭਉ ਪ੍ਰਮਾਤਮਾ ਬਾਰੇ ਸਮਝ ਆ ਜਾਂਦੀ ਹੈ ਤਾਂ ਮਨੁੱਖ ਦੇ ਸਾਰੇ ਭੈਅ ਮਿੱਟ ਜਾਂਦੇ ਹਨ ਚਾਹੇ ਉਹ ਮੌਤ ਦਾ ਡਰ ਹੀ ਕਿਉਂ ਨਾ ਹੋਵੇ। ਜਿਸ ਨੂੰ ਮੌਤ ਦਾ ਡਰ ਨਾ ਰਹੇ, ਉਹ ਨਾ ਤੇ ਬੁਢੇਪੇ ਤੋਂ ਡਰਦਾ ਹੈ ਨਾ ਹੀ ਉਸ ਨੂੰ ਪੁਜਾਰੀ ਵਲੋਂ ਘੜੇ ਕਾਲਪਨਿਕ ਸਵਰਗ ਦੀ ਲਾਲਸਾ ਰਹਿੰਦੀ ਹੈ ਤੇ ਨਾ ਹੀ ਨਰਕ ਦਾ ਡਰ ਸਤਾਉਂਦਾ ਹੈ।

ਨਾਨਕ ਜਰਾ ਮਰਣ ਭੈ ਨਰਕ ਨਿਵਾਰੈ ਪੁਨੀਤ ਕਰੈ ਤਿਸੁ ਜੰਤੈ ॥

(ਗੁਰੂ ਗ੍ਰੰਥ ਸਾਹਿਬ, ਮ. ੫, ਅੰਗ ੨੪੯)

ਕਵਨੁ ਨਰਕੁ ਕਿਆ ਸੁਰਗੁ ਬਿਚਾਰਾ ਸੰਤਨ ਦੋਊ ਰਾਦੇ ॥
ਹਮ ਕਾਹੂ ਕੀ ਕਾਣਿ ਨ ਕਢਤੇ ਅਪਨੇ ਗੁਰ ਪਰਸਾਦੇ ॥

(ਗੁਰੂ ਗ੍ਰੰਥ ਸਾਹਿਬ, ਭ. ਕਬੀਰ, ਅੰਗ ੯੬੯)

ਇਸ ਦਾ ਭਾਵ ਇਹ ਵੀ ਹੈ ਕਿ ਮਨੁੱਖਾ ਜੀਵਨ ਦਾ ਮਨੋਰਥ ਨਿਰਭਉ ਤੇ ਨਿਰਵੈਰ ਹੋਣਾ ਹੈ। ਜਦੋਂ ਮਨੁੱਖ ਕੋਈ ਵੀ ਅਜਿਹਾ ਕਦਮ ਚੁਕੇਗਾ ਜੋ ਪ੍ਰਮਾਤਮਾ ਤੋਂ ਹਟ ਕੇ ਕਿਸੇ ਹੋਰ ਦੇ ਡਰ ਅਧੀਨ ਹੋਵੇਗਾ, ਇਹ ਹੁਕਮ ਅੰਦੂਲੀ ਹੋਵੇਗੀ ਜਿਸ ਦੇ ਨਤੀਜੇ ਉਸ ਦੇ ਆਪਣੇ ਜੀਵਨ ਅਤੇ ਸਮਾਜ ਉੱਤੇ ਪੈਣਗੇ। ਜ਼ਾਲਮ ਹਕੂਮਤਾਂ ਅੱਗੇ ਜਦੋਂ ਵੀ ਕੋਈ ਨਿਰਭਉ ਹੋ ਕੇ ਖੜਾ ਹੋਇਆ ਹੈ ਤਾਂ ਸਮਾਜ ਨੂੰ ਉਸ ਵਿਚੋਂ ਸੇਧ ਤੇ ਆਜ਼ਾਦੀ ਪ੍ਰਾਪਤ ਹੋਈ ਹੈ। ਸਿੱਖ ਇਤਿਹਾਸ ਵਿਚ ਸ਼ਹਾਦਤ ਨੂੰ ਚੜ੍ਹਦੀਕਲਾ ਵਿਚ ਰਹਿ ਕੇ ਅਕਾਲ ਪੁਰਖ ਦੀ ਦਾਤ ਸਮਝਣਾ ਨਿਰਭਉ ਦੇ ਉਪਦੇਸ਼ ਸਦਕਾ ਹੀ ਹੈ। ਪਰ ਜਦੋਂ ਸਮਾਜ ਨੇ ਜ਼ਾਲਮ ਹਕੂਮਤਾਂ ਦਾ ਡਰ ਕਬੂਲਦੇ ਹੋਏ ਚੁੱਪੀ ਧਾਰੀ ਹੈ ਤਾਂ ਇਸ ਦਾ ਨਤੀਜਾ ਸਮਾਜ ਨੂੰ ਗ਼ੁਲਾਮੀ, ਅਸਮਾਨਤਾ ਤੇ ਅਨਿਆਂ ਹੀ ਮਿਲਿਆ ਹੈ। ਜਦੋਂ ਬੇਕਸੂਰਾਂ ਦਾ ਕਤਲੇਆਮ ਜਾਂ ਅਨਿਆਂ ਹੁੰਦਾ ਹੈ ਤਾਂ ਅਕਸਰ ਲੋਕ ਰੱਬ ਨੂੰ ਗਿੱਲਾ ਕਰਦੇ ਹਨ ਕਿ ਉਨ੍ਹਾਂ ਨੂੰ ਕਿਹੜੇ ਜੁਰਮਾਂ ਦੀ ਸਜ਼ਾ ਮਿਲ ਰਹੀ ਹੈ। ਇਸੇ ਭਾਵਨਾ ਵਿਚੋਂ ਨਾਸਤਿਕਤਾ ਦਾ ਵੀ ਜਨਮ ਹੁੰਦਾ ਹੈ। ਪਰ ਇਹ ਸੱਭ ਰੱਬੀ ਹੁਕਮ ਤੇ ਨਿਰਭਉ ਦੇ ਨਿਯਮ ਨੂੰ ਨਾ ਸਮਝਣ ਕਰਕੇ ਹੀ ਹੈ।

ਆਉ ਇਸ ਨੂੰ ਸਮਝਣ ਵਾਸਤੇ ਇਕ ਉਦਾਹਰਣ ਲਈਏ: ਪ੍ਰਮਾਤਮਾ ਨੇ ਸ਼ੁੱਧ ਜਲ ਤੇ ਸਵੱਛ ਹਵਾ ਕੁਦਰਤ ਦਾ ਅਨਿੱਖੜਵਾਂ ਅੰਗ ਬਣਾਇਆ ਹੈ। ਪਰ ਲਾਲਚੀ ਉਦਯੋਗਪਤੀਆਂ ਤੇ ਬਈਮਾਨ ਸਰਕਾਰਾਂ ਨੇ ਹੁਕਮ ਅੰਦੂਲੀ ਕਰਕੇ ਇਸ ਨੂੰ ਪ੍ਰਦੂਸ਼ਿਤ ਕਰ ਦਿਤਾ ਹੈ। ਇਸ ਦਾ ਨਤੀਜਾ ਕੈਂਸਰ ਵਰਗੀਆਂ ਭਿਆਨਕ ਬਿਮਾਰੀਆਂ ਦਾ ਫੈਲਣਾ ਹੋਇਆ। ਕੈਂਸਰ ਪੀੜਤ ਜੇਕਰ ਇਹ ਕਹੇ ਕਿ ਉਸ ਨੇ ਤਾਂ ਹਵਾ ਪਾਣੀ ਨੂੰ ਪ੍ਰਦੂਸ਼ਿਤ ਨਹੀਂ ਕੀਤਾ ਫਿਰ ਉਸ ਨੂੰ ਸਜ਼ਾ ਕਿਉਂ ਮਿਲੀ ? ਇਹ ਸ਼ੰਕਾ ਰੱਬੀ ਹੁਕਮ ਦੀ ਨਾ ਸਮਝੀ ਵਿਚੋਂ ਹੀ ਜਨਮੀ ਹੈ। ਸਮਾਜ ਵਿਚ ਗ਼ਲਤ ਕੰਮ ਹੁੰਦੇ ਵੇਖ ਕੇ ਵੀ ਜੇ ਚੁੱਪੀ ਧਾਰ ਲਈ ਜਾਏ ਤੇ ਫਿਰ ਨਤੀਜਿਆਂ ਨੂੰ ਨਹੀਂ ਕੋਸਿਆ ਜਾ ਸਕਦਾ। ਸੱਚ ਵੀ ਉਸੇ ਨੂੰ ਹੀ ਕਿਹਾ ਜਾ ਸਕਦਾ ਹੈ ਜੋ ਵੇਲਾ ਸੰਭਾਲ ਕੇ ਬੋਲਿਆ ਜਾਵੇ:

ਸਚ ਕੀ ਬਾਣੀ ਨਾਨਕੁ ਆਖੈ ਸਚੁ ਸੁਣਾਇਸੀ ਸਚ ਕੀ ਬੇਲਾ॥

(ਗੁਰੂ ਗ੍ਰੰਥ ਸਾਹਿਬ, ਮ. ੧, ਅੰਗ ੭੨੩)

ਮਨੁੱਖ ਦੇ ਕੀਤੇ ਕਰਮ ਉਸ ਦੇ ਨਿੱਜੀ ਜੀਵਨ ਤੋਂ ਇਲਾਵਾ ਸਮਾਜ ਉਤੇ ਵੀ ਪ੍ਰਭਾਵ ਪਾਉਂਦੇ ਹਨ। ਜਿਹੜੇ ਕਰਮ ਪ੍ਰਮਾਤਮਾ ਦੇ ਹੁਕਮ ਅਨੁਸਾਰ ਕੀਤੇ ਹੋਣ ਉਸ ਨਾਲ ਮਾਨਵ ਸਭਿਅਤਾ ਦਾ ਵਿਕਾਸ ਹੁੰਦਾ ਹੈ। ਪਰ ਜਿਹੜੇ ਕਰਮ ਹੁਕਮ ਦੇ ਉਲਟ ਹੋਣ ਉਸ ਨਾਲ ਸਮਾਜ ਦਾ ਰਸਾਤਲ ਵੱਲ ਜਾਣਾ ਸੁਭਾਵਕ ਹੈ।

ਆਪੇ ਬੀਜਿ ਆਪੇ ਹੀ ਖਾਹੁ॥ ਨਾਨਕ ਹੁਕਮੀ ਆਵਹੁ ਜਾਹੁ॥

(ਗੁਰੂ ਗ੍ਰੰਥ ਸਾਹਿਬ, ਮ. ੧, ਅੰਗ ੪)

ਇਥੇ 'ਆਪੇ' ਦਾ ਅਰਥ ਕੇਵਲ ਨਿਜੀ ਤੌਰ ਉਤੇ ਨਹੀਂ ਬਲਕਿ ਸਮਾਜ ਦੇ ਸਮੂਹਕ ਕਰਮ ਕਰਕੇ ਵੀ ਸਮਝਣਾ ਹੋਵੇਗਾ ਜਿਸ ਦੇ ਕਰਮਾਂ ਦੇ ਨਤੀਜੇ ਦੂਰਗਾਮੀ ਕਈ ਪੀੜ੍ਹੀਆਂ ਤਕ ਭੁਗਤਣੇ ਪੈਂਦੇ ਹਨ।

ਮਨੁੱਖਤਾ ਦਾ ਘਾਣ ਕਰਨ ਵਾਲੇ ਦੁਸ਼ਟਾਂ ਨੂੰ ਸਿੱਖ ਫ਼ਲਸਫ਼ੇ ਵਿਚ ਸਜ਼ਾ ਦੇਣ ਦਾ ਪ੍ਰਾਵਧਾਨ ਹੈ ਜੋ ਕਿ ਬਦਲਾ ਜਾਂ ਵੈਰ ਦੀ ਭਾਵਨਾ ਤੋਂ ਨਿਰਲੇਪ ਹੈ। ਸਿੱਖ ਨੂੰ ਕਰਾਮਾਤੀ ਸ਼ਕਤੀਆਂ ਦੀ ਆਸ ਛੱਡ ਕੇ, ਨਿਰਭਉ ਦੇ ਗੁਣ ਸਦਕਾ ਆਪਣੇ ਉਧਮ ਨਾਲ ਪ੍ਰਭੂਸੱਤਾ ਲੈਣ ਦੀ ਜਾਚ ਸਿਖਾਈ ਹੈ। ਕਰਾਮਾਤਾਂ ਤੇ ਆਸ ਰਖਣਾ ਨਿਰਭਉ ਦੇ ਗੁਣ ਦੀ ਅਣਹੋਂਦ ਹੈ।

*ਖ਼ਾਲਸੇ ਨੂੰ <u>ਕਿਰਪਾਨ</u> ਨਿਰਭਉ ਦੇ ਨਿਯਮ ਦੀ ਪਾਲਨਾ ਵਾਸਤੇ ਹੀ ਬਖ਼ਸ਼ਿਸ਼ ਕੀਤੀ ਹੈ ਜੋ ਜ਼ੁਲਮ ਨੂੰ ਠੱਲ੍ਹ ਪਾ ਕੇ ਮਜ਼ਲੂਮ ਉਤੇ 'ਕਰਿਪਾ' ਕਰਨ ਜਾਂ 'ਆਨ' ਦੀ ਰਾਖੀ ਵਾਸਤੇ ਹੈ।*

***

## ਕਰਾਮਾਤ ਕਹਿਰ

ਸੰਸਾਰ ਦੇ ਰੰਗਮੰਚ ਤੇ ਕਈ ਵਾਰ ਅਜਿਹੀਆਂ ਘਟਨਾਵਾਂ ਹੋ ਜਾਂਦੀਆਂ ਹਨ, ਜੋ ਮਨੁੱਖੀ ਸਮਝ ਤੋਂ ਪਰੇ ਹੁੰਦੀਆਂ ਹਨ। ਲੋਕ ਅਕਸਰ ਅਜਿਹੀ ਘਟਨਾਵਾਂ ਨੂੰ ਕਰਾਮਾਤ ਦਾ ਨਾਂ ਦੇ ਦਿੰਦੇ ਹਨ। ਮਨੁੱਖੀ ਸਮਝ ਦੀ ਇਸ ਕਮਜ਼ੋਰੀ ਦਾ ਪੂਜਾਰੀ ਅਕਸਰ ਫ਼ਾਇਦਾ ਉਠਾ ਕੇ ਭੋਲੀ ਭਾਲੀ ਜਨਤਾ ਦਾ ਸ਼ੋਸ਼ਨ ਕਰਦਾ ਹੈ। ਇਸ ਵਿਚ ਕੋਈ ਸ਼ੱਕ ਨਹੀਂ ਕਿ ਵਿਸ਼ਵਾਸ ਦੀ ਤਾਕਤ ਮਨੁੱਖ ਉਤੇ ਬਹੁਤ ਅਸਰ ਪਾਉਂਦੀ ਹੈ ਤੇ ਵੱਡੀ ਤੋਂ ਵੱਡੀ ਮੁਸੀਬਤ ਦਾ ਸਾਹਮਣਾ ਕਰਨ ਦੇ ਸਮਰੱਥ ਬਣਾ ਦਿੰਦੀ ਹੈ। *ਸਿੱਖ ਨੇ ਗੁਰੂ ਉਤੇ ਪੂਰਨ ਵਿਸ਼ਵਾਸ ਰਖਣਾ ਹੈ ਜਿਸ ਨਾਲ ਸਿੱਖ 'ਨਿਰਭਉ' ਦੀ ਪਰਮ ਅਵਸਥਾ ਨੂੰ ਪ੍ਰਾਪਤ ਕਰੇ। ਇਸੇ ਲਈ ਅਰਦਾਸ ਹਰ ਸਿੱਖ ਦੇ ਨਿਤਨੇਮ ਦਾ ਹਿੱਸਾ ਹੈ।*

ਮੈਡੀਕਲ ਵਿਗਿਆਨ ਵਿਚ ਦਵਾਈਆਂ ਦੇ ਅਸਰ ਦੀ ਜਾਂਚ ਕਰਨ ਲਈ ਮਰੀਜ਼ ਦੇ ਵਿਸ਼ਵਾਸ ਦੀ ਤਾਕਤ ਪਰਖੀ ਜਾਂਦੀ ਹੈ, ਜਿਸ ਵਿਚ ਮਰੀਜ਼ ਨੂੰ ਦੱਸੇ ਬਿਨਾਂ ਦਵਾਈ ਦੇ ਅਸਲ ਤੱਤਾਂ ਤੋਂ ਬਿਨਾਂ (ਜਿਵੇਂ ਖੰਡ ਦੀ ਗੋਲੀ) ਦੇ ਦਿਤੀ ਜਾਂਦੀ ਹੈ ਤੇ ਉਸ ਦਾ ਅਸਰ ਅਸਲ ਦਵਾਈ ਦੇ ਮੁਕਾਬਲੇ ਚੈੱਕ ਕੀਤਾ ਜਾਂਦਾ ਹੈ। ਕਾਫ਼ੀ ਪ੍ਰਯੋਗਾਂ ਵਿਚ ਮਰੀਜ਼ ਦਵਾਈ (ਖੰਡ ਦੀ ਗੋਲੀ) ਤੇ ਡਾਕਟਰ ਉੱਤੇ ਵਿਸ਼ਵਾਸ ਕਰਨ ਕਾਰਨ ਹੀ ਠੀਕ ਹੋ ਜਾਂਦਾ ਹੈ। ਇਸ ਵਰਤਾਰੇ ਨੂੰ ਮੈਡੀਕਲ ਵਿਗਿਆਨ ਨੇ ਪਲੇਸਬੋ ਅਸਰ (placebo effect) ਦਾ ਨਾਮ ਦਿਤਾ ਗਿਆ ਹੈ। ਇਸੇ ਤਰ੍ਹਾਂ ਜਦੋਂ ਕੋਈ ਅਖੌਤੀ ਸੰਤ, ਬਾਬੇ ਅਪਣੇ ਚੇਲਿਆਂ ਨੂੰ ਕੋਈ ਦਵਾਈ ਦੀ ਪੁੜੀ ਜਾਂ ਧਾਗੇ-ਤਵੀਤ ਦਿੰਦੇ ਹਨ ਤਾਂ ਕਈ ਵਾਰ ਪਲੇਸਬੋ ਕਾਰਨ ਚੰਗਾ ਅਸਰ ਵੀ ਹੋ ਜਾਂਦਾ ਹੈ। ਇਸ ਸੱਭ ਤੋਂ ਪ੍ਰਭਾਵਿਤ ਹੋ ਕੇ ਲੋਕ ਇਸ ਨੂੰ ਚਮਤਕਾਰ ਸਮਝ ਆਪਣਾ ਸ਼ੋਸ਼ਣ ਕਰਵਾਂਦੇ ਹਨ।

ਅਜਿਹੀਆਂ ਬਹੁਤ ਸਾਰੀਆਂ ਘਟਨਾਵਾਂ ਦਾ ਜਵਾਬ ਵਿਗਿਆਨ ਵਿਚ ਮਿਲ ਜਾਂਦਾ ਹੈ ਤੇ ਕਈ ਘਟਨਾਵਾਂ ਦਾ ਨਹੀਂ ਵੀ ਮਿਲਦਾ। ਮੁੱਦਾ ਇਸ ਬਹਿਸ ਵਿਚ ਪੈਣਾ ਦਾ ਨਹੀਂ ਕਿ ਚਮਤਕਾਰ ਹੁੰਦੇ ਹਨ ਜਾਂ ਨਹੀਂ। ਵਿਚਾਰ ਦਾ ਵਿਸ਼ਾ ਇਹ ਹੈ ਕਿ ਚਮਤਕਾਰੀ ਕਹਾਣੀਆਂ ਤੋਂ ਪ੍ਰਭਾਵਤ ਹੋ ਕੇ ਮਨੁੱਖ ਮੁਸੀਬਤ ਵਿਚੋਂ ਨਿਕਲਣ ਵਾਸਤੇ ਚਮਤਕਾਰ ਉਤੇ ਆਸ ਲਗਾਈ

ਬੈਠਦਾ ਹੈ, ਜੋ ਉਸ ਨੂੰ ਮਾਨਸਿਕ ਪੱਖੋਂ ਕਮਜ਼ੋਰ ਤੇ ਗ਼ੁਲਾਮ ਬਣਾ ਲੈਂਦਾ ਹੈ। ਇਹ ਉਸ ਨੂੰ ਰੱਬੀ ਹੁਕਮ 'ਨਿਰਭਉ' ਤੋਂ ਦੂਰ ਲੈ ਜਾਂਦਾ ਹੈ। *ਮਨੁੱਖ ਦੀ ਮਨੌਤਾਂ ਜਦੋਂ ਉਸ ਨੂੰ ਨਿਰਭਉ ਨਿਰਵੈਰ ਦੇ ਗੁਣਾਂ ਨਾਲ ਸਸ਼ਕਤ ਬਣਾਉਣ ਦੀ ਥਾਂ ਭੈਅ ਅਤੇ ਵੈਰ ਭਾਵਨਾ ਨਾਲ ਕਮਜ਼ੋਰ ਬਣਾ ਦੇਣ ਤਾਂ ਉਸ ਨੂੰ ਵਿਸ਼ਵਾਸ ਨਹੀਂ ਅੰਧ-ਵਿਸ਼ਵਾਸ ਕਹਿੰਦੇ ਹਨ।*

ਈਸਾਈ ਮਤ ਵਿਚ ਕਿਸੇ ਨੂੰ ਸੰਤ (sainthood) ਦੀ ਉਪਾਧੀ ਦੇਣ ਦੀ ਇਹ ਪ੍ਰਮੁੱਖ ਸ਼ਰਤ ਹੈ ਕਿ ਉਸ ਵਲੋਂ ਕੋਈ ਪ੍ਰਤੱਖ ਚਮਤਕਾਰ ਕੀਤੇ ਹੋਣ ਦਾ ਸਬੂਤ ਹੋਵੇ। ਇਸਲਾਮ ਮਤ ਵਿਚ ਵੀ ਚਮਤਕਾਰਾਂ ਦੀ ਬਹੁਤ ਅਹਮੀਅਤ ਹੈ। ਮੁਸਲਮਾਨਾਂ ਵਾਸਤੇ ਮੱਕੇ ਵਿਚ ਜ਼ਮ-ਜ਼ਮ ਚਸ਼ਮੇ ਦੇ ਪਾਣੀ ਦੀ ਬਹੁਤ ਮਹਾਨਤਾ ਹੈ ਕਿਉਂਕਿ ਚਸ਼ਮੇ ਦਾ ਫੁੱਟਣਾ ਹਜ਼ਰਤ ਇਬਰਾਹਿਮ ਦੇ ਲੜਕੇ ਹਜ਼ਰਤ ਇਸਮਾਈਲ ਦੇ ਚਮਤਕਾਰ ਨਾਲ ਸੰਬਧਤ ਹੈ। ਪਰ ਗੁਰਬਾਣੀ ਸਪੱਸ਼ਟ ਤੌਰ ਉਤੇ ਕਰਾਮਾਤਾਂ ਦੀ ਮਹੱਤਤਾ ਨੂੰ ਨਕਾਰਦੀ ਹੈ।

ਆਪਿ ਨਾਥੁ ਨਾਥੀ ਸਭ ਜਾ ਕੀ ਰਿਧਿ ਸਿਧਿ ਅਵਰਾ ਸਾਦ॥

(ਗੁਰੂ ਗ੍ਰੰਥ ਸਾਹਿਬ, ਮ. ੧, ਅੰਗ ੬)

ਰਿਧਿ ਸਿਧਿ ਸਭੁ ਮੋਹੁ ਹੈ ਨਾਮੁ ਨ ਵਸੈ ਮਨਿ ਆਇ॥

(ਗੁਰੂ ਗ੍ਰੰਥ ਸਾਹਿਬ, ਮ. ੩, ਅੰਗ ੫੯੩)

ਬਿਨੁ ਨਾਵੈ ਪੈਨਣੁ ਖਾਣੁ ਸਭੁ ਬਾਦਿ ਹੈ ਧਿਗੁ ਸਿਧੀ ਧਿਗੁ ਕਰਮਾਤਿ॥

(ਗੁਰੂ ਗ੍ਰੰਥ ਸਾਹਿਬ, ਮ. ੩, ਅੰਗ ੬੫੦)

ਜਿਥੇ ਗੁਰੂ ਸਾਹਿਬ ਨੇ ਸਾਨੂੰ ਸਮਝਾਇਆ ਹੈ ਰਿਧੀ-ਸਿਧੀ ਕਰਾਮਾਤਾਂ ਜਹੇ ਨਾਟਕ-ਚੇਟਕ ਅਵਰਾ ਸਾਧ, ਮੋਹ ਤੇ ਧ੍ਰਿਗ ਹਨ । ਉਸ ਦੇ ਨਾਲ-ਨਾਲ ਅਸਲੀ ਕਰਾਮਾਤ ਵੀ ਸਮਝਾਉਂਦੇ ਹੋਏ ਫ਼ੁਰਮਾਉਂਦੇ ਹਨ:

ਸਾ ਸਿਧਿ ਸਾ ਕਰਮਾਤਿ ਹੈ ਅਚਿੰਤੁ ਕਰੇ ਜਿਸੁ ਦਾਤਿ॥

ਨਾਨਕ ਗੁਰਮੁਖਿ ਹਰਿ ਨਾਮੁ ਮਨਿ ਵਸੈ ਏਹਾ ਸਿਧਿ ਏਹਾ ਕਰਮਾਤਿ॥

(ਗੁਰੂ ਗ੍ਰੰਥ ਸਾਹਿਬ, ਮ. ੩, ਅੰਗ ੬੫੦)

ਏਕੰਕਾਰ ਦਾ ਗੁਣਾਂ ਰੂਪੀ ਸੱਚਾ ਨਾਮ ਮਨ ਵਿਚ ਵੱਸ ਜਾਵੇ ਇਹੀ ਸੱਭ ਤੋਂ ਵੱਡੀ ਕਰਾਮਾਤ ਹੈ।

ਪਰ ਕੀ ਕਾਰਨ ਹੈ ਕਿ ਐਨੀ ਸਪੱਸ਼ਟ ਵਿਚਾਰਧਾਰਾ ਦੇ ਹੁੰਦਿਆਂ ਹੋਇਆਂ ਵੀ ਜਿਹੜਾ ਸਿੱਖ ਇਤਿਹਾਸ ਸਾਨੂੰ ਸੁਣਾਇਆ ਜਾਂਦਾ ਹੈ, ਉਹ ਕਰਾਮਾਤੀ ਕਹਾਣੀਆਂ ਦੇ ਨਾਲ ਭਰਿਆ ਪਿਆ ਹੈ। ਕੋਈ ਗੁਰੂ ਨਾਨਕ ਸਾਹਿਬ ਜੀ ਦੇ ਇਕ ਹੱਥ ਵਿਚੋਂ ਖ਼ੂਨ ਤੇ ਦੂਜੇ ਹੱਥ ਵਿਚੋਂ ਦੁਧ ਕਢਦਾ ਵਿਖਾਉਂਦਾ ਹੈ, ਕੋਈ ਮੱਕੇ (ਮੱਕਾ ਸ਼ਹਿਰ ਦਾ ਨਾਮ ਹੈ, ਕਾਬਾ ਧਾਰਮਕ ਅਸਥਾਨ ਹੈ) ਨੂੰ ਘੁਮਾ ਦੇਣ ਦੀ ਗੱਲ ਕਰਦਾ ਹੈ, ਕੋਈ ਗੁਰੂ ਗੋਬਿੰਦ ਸਿੰਘ ਜੀ ਨੂੰ ਪਿਛਲੇ ਜਨਮ ਵਿਚ ਹੇਮਕੁੰਟ ਦਾ ਤਪਸਵੀ ਦੱਸ ਰਿਹਾ ਹੈ, ਕੋਈ ਬਾਬਾ ਦੀਪ ਸਿੰਘ ਜੀ ਦਾ ਸਿਰ ਖੱਬੇ ਹੱਥ ਵਿਚ ਫੜਾ ਕੇ ਉਨ੍ਹਾਂ ਨੂੰ ਦੌੜਦਾ ਦਸਦਾ ਹੈ, ਕੋਈ ਰਜਨੀ ਦੇ ਪਿੰਗਲੇ ਪਤੀ ਨੂੰ ਸਰੋਵਰ ਵਿਚ ਚੁੱਭੀ ਮਾਰ ਕੇ ਠੀਕ ਹੋਇਆ ਦਸਦਾ ਹੈ ਤੇ ਹੋਰ ਵੀ ਬਹੁਤ ਸਾਰੀਆਂ ਕਹਾਣੀਆਂ ਹਨ।

ਇਨ੍ਹਾਂ ਕਰਾਮਾਤੀ ਕਹਾਣੀਆਂ ਪਿੱਛੇ ਕਿਹੜੀ ਮਾਨਸਿਕਤਾ ਕੰਮ ਕਰਦੀ ਹੈ, ਇਹ ਸਮਝਣ ਲਈ ਬ੍ਰਾਹਮਣਵਾਦ ਦੇ ਮੱਕੜ-ਜਾਲ ਨੂੰ ਸਮਝਣਾ ਜ਼ਰੂਰੀ ਹੈ। ਬ੍ਰਾਹਮਣ ਨੇ ਮੁੱਢੋਂ ਹੀ ਮਿਥਿਹਾਸਿਕ ਕਰਾਮਾਤੀ ਕਹਾਣੀਆਂ ਨਾਲ ਗ੍ਰੰਥ ਭਰੇ ਹੋਏ ਨੇ ਅਤੇ ਜ਼ੋਰ ਸ਼ੋਰ ਨਾਲ ਪ੍ਰਚਾਰ ਕਰਦੇ ਆਏ ਹਨ। ਅਨੇਕਾਂ ਹੀ ਰੱਬ ਤੇ ਦੇਵੀ-ਦੇਵਤਿਆਂ ਦੀ ਕਲਪਨਾ ਕੀਤੀ ਗਈ ਹੈ। ਕੋਈ ਦੇਵਤਾ ਆਪਣੀਆਂ ਜਟਾਵਾਂ ਵਿਚੋਂ ਗੰਗਾ ਕਢਦਾ ਹੈ, ਕਿਸੇ ਦੇ ਸਿਰ ਉੱਤੇ ਹਾਥੀ ਦਾ ਸਿਰ ਹੈ, ਕੋਈ ਸੂਰਜ ਨੂੰ ਮੂੰਹ ਵਿਚ ਪਾ ਲੈਂਦਾ ਹੈ, ਕੋਈ ਸੁਦਰਸ਼ਨ ਚੱਕਰ ਨਾਲ ਦੁਸ਼ਮਣਾਂ ਦਾ ਨਾਸ਼ ਕਰਦਾ ਹੈ, ਕੋਈ ਦੇਵੀ ਅੱਠ ਬਾਂਹਾਂ ਲਗਾ ਕੇ ਰਾਖ਼ਸ਼ਾਂ ਦਾ ਨਾਸ਼ ਕਰਦੀ ਹੈ। ਇਨ੍ਹਾਂ ਕਹਾਣੀਆਂ ਨੇ ਬ੍ਰਾਹਮਣ ਦਾ ਢਿੱਡ ਤਾਂ ਜ਼ਰੂਰ ਭਰਿਆ ਪਰ ਸਮਾਜ ਉੱਤੇ ਇਨ੍ਹਾਂ ਦਾ ਬਹੁਤ ਭੈੜਾ ਅਸਰ ਹੋਇਆ ਹੈ। ਇਹ ਕਰਾਮਾਤੀ ਕਹਾਣੀਆਂ ਸਮਾਜ ਉੱਪਰ ਕਹਿਰ ਬਣ ਕੇ ਟੁਟ ਪਈਆਂ ਕਿਉਂਕਿ ਆਮ ਲੁਕਾਈ ਨੇ ਆਪਣੇ ਆਪ ਨੂੰ ਪ੍ਰਮਾਤਮਾ ਤੋਂ ਬਹੁਤ ਦੂਰ ਸਮਝ ਲਿਆ ਜਿਸ ਦੇ ਗੁਣ ਉਹ ਕਦੇ ਨਹੀਂ ਅਪਣਾ ਸਕਦੇ। ਉਹ ਆਪਣੀ ਛੋਟੀ ਤੋਂ ਛੋਟੀ ਤਕਲੀਫ਼ ਵਾਸਤੇ ਪਰਾਲੋਕਿਕ ਤਾਕਤਾਂ ਉਤੇ ਆਸ ਰੱਖਣ ਲੱਗ ਪਏ। ਆਪਣੀਆਂ ਛੋਟੀਆਂ-ਮੋਟੀਆਂ ਰੁਕਾਵਟਾਂ ਦੂਰ ਕਰਨ ਲਈ ਕੁੰਡਲੀ, ਨਛੱਤਰ, ਧਾਗੇ-ਤਵੀਤ, ਜੰਤਰ-ਮੰਤਰ ਅਤੇ ਹੋਰ ਬਹੁਤ ਸਾਰੇ ਕਰਮਕਾਂਡਾਂ ਦਾ ਆਸਰਾ ਹੀ ਧਰਮ ਦਾ ਅੰਗ ਬਣ ਗਿਆ। ਆਮ ਜਨਤਾ ਦੀ ਆਤਮਿਕ ਅਵਸਥਾ ਢਹਿੰਦੀ ਕਲਾ ਵੱਲ ਚੱਲ ਪਈ। ਸਮਾਜ ਵਿਚ ਆਈ ਕਮਜ਼ੋਰੀ ਦਾ ਜਿਥੇ ਪੂਜਾਰੀ ਵਰਗ ਨੇ ਫ਼ਾਇਦਾ

ਉਠਾਇਆ, ਉੱਥੇ ਹੀ ਧਾੜਵੀਆਂ ਤੇ ਲੁਟੇਰਿਆਂ ਨੇ ਵੀ ਬਹੁਤ ਫ਼ਾਇਦਾ ਉਠਾਇਆ। ਹਮਲਾਵਰਾਂ ਨੇ ਦੇਸ਼ ਦੀ ਧੰਨ ਦੌਲਤ ਲੁੱਟੀ ਤੇ ਬਹੁ ਬੇਟੀਆਂ ਦੀ ਇੱਜ਼ਤ ਪੈਰਾ ਹੇਠ ਰੋਲੀ।

ਪਹਿਲੇ ਤੇ ਛੇਵੇਂ ਗੁਰੂ ਸਾਹਿਬਾਨ ਨੇ ਜਿਥੇ ਬਾਬਰ ਤੇ ਜਹਾਂਗੀਰ ਦੀ ਜੇਲ ਕੱਟੀ, ਉੱਥੇ ਪੰਚਮ ਪਾਤਸ਼ਾਹ ਨੇ ਤੱਤੀ ਤਵੀ ਉਤੇ ਬੈਠ ਲਾਹੌਰ ਵਿਚ ਤਸੀਹੇ ਝੱਲ ਕੇ ਸ਼ਹੀਦੀ ਪਾਈ, ਫਿਰ ਨੌਵੇਂ ਗੁਰੂ ਨੇ ਦਿੱਲੀ ਚਾਂਦਨੀ ਚੌਕ ਵਿਚ ਸ਼ਹੀਦੀ ਪਾਈ ਅਤੇ ਦਸ਼ਮੇਸ਼ ਪਿਤਾ ਨੇ ਆਪਣੇ ਚਾਰੇ ਸਾਹਿਬਜ਼ਾਦਿਆਂ ਨੂੰ ਕੁਰਬਾਨ ਕਰ ਦਿਤਾ, ਇਹ ਸੱਭ ਕੁੱਝ ਪ੍ਰਭੂਸਤਾ ਤੇ ਧਰਮ ਦੀ ਰਖਿਆ ਵਾਸਤੇ ਕੀਤਾ ਗਿਆ। ਗੁਰੂ ਸਾਹਿਬ ਜੀ ਦੇ ਆਪ ਪਾਏ ਪੂਰਨਿਆਂ ਕਾਰਨ ਸਿੱਖ ਦਾ ਆਚਰਨ ਤੇ ਸਿਦਕ ਏਨਾ ਦ੍ਰਿੜ੍ਹ ਹੋ ਗਿਆ ਕਿ ਉਸ ਨੇ ਪਹਾੜ ਜਿਡੀਆਂ ਮੁਸੀਬਤਾਂ ਵੀ ਪਾਰ ਕਰ ਲਈਆਂ। ਨਤੀਜੇ ਵਜੋਂ ਗ਼ੁਲਾਮੀ ਦੀ ਜ਼ੰਜੀਰ ਲਾਹ ਕੇ ਬਾਬਾ ਬੰਦਾ ਸਿੰਘ ਬਹਾਦਰ ਦੀ ਅਗਵਾਈ ਵਿਚ ਖ਼ਾਲਸਾ ਰਾਜ ਸਥਾਪਤ ਕਰ ਲਿਆ। ਇਹ ਦੁਨੀਆਂ ਦੇ ਇਤਿਹਾਸ ਵਿਚ ਇਕ ਵਿਲੱਖਣ ਕਾਰਾ ਸੀ। ਪਰ ਗੁਰੂ ਸਾਹਿਬਾਨ ਦੀਆਂ ਮਨੋਕਲਪਿਤ ਕਰਾਮਾਤੀ ਕਹਾਣੀਆਂ ਅੱਜ ਸਿੱਖ ਸਮਾਜ ਤੇ ਵੀ ਕਹਿਰ ਬਣ ਕੇ ਟੁਟ ਪਈਆਂ ਹਨ। ਸਿੱਖ ਵੀ ਕਰਾਮਾਤੀ ਕਹਾਣੀਆਂ ਦੇ ਪ੍ਰਭਾਵ ਹੇਠ ਕਰਮਕਾਂਡਾਂ ਵਿਚ ਫਸ ਕੇ ਰਹਿ ਗਿਆ ਹੈ। ਤੋਤਾ ਰਟਨ ਵਾਲੇ ਜਾਂ ਗਿਣਤੀਆਂ ਕਰ ਕੇ ਪਾਠ ਕਰਨਾ, ਪੂਰਨਮਾਸੀ, ਮਾਘੀ, ਮੱਸਿਆ ਤੇ ਸਰੋਵਰਾਂ ਵਿਚ ਇਸ਼ਨਾਨ, ਕਬਰਾਂ ਦੀ ਪੂਜਾ, ਅਖੌਤੀ ਸੰਤਾਂ ਦੀ ਸੇਵਾ ਇਹੋ ਜਹੇ ਕਈ ਕਰਮਕਾਂਡਾਂ ਨਾਲ ਮਨ ਦੀਆਂ ਮੁਰਾਦਾਂ ਪੂਰੀਆਂ ਹੋਣ ਦੀ ਲੋਕੀ ਆਸ ਲਗਾਈ ਬੈਠੇ ਹਨ। ਜੇਕਰ ਕੋਈ ਇਹ ਦਲੀਲ ਦਿੰਦਾ ਹੈ ਕਿ ਆਦਮੀ ਆਪਣਾ ਕਟਿਆ ਹੋਇਆ ਸਿਰ ਹੱਥ ਵਿਚ ਨਹੀਂ ਫੜ ਸਕਦਾ ਤਾਂ ਅੱਗੋਂ ਜਵਾਬ ਮਿਲਦਾ ਹੈ, ਜੇ ਹਾਥੀ ਦਾ ਸਿਰ ਆਦਮੀ ਨੂੰ ਲੱਗ ਸਕਦਾ ਹੈ ਤਾਂ ਫਿਰ ਇਹ ਕਿਉਂ ਨਹੀਂ ਹੋ ਸਕਦਾ। ਇਕ ਝੂਠ ਨੂੰ ਸਹੀ ਸਾਬਤ ਕਰਨ ਵਾਸਤੇ ਦੂਜੇ ਵੱਡੇ ਝੂਠ ਦਾ ਸਹਾਰਾ ਲਿਆ ਜਾਂਦਾ ਹੈ।

ਸਾਲ ੨੦੧੪ ਵਿਚ ਭਾਰਤ ਦੇ ਪ੍ਰਧਾਨ ਮੰਤਰੀ ਨਰਿੰਦਰ ਮੋਦੀ ਨੇ ਸਾਇੰਸਦਾਨਾਂ ਦੀ ਸੱਭਾ ਵਿਚ ਬਿਆਨ ਦਿਤਾ ਕਿ ਭਾਰਤ ਵਿਚ ਪਲਾਸਟਿਕ ਸਰਜਰੀ ਪੁਰਾਤਨ ਕਾਲ ਤੋਂ ਹੀ ਸੀ ਜਿਸ ਦਾ ਸਬੂਤ ਹੈ ਗਨੇਸ਼ ਭਗਵਾਨ ਕਿਉਂਕਿ ਕਿਸੇ ਸਰਜਨ ਨੇ ਹੀ ਗਨੇਸ਼ ਦੇ ਸਿਰ ਉੱਤੇ ਹਾਥੀ ਦਾ ਸਿਰ ਜੋੜਿਆ ਹੋਵੇਗਾ। ਦੁਨਿਆਂ ਭਰ ਵਿਚ ਇਸ ਬਿਆਨ ਦਾ ਖ਼ੂਬ ਮਜ਼ਾਕ ਉਡਾਇਆ ਗਿਆ ਪਰ ਕਿਸੇ ਵੀ ਗਨੇਸ਼ ਭਗਤ ਨੇ ਵਿਰੋਧ ਨਹੀਂ ਕੀਤਾ ਕਿ ਉਹ ਤਾਂ ਵੱਡਾ ਚਮਤਕਾਰ ਜਾਣ ਕੇ ਗਨੇਸ਼ ਨੂੰ ਭਗਵਾਨ ਕਰ ਕੇ ਪੂਜਦੇ ਹਨ, ਜਦਕਿ ਪ੍ਰਧਾਨ ਮੰਤਰੀ ਉਸ ਨੂੰ ਇਕ ਮਰੀਜ਼ ਦਸ

ਰਿਹਾ ਹੈ ਜਿਸ ਦਾ ਇਲਾਜ ਉਸ ਸਮੇਂ ਦੇ ਕਿਸੇ ਪਲਾਸਟਿਕ ਸਰਜਨ ਨੇ ਕੀਤਾ ਸੀ। ਸਮਾਜ ਵਿਚ ਮਰੀਜ਼ ਨਹੀਂ ਬੀਮਾਰੀ ਠੀਕ ਕਰਨ ਵਾਲਾ ਡਾਕਟਰ ਆਦਰ ਦਾ ਪਾਤਰ ਹੁੰਦਾ ਹੈ। ਵਿਰੋਧ ਹੋਵੇ ਵੀ ਕਿਵੇਂ ? *ਚਮਤਕਾਰਾਂ ਵਿਚ ਵਿਸ਼ਵਾਸ ਜਿਥੇ ਮਨੁੱਖ ਨੂੰ ਆਤਮਿਕ ਪਖੋਂ ਕਮਜ਼ੋਰ ਕਰ ਦਿੰਦਾ ਹੈ, ਉਥੇ ਹੀ ਬੋਧਿਕ ਪੱਖੋਂ ਏਨਾ ਖੋਖਲਾ ਕਰ ਦਿੰਦਾ ਹੈ ਕਿ ਸਵਾਲ ਪੁੱਛਣ ਦੀ ਕਾਬਲੀਅਤ ਹੀ ਖ਼ਤਮ ਹੋ ਜਾਂਦੀ ਹੈ।*

ਸਿੱਖ ਸਮਾਜ ਵਿਚ ਕਰੱਪਸ਼ਨ, ਬਈਮਾਨੀ ਦੀ ਕਮਾਈ ਕਰਨ ਵਾਲੇ ਜਾਤ ਅਭਿਮਾਨੀ ਮਲਿਕ ਭਾਗੋਆਂ ਦੀ ਭਰਮਾਰ ਹੈ। ਅਖੌਤੀ ਡੇਰੇਦਾਰ ਬੜੇ ਚਾਈਂ-ਚਾਈਂ ਉਨ੍ਹਾਂ ਦੇ ਘਰ ਦੀ ਰੋਟੀ ਛਕਦੇ ਹਨ ਕਿਉਂਕਿ ਇਨ੍ਹਾਂ ਦੀ ਰੋਟੀ ਵਿਚੋਂ ਖ਼ੂਨ ਨਹੀਂ ਨਿਕਲਦਾ। ਦਰਅਸਲ ਗੁਰੂ ਨਾਨਕ ਸਾਹਿਬ ਜੀ ਵੇਲੇ ਵੀ ਮਲਿਕ ਭਾਗੋ ਦੀ ਰੋਟੀ ਵਿਚੋਂ ਖ਼ੂਨ ਨਹੀਂ ਸੀ ਨਿਕਲਿਆ। ਮਲਿਕ ਭਾਗੋ ਇਹ ਕਿਵੇਂ ਸਹਾਰ ਸਕਦਾ ਸੀ ਕਿ ਗੁਰੂ ਨਾਨਕ ਸਾਹਿਬ ਜੀ ਉਸ ਦੀ ਹਵੇਲੀ ਦੇ ਛੱਤੀ ਪਕਵਾਨਾਂ ਨੂੰ ਠੁਕਰਾ ਕੇ ਭਾਈ ਲਾਲੋ ਦੀ ਝੁੱਗੀ ਵਿਚ ਬੈਠ ਗਏ ਹਨ ਜੋ ਨਾ ਸਿਰਫ਼ ਗ਼ਰੀਬ ਹੈ ਬਲਕਿ ਅਖੌਤੀ ਨੀਵੀਂ ਜਾਤ ਦਾ ਵੀ ਹੈ। ਇਹ ਮਲਿਕ ਭਾਗੋ ਦੇ ਹੰਕਾਰ ਉਤੇ ਭਾਰੀ ਸੱਟ ਸੀ। ਇਹ ਗੱਲ ਉਸ ਨੂੰ ਪਹਿਲੇ ਕਿਸੇ ਨੇ ਨਹੀਂ ਸੀ ਦਸੀ ਕਿ ਰੱਬੀ ਨਜ਼ਰ ਵਿਚ ਜਾਤ ਅਭਿਮਾਨੀ ਬਈਮਾਨ ਰਹੀਸ ਨਾਲੋਂ ਦਸਾਂ ਨਹੁੰਆਂ ਦੀ ਕਿਰਤ ਕਰ ਕੇ ਕੋਦਰੇ ਦੀ ਰੋਟੀ ਖਾਣ ਵਾਲਾ ਅਖੌਤੀ ਨੀਵੀਂ ਜਾਤ ਵਾਲਾ ਪ੍ਰਵਾਨ ਹੈ। *ਗ਼ਰੀਬਾਂ ਦਾ ਹੱਕ ਮਾਰ ਕੇ ਇਕੱਠਾ ਕੀਤਾ ਗਿਆ ਧਨ ਗੁਰੂ ਸਾਹਿਬ ਜੀ ਦੀ ਨਜ਼ਰ ਵਿਚ ਗ਼ਰੀਬਾਂ ਦੇ ਖ਼ੂਨ ਦੇ ਬਰਾਬਰ ਹੀ ਸੀ ਪਰ ਇਹ ਖ਼ੂਨ ਅੱਜ ਦੇ ਅਖੌਤੀ ਸੰਤਾਂ ਤੇ ਡੇਰੇਦਾਰਾਂ ਨੂੰ ਵਿਖਾਈ ਹੀ ਨਹੀਂ ਦਿੰਦਾ:*

ਜੇ ਰਤੁ ਲਗੈ ਕਪੜੈ ਜਾਮਾ ਹੋਇ ਪਲੀਤੁ ॥
ਜੋ ਰਤੁ ਪੀਵਹਿ ਮਾਣਸਾ ਤਿਨ ਕਿਉ ਨਿਰਮਲੁ ਚੀਤੁ ॥

(ਗੁਰੂ ਗ੍ਰੰਥ ਸਾਹਿਬ, ਮ. ੧, ਅੰਗ ੧੪੦)

ਅੱਜ ਸਿੱਖ ਸਮਾਜ ਦੀ ਹਾਲਤ ਬੜੀ ਤਰਸਯੋਗ ਬਣੀ ਹੋਈ ਹੈ। ਭਾਰਤੀ ਸੰਵਿਧਾਨ ਨੇ ਸਾਨੂੰ ਹਿੰਦੂ ਗਰਦਾਨਿਆ ਹੋਇਆ ਹੈ। ੧੯੮੪ ਵਿਚ ਸਾਡੀ ਨਸਲਕੁਸ਼ੀ ਕਰਨ ਵਾਲੇ ਆਜ਼ਾਦ ਹੀ ਨਹੀਂ ਘੁੰਮ ਰਹੇ ਬਲਕਿ ਰਾਜ ਭਾਗ ਮਾਣ ਰਹੇ ਹਨ। ਜਿਹੜੀ ਸਿੱਖ ਕੌਮ ਕਿਸੇ ਸਮੇਂ ਖ਼ੁਦ ਰਾਜ ਭਾਗ ਦੀ ਮਾਲਕ ਸੀ ਅੱਜ ਆਪਣੇ ਕਾਤਲਾਂ ਦੇ ਰਾਜ ਪ੍ਰਬੰਧ ਦੇ ਅਧੀਨ ਹੈ। ਪੰਜਾਬ ਦਾ

ਪਾਣੀ ਲੁਟਿਆ ਜਾ ਰਿਹਾ ਹੈ ਅਤੇ ਧਰਤੀ ਬੰਜਰ ਹੋਣ ਵੱਲ ਵੱਧ ਰਹੀ ਹੈ। ਆਉ ਅੱਜ ਜ਼ਰੂਰਤ ਹੈ ਗੁਰਬਾਣੀ ਆਸ਼ੇ ਅਨੁਸਾਰ ਕਰਾਮਾਤੀ ਸ਼ਕਤੀਆਂ ਦੀ ਆਸ ਨੂੰ ਛੱਡ ਕੇ 'ਨਿਰਭਉ' ਹੋਕੇ ਆਪਣੀ ਜ਼ਮੀਰ ਨੂੰ ਉੱਚਾ ਚੁਕੀਏ ਤੇ ਚੜ੍ਹਦੀ ਕਲਾ ਵਿਚ ਰਹਿ ਕੇ ਪੰਥ ਦਾ ਭਵਿੱਖ ਸੰਵਾਰੀਏ।

**✳✳✳**

# ਨਿਰਵੈਰੁ

ਏਕੰਕਾਰ (੧ੴ) ਦਾ ਅਗਲਾ ਹੁਕਮ ਰੂਪੀ ਗੁਣ 'ਨਿਰਵੈਰੁ' ਹੈ। ਇਕ ਕਰਣਹਾਰ ਨੂੰ ਕਿਸੇ ਨਾਲ ਕੋਈ ਵੈਰ ਨਹੀਂ ਹੈ। ਜੇਕਰ ਸਾਰੇ ਬ੍ਰਹਿਮੰਡ ਦਾ ਕਰਤਾ ਉਹ ਖ਼ੁਦ ਹੀ ਹੈ ਤੇ ਸ੍ਰਿਸ਼ਟੀ ਉਤੇ ਸੱਭ ਕੁੱਝ ਉਸ ਦੇ ਹੁਕਮ ਅਨੁਸਾਰ ਹੀ ਚੱਲ ਰਿਹਾ ਹੈ ਤਾਂ ਫਿਰ ਆਪਣੀ ਕਿਰਤ ਨਾਲ ਵੈਰ ਕਰਨ ਦਾ ਸਵਾਲ ਹੀ ਪੈਦਾ ਨਹੀਂ ਹੁੰਦਾ।

ਤੂ ਨਿਹਚਲੁ ਨਿਰਵੈਰੁ ਸਚੁ ਸਚਾ ਤੁਧੁ ਦਰਬਾਰੁ ॥
ਕੀਮਤਿ ਕਹਣੁ ਨ ਜਾਈਐ ਅੰਤੁ ਨ ਪਾਰਾਵਾਰੁ ॥

(ਗੁਰੂ ਗ੍ਰੰਥ ਸਾਹਿਬ, ਮ. ੫, ਅੰਗ ੯੬੨)

ਤਿਸ ਕਾ ਸਰੀਕੁ ਕੋ ਨਹੀ ਨਾ ਕੋ ਕੰਟਕੁ ਵੈਰਾਈ ॥
ਨਿਹਚਲ ਰਾਜੁ ਹੈ ਸਦਾ ਤਿਸੁ ਕੇਰਾ ਨਾ ਆਵੈ ਨਾ ਜਾਈ ॥

(ਗੁਰੂ ਗ੍ਰੰਥ ਸਾਹਿਬ, ਮ. ੩, ਅੰਗ ੫੯੨)

ਸੱਚੇ ਹੁਕਮ ਦਾ ਨਿਰਵੈਰਤਾ ਦਾ ਨਿਯਮ ਸਰਬ ਸਾਂਝਾ ਹੈ, ਇਸ ਵਿਚ ਕੋਈ ਵੀ ਸ਼ਰਤ ਨਹੀਂ ਹੈ। *ਪ੍ਰਮਾਤਮਾ ਨਾ ਸਿਰਫ਼ ਆਪਣੇ ਭਗਤਾਂ ਲਈ ਹੀ, ਸਗੋਂ ਨਾਸਤਕ ਲੋਕਾਂ ਨਾਲ ਵੀ ਬਰਾਬਰ ਨਿਰਵੈਰ ਹੈ।* ਉਹ ਸੱਭ ਨੂੰ ਬਰਾਬਰ ਸਮਝਦਾ ਹੈ। ਉਹ ਪੁੰਨੀ ਤੇ ਪਾਪੀ ਦੋਵਾਂ ਲਈ ਬਰਾਬਰ ਹੈ। ਉਹ ਕਿਸੇ ਨਾਲ ਨਫ਼ਰਤ ਨਹੀਂ ਕਰਦਾ।

ਓਨਿ ਵੈਰੀ ਮਿਤ੍ਰ ਸਮ ਕੀਤਿਆ ਸਭ ਨਾਲਿ ਸੁਭਾਈ॥

(ਗੁਰੂ ਗ੍ਰੰਥ ਸਾਹਿਬ, ਮ. ੫, ਅੰਗ ੧੧੦੦)

ਉਹ ਭਗਤ ਜਨਾਂ ਦੇ ਗੁਣ ਗਾਉਣ ਨਾਲ ਵੱਡਾ ਨਹੀਂ ਹੋ ਜਾਂਦਾ ਤੇ ਨਾ ਹੀ ਮਨਮੁੱਖਾਂ ਦੇ ਬੁਰਾ ਭਲਾ ਕਹਿਣ ਨਾਲ ਉਸ ਦੀ ਹਸਤੀ ਉਤੇ ਕੋਈ ਫ਼ਰਕ ਪੈਂਦਾ ਹੈ।

ਜੇ ਸਭਿ ਮਿਲਿ ਕੈ ਆਖਣ ਪਾਹਿ ॥ ਵਡਾ ਨ ਹੋਵੈ ਘਾਟਿ ਨ ਜਾਇ ॥

(ਗੁਰੂ ਗ੍ਰੰਥ ਸਾਹਿਬ, ਮ. ੧, ਅੰਗ ੯)

ਵਾਹੁ ਵਾਹੁ ਸਤਿਗੁਰ ਨਿਰਵੈਰੁ ਹੈ ਜਿਸੁ ਨਿੰਦਾ ਉਸਤਤਿ ਤੁਲਿ ਹੋਇ ॥

(ਗੁਰੂ ਗ੍ਰੰਥ ਸਾਹਿਬ, ਮ. ੪, ਅੰਗ ੧੪੨੧)

ਪੁਜਾਰੀ ਨੇ ਤੀਰਥ ਇਸ਼ਨਾਨ, ਤਪ ਸਾਧਨਾ, ਵਰਤ ਰੱਖਣਾ ਭਾਵ ਕਿ ਭੁਖਾ ਰਹਿਣਾ, ਪੁੰਨ-ਦਾਨ, ਜਤ ਆਦਿ ਕਈ ਤਰੀਕਿਆਂ ਨਾਲ 'ਰੱਬ ਨੂੰ ਖ਼ੁਸ਼ ਕਰਨ' ਦਾ ਭਰਮ ਫੈਲਾਇਆ ਹੋਇਆ ਹੈ। ਪਰ ਇਨ੍ਹਾਂ ਪੁਜਾਰੀਆਂ ਨੂੰ ਇਹ ਨਹੀਂ ਪਤਾ ਕਿ ਅਕਾਲਪੁਰਖ ਅਪਣੇ ਹੁਕਮ ਨਿਰਵੈਰੁ ਹੋਣ ਕਰਕੇ ਕਿਸੇ ਵੀ ਖ਼ੁਸ਼ਾਮਦ ਦਾ ਭੁੱਖਾ ਨਹੀਂ ਹੈ।

ਤੀਰਥੁ ਤਪੁ ਦਇਆ ਦਤੁ ਦਾਨੁ॥ ਜੇ ਕੋ ਪਾਵੈ ਤਿਲ ਕਾ ਮਾਨੁ ॥

(ਗੁਰੂ ਗ੍ਰੰਥ ਸਾਹਿਬ, ਮ. ੧, ਅੰਗ ੪)

ਤੀਰਥ ਵਰਤ ਨੇਮ ਕਰਹਿ ਉਦਿਆਨਾ॥ ਜਤੁ ਸਤੁ ਸੰਜਮੁ ਕਥਹਿ ਗਿਆਨਾ॥
ਰਾਮ ਨਾਮ ਬਿਨੁ ਕਿਉ ਸੁਖੁ ਪਾਈਐ ਬਿਨੁ ਸਤਿਗੁਰ ਭਰਮੁ ਨ ਜਾਇਆ॥

(ਗੁਰੂ ਗ੍ਰੰਥ ਸਾਹਿਬ, ਮ. ੧, ਅੰਗ ੧੦੪੩)

ਨਿਰਵੈਰਤਾ ਤੋਂ ਇਹ ਭਾਵ ਨਹੀਂ ਕਿ ਚੰਗੇ-ਮੰਦੇ ਕਰਮਾਂ ਦਾ ਨਤੀਜਾ ਇਕ ਹੀ ਹੁੰਦਾ ਹੈ। ਕਰਮਾਂ ਅਨੁਸਾਰ ਹੱਲ ਵੈਰ ਨਹੀਂ ਸਗੋਂ ਨਿਰਭਉ ਅਨੁਸਾਰ ਸ੍ਰਿਸ਼ਟੀ ਨੂੰ ਚਲਾਉਣ ਦਾ ਅਟੱਲ ਅਸੂਲ ਹੈ।

ਆਪੇ ਬੀਜਿ ਆਪੇ ਹੀ ਖਾਹੁ॥ ਨਾਨਕ ਹੁਕਮੀ ਆਵਹੁ ਜਾਹੁ॥

(ਗੁਰੂ ਗ੍ਰੰਥ ਸਾਹਿਬ, ਮ. ੧, ਅੰਗ ੪)

ਜੇਹਾ ਬੀਜੈ ਸੋ ਲੁਣੈ ਕਰਮਾ ਸੰਦੜਾ ਖੇਤੁ॥

(ਗੁਰੂ ਗ੍ਰੰਥ ਸਾਹਿਬ, ਮ. ੫, ਅੰਗ ੧੩੪)

ਕਰਤਾਰ ਨੇ ਕੁਦਰਤੀ ਸ੍ਰੋਤ ਜਿਵੇਂ ਧਰਤ, ਹਵਾ ਤੇ ਪਾਣੀ ਬਿਨਾਂ ਕਿਸੇ ਪੱਖਪਾਤ ਜਾਂ ਵੈਰ ਦੇ ਸੱਭ ਪ੍ਰਾਣੀਆਂ ਲਈ ਮੁਹਈਆ ਕਰਵਾਏ ਹਨ। ਧਰਤੀ ਦੇ ਇਕ ਪਾਸਿਉਂ ਤੋਂ ਦੂਜੇ ਪਾਸੇ ਜਾਣ ਲਈ ਕੁਦਰਤ ਨੇ ਕੋਈ ਰੋਕ ਨਹੀਂ ਲਗਾਈ। ਪਰ ਮਨੁੱਖ ਨੇ ਧਰਤੀ ਉਤੇ ਸਰਹੱਦਾਂ ਮਿੱਥ ਕੇ ਵੱਖ-ਵੱਖ ਦੇਸ਼ ਬਣਾ ਲਏ। ਧਰਤੀ ਉਤੇ ਜਿਹੜੇ ਦੇਸ਼ ਨਿਰਵੈਰ ਭਾਵਨਾ ਨਾਲ ਆਪਣੇ ਨਾਗਰਿਕਾਂ ਦਾ ਖਿਆਲ ਰਖਦੇ ਹਨ ਤੇ ਕੁਦਰਤੀ ਸੋਮੀਆਂ ਦੀ ਸੰਭਾਲ ਦਾ ਚੰਗਾ ਪ੍ਰਬੰਧ ਦਿੰਦੇ ਹਨ, ਉਹ ਮੁਬਾਰਕ ਹਨ। ਪਰ ਇਸ ਦੇ ਉਲਟ ਜਿਸ ਦੇਸ਼ ਵਿਚ ਨਾਗਰਿਕਾਂ ਦੀ ਅਖੌਤੀ ਦੇਸ਼-ਭਗਤੀ ਦੀ ਮਿਆਰ ਗੁਆਂਢੀ ਦੇਸ਼ ਨਾਲ ਵੈਰ ਕਰਨ ਉਤੇ ਹੀ ਟਿੱਕੀ ਹੋਵੇ, ਅਜਿਹੇ ਪ੍ਰਬੰਧ ਹੇਠ ਮਨੁੱਖੀ ਕਦਰਾਂ ਕੀਮਤਾਂ ਨੂੰ ਕਿੰਨੀ ਕੁ ਅਹਿਮੀਅਤ ਦਿਤੀ ਜਾਂਦੀ ਹੋਵੇਗੀ, ਇਸ ਬਾਰੇ ਅੰਦਾਜ਼ਾ ਲਗਾਉਣਾ ਬਹੁਤਾ ਮੁਸ਼ਕਲ ਨਹੀਂ ਹੈ।

ਭਾਰਤ ਵਿਚ ਕੁਦਰਤੀ ਸੋਮਿਆਂ ਦੀ ਕਾਣੀ ਵੰਡ ਦਾ ਇਹ ਹਾਲ ਹੈ ਕਿ ਜਿਥੇ ਮੁੱਠੀ ਭਰ ਅਮੀਰ ਇਕ ਪਾਸੇ ਅਪਣੇ ਘਰ ਬਣੇ ਨਿਜੀ ਸਵੀਮਿੰਗ ਪੂਲ (private swimming pool) ਵਿਚ ਤੈਰਾਕੀਆਂ ਲਗਾਉਂਦੇ ਹਨ ਅਤੇ ਕ੍ਰਿਕਟ ਸਟੇਡੀਅਮ ਵਾਸਤੇ ਹਜਾਰਾਂ ਲੀਟਰ ਪਾਣੀ ਉਪਲੱਬਧ ਹੈ, ਉਥੇ ਹੀ ਕਰੋੜਾਂ ਲੋਕ ਪੀਣਯੋਗ ਪਾਣੀ ਲਈ ਤਰਸਦੇ ਆਮ ਹੀ ਵੇਖੇ ਜਾ ਸਕਦੇ ਹਨ। ਇਹ ਸੱਭ ਉਦੋਂ ਜਦ ੨੦੧੯ ਦੀ ਗਲੋਬਲ ਪਾਣੀ ਗੁਣਵੱਤਾ ਸੂਚੀ (Global Water Quality Index) ਅਨੁਸਾਰ ੧੨੨ ਦੇਸ਼ਾਂ ਵਿਚੋਂ ਭਾਰਤ ਦਾ ਸ਼ਰਮਨਾਕ ੧੨੦ਵਾਂ ਸਥਾਨ ਹੈ।

ਬ੍ਰਹਿਮਣਵਾਦ ਦੇ ਕਰਮਕਾਂਡ, ਮਿਥਿਹਾਸ ਤੇ ਵਿਤਕਰਿਆਂ ਉਤੇ ਖੜੇ ਸਮਾਜ ਨੇ ਮਨੁੱਖਤਾ ਨੂੰ ਵਿਨਾਸ ਵੱਲ ਹੀ ਧੱਕਿਆ ਹੈ। ਜੇਕਰ ਬ੍ਰਹਿਮਣੀ ਰਾਜ ਅਧੀਨ ਭੁੱਖਮਰੀ, ਭ੍ਰਿਸ਼ਟਾਚਾਰ, ਕਤਲ-ਏ-ਆਮ, ਬਲਾਤਕਾਰ, ਕੁਪੋਸ਼ਨ, ਅਸਮਾਨਤਾ ਤੇ ਹੋਰ ਧੱਕੇਸ਼ਾਹੀਆਂ ਦੀਆਂ ਘਟਨਾਵਾਂ ਆਮ ਹੀ ਵਾਪਰਦੀਆਂ ਹਨ ਤਾਂ ਇਹ ਏਕੰਕਾਰ ਦੇ ਨਿਰਵੈਰਤਾ ਦੇ ਗੁਣ ਨੂੰ ਵਿਸਾਰਣ ਦਾ ਹੀ ਨਤੀਜਾ ਹੈ।

ਨਿਰਵੈਰਤਾ ਦਾ ਗੁਣ ਪ੍ਰਮਾਤਮਾ ਦੇ ਭਗਤਾਂ ਦੀ ਨਿਸ਼ਾਨੀ ਹੈ:

ਪਾਰਬ੍ਰਹਮ ਕੇ ਭਗਤ ਨਿਰਵੈਰ ॥

(ਗੁਰੂ ਗ੍ਰੰਥ ਸਾਹਿਬ, ਮ. ੫, ਅੰਗ ੧੧੪੫)

ਨਿਰਵੈਰਤਾ ਵਿਚੋਂ ਹੀ ਦਇਆ ਤੇ ਸੰਤੋਖ ਦਾ ਜਨਮ ਹੁੰਦਾ ਹੈ। *ਸਿੱਖੀ ਵਿਚ ਸਰਬੱਤ ਦਾ ਭਲਾ, ਵੰਡ ਛਕੋ ਤੇ ਬਿਨਾਂ ਕਿਸੇ ਭੇਦ-ਭਾਵ ਦੇ ਸਾਂਝੇ ਗੁਰੂ ਕੇ ਲੰਗਰ ਦੇ ਨਿਆਰੇ ਅਸੂਲ ਨਿਰਵੈਰਤਾ ਵਿਚੋਂ ਹੀ ਜਨਮੇ ਹਨ।* ਇਸ ਦੇ ਉਲਟ ਬ੍ਰਾਹਮਣਵਾਦ ਵੱਲੋਂ ਘੜਿਆ ਜਾਤ-ਪਾਤ, ਰੰਗ-ਨਸਲ ਤੇ ਲਿੰਗ ਭੇਦ ਦੇ ਅਧਾਰ ਉਤੇ ਸਮਾਜ ਵਿਚ ਵਿਤਕਰੇ ਨਿਰਵੈਰਤਾ ਦੇ ਅਸੂਲ ਦੇ ਉਲਟ ਹਨ। ਇਹ ਕਹਿਣਾ ਗ਼ਲਤ ਨਹੀਂ ਹੋਵੇਗਾ ਕਿ ਬ੍ਰਾਹਮਣਵਾਦ ਏਕੰਕਾਰ ਦੇ ਹੁਕਮ ਦੀ ਅਵਗਿਆ ਹੈ। ਸਿੱਖੀ ਵਿਚ ਬ੍ਰਾਹਮਣਵਾਦ ਦੀ ਘੁਸਪੈਠ, ਸਿੱਖੀ ਨੂੰ ਢਹਿੰਦੀ ਕਲਾ ਵੱਲ ਲਿਜਾਣ ਦਾ ਤਾਂ ਕਾਰਨ ਹੈ ਹੀ ਬਲਕਿ ਇਸ ਦੀ ਨਿਆਰੀ ਹੋਂਦ ਉਤੇ ਵੀ ਖ਼ਤਰਾ ਹੈ ਕਿਉਂਕਿ ਸਿੱਖੀ ਦੇ ਅਸੂਲ ਏਕੰਕਾਰ ਦੇ ਹੁਕਮ ਅਨੁਸਾਰ ਘੜੇ ਹਨ ਜਦਕਿ ਬ੍ਰਾਹਮਣਵਾਦ ਹੁਕਮ ਅੰਦੂਲੀ ਕਰਦਾ ਹੈ। ਨਿਰਵੈਰ ਨਾਲ ਵੈਰ ਕਮਾਉਣਾ ਤਾਂ ਇਸ ਤਰ੍ਹਾਂ ਹੈ ਜਿਵੇਂ ਆਪਣੇ ਗੁਣਾਂ ਰੂਪੀ ਘਰ ਨੂੰ ਆਪਣੇ ਹੱਥੀਂ ਅੱਗ ਲਗਾਉਣਾ:

ਨਿਰਵੈਰੈ ਨਾਲਿ ਵੈਰੁ ਰਚਾਇਦਾ ਅਪਣੈ ਘਰਿ ਲੂਕੀ ਲਾਇ ॥

(ਗੁਰੂ ਗ੍ਰੰਥ ਸਾਹਿਬ, ਮ. ੩, ਅੰਗ ੧੪੧੫)

ਨਿਰਵੈਰ ਹੋ ਕੇ ਮਨੁੱਖ ਜਿਥੇ ਕਿਸੇ ਦੂਜੇ ਨੂੰ ਭੈਅ ਨਹੀਂ ਦਿੰਦਾ, ਉਥੇ ਹੀ ਨਿਰਭਉ ਹੋ ਕੇ ਕਿਸੇ ਦਾ ਡਰ ਜਾਂ ਭੈਅ ਵੀ ਨਹੀਂ ਕਬੂਲਦਾ:

ਭੈ ਕਾਹੂ ਕਉ ਦੇਤ ਨਹਿ ਨਹਿ ਭੈ ਮਾਨਤ ਆਨ ॥

ਕਹੁ ਨਾਨਕ ਸੁਨਿ ਰੇ ਮਨਾ ਗਿਆਨੀ ਤਾਹਿ ਬਖਾਨਿ ॥

(ਗੁਰੂ ਗ੍ਰੰਥ ਸਾਹਿਬ, ਮ. ੯, ਅੰਗ ੧੪੨੭)

# ਅਕਾਲ ਮੂਰਤਿ

ਏਕੰਕਾਰ ਦਾ ਸਾਰਾ ਪਸਾਰਾ ਸਤਿਨਾਮੁ ਅਧੀਨ ਹੈ। ਉਸ ਦਾ ਨਾਮ ਜਾਂ ਹੁਕਮ ਕਰਤਾ ਪੁਰਖੁ, ਨਿਰਭਉ, ਨਿਰਵੈਰੁ ਦੇ ਨਿਯਮ ਅਧੀਨ ਹੈ। ਇਹ ਨਾਮ ਜਾਂ ਹੁਕਮ ਸਤਿ ਕਿਵੇਂ ਹੈ ? ਮੂਲਮੰਤਰ ਦੇ ਅਗਲੇ ਤਿੰਨ ਸ਼ਬਦ ਇਸ ਨੂੰ ਸਮਝਾਉਂਦੇ ਹਨ: ਅਕਾਲ ਮੂਰਤਿ, ਅਜੂਨੀ, ਸੈਭੰ।

ਏਕੰਕਾਰ ਸਤਿ ਕਿਵੇਂ ਹੈ ? ਇਸ ਦਾ ਸੱਭ ਤੋਂ ਪਹਿਲਾ ਕਾਰਨ ਇਹ ਹੈ ਕਿ ਉਹ 'ਅਕਾਲ ਮੂਰਤਿ' ਹੈ। ਕਾਲ ਦੇ ਅਰਥ ਸਮਾਂ ਜਾਂ ਫਿਰ ਮ੍ਰਿਤੂ ਹੁੰਦੇ ਹਨ। ਕਾਲ ਦਾ ਉਲਟ ਸ਼ਬਦ ਅਕਾਲ ਹੈ, ਜੋ ਸਮੇਂ ਦੇ ਬੰਧਨਾਂ ਵਿਚ ਨਹੀਂ ਬੱਝਦਾ, ਜਿਸ ਨੂੰ ਮੌਤ ਨਹੀਂ ਆਉਂਦੀ, ਜਿਸ ਦਾ ਕੋਈ ਅੰਤ ਹੀ ਨਹੀਂ ਹੈ। ਮੂਰਤਿ ਤੋਂ ਭਾਵ ਹੈ ਮੂਰਤੀ ਜਾਂ ਹਸਤੀ। ਇਸ ਲਈ ਅਕਾਲ ਮੂਰਤਿ ਦਾ ਅਰਥ ਪ੍ਰਮਾਤਮਾ ਦੀ ਹਸਤੀ ਜਾਂ ਹੋਂਦ ਦਾ ਕੋਈ ਅੰਤ ਨਾ ਹੋਣਾ ਹੈ ਕਿਉਂਕਿ ਪ੍ਰਮਾਤਮਾ ਸਮੇਂ ਦੇ ਬੰਧਨ ਵਿਚ ਨਹੀਂ ਆਉਂਦਾ। ਕਾਲ ਤੋਂ ਮੁਕਤ ਹੋਣ ਕਰਕੇ ਪ੍ਰਮਾਤਮਾ ਵਿਨਾਸ਼ ਰਹਿਤ (ਅਬਿਨਾਸੀ) ਹੈ ਅਤੇ ਉਹ ਕਿਤੇ ਨਹੀਂ ਜਾਂਦਾ, ਉਹ ਤਾਂ ਹਮੇਸ਼ਾ ਹਾਜ਼ਰ ਰਹਿੰਦਾ ਹੈ:

ਅਕਾਲ ਮੂਰਤਿ ਵਰੁ ਪਾਇਆ ਅਬਿਨਾਸੀ ਨਾ ਕਦੇ ਮਰੈ ਨ ਜਾਇਆ॥

(ਗੁਰੂ ਗ੍ਰੰਥ ਸਾਹਿਬ, ਮ. ੪, ਅੰਗ ੭੮)

ਮਨੁੱਖ ਦੀ ਸਮਝ ਸਿਰਫ਼ ਆਪਣੀਆਂ ਇੰਦ੍ਰੀਆਂ ਦੀ ਸਮਰੱਥਾ ਤਕ ਹੀ ਸੀਮਤ ਹੁੰਦੀ ਹੈ। ਉਹ ਜਦੋਂ ਤਕ ਅਪਣੀਆਂ ਅੱਖਾਂ ਨਾਲ ਵੇਖ, ਹੱਥਾਂ ਨਾਲ ਛੂਹ, ਕੰਨਾਂ ਨਾਲ ਸੁਣ, ਨੱਕ ਨਾਲ ਸੁੰਘ, ਜੁਬਾਨ ਨਾਲ ਚੱਖ, ਜਾਂ ਆਪਣੀ ਤਵੱਚਾ ਨਾਲ ਮਹਿਸੂਸ ਨਾ ਕਰ ਲਵੇ, ਉਹ ਉਦੋਂ ਤਕ ਕਿਸੇ ਵੀ ਚੀਜ਼ ਜਾਂ ਹੋਂਦ ਨੂੰ ਕਬੂਲ ਨਹੀਂ ਕਰਦਾ। ਉਹ ਆਪਣੀਆਂ ਇੰਦ੍ਰੀਆਂ ਨਾਲ ਮਹਿਸੂਸ ਕੀਤੀ ਹਸਤੀ ਦੀ ਆਪਣੇ ਚਿੱਤ ਵਿਚ ਮੂਰਤ ਘੜਦਾ ਹੈ ਤੇ ਉਸ ਪ੍ਰਤੀ ਆਪਣੀ ਸਮਝ ਪੈਦਾ ਕਰਦਾ ਹੈ। ਆਪਣੀ ਇਸੇ ਕਮਜ਼ੋਰੀ ਅਧੀਨ ਮਨੁੱਖ ਨੇ ਰੱਬ ਦੀਆਂ ਵੀ ਕਈ ਤਰ੍ਹਾਂ ਦੀਆਂ ਮੂਰਤੀਆਂ ਘੜ ਲਈਆਂ ਹਨ। ਬ੍ਰਾਹਮਣੀ ਮਤ ਦੀ ਤਾਂ ਨੀਂਹ ਹੀ ਮੂਰਤੀ ਪੂਜਾ ਉਤੇ ਰੱਖੀ ਹੋਈ ਹੈ। ਮਨੁੱਖੀ ਸੀਮਾਵਾਂ ਵਿਚੋਂ ਜਨਮੀ ਸਮਝ ਦੀ ਕਮਜ਼ੋਰੀ ਨੂੰ ਛੁਪਾਉਣ ਲਈ ਮੂਰਤੀ ਪੂਜਕਾਂ ਵਲੋਂ ਇਹ ਦਲੀਲ ਅਕਸਰ ਸੁਣਨ ਨੂੰ ਮਿਲਦੀ ਹੈ ਕਿ ਮੂਰਤੀ ਵਿਚ ਧਿਆਨ ਲਗਾਉਣ ਨਾਲ ਮਨ ਦੀ ਇਕਾਗਰਤਾ ਵਿਚ ਅਸਾਨੀ ਹੋ ਜਾਂਦੀ ਹੈ। ਪਰ ਉਨ੍ਹਾਂ ਦੀ ਇਹ ਦਲੀਲ ਵੀ ਮੂਲਮੰਤਰ

ਦੇ ਮੁਢਲੇ ਅਸੂਲਾਂ ਦੇ ਵਿਰੁਧ ਹੈ ਕਿਉਂਕਿ ਏਕੰਕਾਰ ਹੀ ਕਰਤਾ ਪੁਰਖ ਹੈ। ਸਾਰਾ ਬ੍ਰਹਿਮੰਡ ਹੀ ਉਸ ਦੀ ਕਿਰਤ ਹੈ ਤੇ ਉਹ ਇਸ ਵਿਚ ਬਿਰਾਜਮਾਨ ਹੈ। ਇਕ ਕਰਤਾਰ ਨੂੰ ਮੂਰਤੀ ਤੱਕ ਸੀਮਤ ਕਰ ਲੈਣ ਨਾਲ ਕਿਰਤ ਪ੍ਰਤੀ ਨਿਰਵੈਰਤਾ ਦੀ ਭਾਵਨਾ ਪੈਦਾ ਨਹੀਂ ਹੋ ਸਕਦੀ। *ਰੱਬ ਨੂੰ ਕੁਦਰਤ ਤੋਂ ਵਖਰਾ ਕਰ ਮੂਰਤੀ ਵਿਚ ਮਿੱਥ ਕੇ, ਮੂਰਤੀ ਪੂਜਕ ਪੱਥਰ ਜਾਂ ਤਸਵੀਰ ਦੀ ਪੂਜਾ ਨੂੰ ਹੀ ਕਰਤਾਰ ਦੀ ਸੇਵਾ ਦਾ ਭਰਮ ਪਾਲ ਲੈਂਦਾ ਹੈ। ਜਦਕਿ ਅਕਾਲ ਮੂਰਤਿ ਦਾ ਉਪਾਸ਼ਕ ਖਲਕਤ ਦੀ ਸੇਵਾ ਨੂੰ ਰੱਬੀ ਦਰਗਾਹ ਵਿਚ ਪਰਵਾਨ ਹੋਣ ਦਾ ਵਸੀਲਾ ਜਾਣਦਾ ਹੈ:*

ਵਿਚਿ ਦੁਨੀਆ ਸੇਵ ਕਮਾਈਐ ॥
ਤਾ ਦਰਗਹ ਬੈਸਣੁ ਪਾਈਐ ॥
ਕਹੁ ਨਾਨਕ ਬਾਹ ਲੁਡਾਈਐ ॥

(ਗੁਰੂ ਗ੍ਰੰਥ ਸਾਹਿਬ, ਮ. ੧, ਅੰਗ ੨੬)

ਇਸ ਲਈ ਕਰਤਾ ਪੁਰਖ ਹੋਣ ਕਰਕੇ ਬੇਅੰਤ ਆਕਾਰ ਤੇ ਉਨ੍ਹਾਂ ਦੀਆਂ ਅੱਖਾਂ ਪ੍ਰਮਾਤਮਾ ਦੀਆਂ ਆਪਣੀਆਂ ਹੀ ਹਨ। ਪਰ ਅਕਾਲ ਮੂਰਤਿ ਹੋਣ ਕਰਕੇ ਉਸ ਦੀ ਨਾ ਤਾਂ ਕੋਈ ਅੱਖ ਹੈ ਤੇ ਨਾ ਹੀ ਕੋਈ ਅਕਾਰ ਜਾਂ ਮੂਰਤੀ ਹੈ:

ਸਹਸ ਤਵ ਨੈਨ ਨਨ ਨੈਨ ਹਹਿ ਤੋਹਿ ਕਉ ਸਹਸ ਮੂਰਤਿ ਨਨਾ ਏਕ ਤੋਹੀ ॥

(ਗੁਰੂ ਗ੍ਰੰਥ ਸਾਹਿਬ, ਮ. ੧, ਅੰਗ ੧੩)

ਪਦਾਰਥਵਾਦ ਦੇ ਇਸ ਯੁੱਗ ਵਿਚ ਕਿਹਾ ਜਾਂਦਾ ਹੈ ਕਿ ਹਰ ਕੋਈ ਵਿਕਦਾ ਹੈ, ਹਰ ਕਿਸੇ ਦੀ ਇਕ ਕੀਮਤ ਹੁੰਦੀ ਹੈ। ਕੋਈ ਕੁੱਝ ਪੈਸਿਆਂ ਦੇ ਲਾਲਚ ਵਿਚ ਆਪਣਾ ਈਮਾਨ ਵੇਚ ਦਿੰਦਾ ਹੈ, ਕੋਈ ਰਾਜਗੱਦੀ ਦੀ ਲਾਲਸਾ ਵਿਚ ਆਪਣੀ ਜ਼ਮੀਰ ਵੇਚ ਦਿੰਦਾ ਹੈ। ਇਸੇ ਤਰ੍ਹਾਂ ਕੋਈ ਮੌਤ ਦੇ ਡਰ ਕਾਰਨ ਝੁਕਣ ਲਈ ਮਜਬੂਰ ਹੋ ਜਾਂਦਾ ਹੈ। ਪਰ ਪ੍ਰਮਾਤਮਾ ਦਾ ਹੁਕਮ ਨਿਰਭਉ ਨਿਰਵੈਰ ਦੇ ਗੁਣਾਂ ਤੇ ਹੋਣ ਕਰ ਕੇ ਉਸ ਦੇ ਗੁਣ ਅਟੱਲ ਹਨ। ਉਸ ਦਾ ਹੁਕਮ ਸਤਿ ਹੈ ਕਿਉਂਕਿ ਉਹ ਅਕਾਲ ਹੈ। ਉਹ ਵਿਨਾਸ਼ ਰਹਿਤ ਅਕਾਲ ਪੁਰਖ ਜੋ ਖ਼ੁਦ ਨਿਹਚਲ ਹੈ, ਉਸ ਦੇ ਭਗਤ ਦਾ ਸੁਭਾਅ ਵੀ ਨਿਹਚਲ ਹੋ ਜਾਂਦਾ ਹੈ। ਨਿਹਚਲ ਤੋਂ ਭਾਵ ਹੈ ਕਿ ਜਿਸ ਦੇ ਗੁਣਾਂ ਵਿਚ ਕਦੇ ਕੋਈ ਬਦਲਾਅ ਨਾ ਆਉਂਦਾ ਹੋਵੇ। ਅਕਾਲ ਦਾ ਭਗਤ ਵੀ ਔਖੀ ਤੋਂ ਔਖੀ ਘੜੀ ਵਿਚ ਨਿਰਭਉ ਨਿਰਵੈਰ ਦੇ ਗੁਣ ਨਹੀਂ ਗੁਵਾਉਂਦਾ, ਸਮੇਂ ਦਾ ਪ੍ਰਭਾਵ ਕਬੂਲਣ ਵਾਲੀ ਭੈੜੀ ਮਤ ਖ਼ਤਮ ਹੋ ਜਾਂਦੀ ਹੈ, ਹੁਣ ਕੋਈ ਡਰ ਜਾਂ ਲਾਲਚ ਰੱਬ ਦੇ ਭਗਤਾਂ ਨੂੰ ਖ਼ਰੀਦ ਨਹੀਂ ਸਕਦਾ।

*ਅਜਿਹੇ ਭਗਤ ਜਿਸ ਨੂੰ ਕੋਈ ਕੀਮਤ ਨਾ ਖ਼ਰੀਦ ਸਕੇ, ਉਸ ਦੇ ਸਿਰ ਕਲਮ ਕਰਨ ਦੀ ਕੀਮਤ ਪੈਂਦੀ ਹੈ।* ੧੮ਵੀਂ ਸਦੀ ਵਿਚ ਜਦ ਸਿੰਘਾਂ ਦੇ ਸਿਰਾਂ ਦੇ ਮੁਲ ਪਏ ਤਾਂ ਇਸ ਅਖਾਣ ਨੂੰ ਵੀ ਰੂਪਮਾਨ ਕਰ ਵਿਖਾਈਆ। ਵਿਕਾਰਾਂ ਤੋਂ ਮੁਕਤ ਹੋਏ ਗੁਰਮੁੱਖ ਪਿਆਰੇ ਦੇ ਜੀਵਨ ਵਿਚੋਂ ਰੱਬੀ ਗੁਣਾਂ ਦੀ ਮੂਰਤ ਪ੍ਰਤੱਖ ਦਿਸਦੀ ਹੈ:

ਨਿਹਚਲੁ ਏਕੁ ਆਪਿ ਅਬਿਨਾਸੀ ਸੋ ਨਿਹਚਲੁ ਜੋ ਤਿਸਹਿ ਧਿਆਇਦਾ ॥

(ਗੁਰੂ ਗ੍ਰੰਥ ਸਾਹਿਬ, ਮ. ੫, ਅੰਗ ੧੦੭੬)

ਅਬਿਨਾਸੀ ਜੀਅਨ ਕੋ ਦਾਤਾ ਸਿਮਰਤ ਸਭ ਮਲੁ ਖੋਈ ॥

(ਗੁਰੂ ਗ੍ਰੰਥ ਸਾਹਿਬ, ਮ. ੫, ਅੰਗ ੬੧੭)

ਸੁਖੁ ਦੁਖੁ ਜਿਹ ਪਰਸੈ ਨਹੀ ਲੋਭੁ ਮੋਹੁ ਅਭਿਮਾਨੁ ॥
ਕਹੁ ਨਾਨਕ ਸੁਨੁ ਰੇ ਮਨਾ ਸੋ ਮੂਰਤਿ ਭਗਵਾਨ ॥

(ਗੁਰੂ ਗ੍ਰੰਥ ਸਾਹਿਬ, ਮ. ੯, ਅੰਗ ੧੪੨੭)

ਪਰ ਸਮੇਂ ਨਾਲ ਸਮਾਜ ਕਈ ਵਾਰ ਅਜਿਹੀਆਂ ਕੁਰੀਤੀਆਂ ਨਾਲ ਜੁੜ ਜਾਂਦਾ ਹੈ, ਜਿਹੜੀਆਂ ਨਿਰਭਉ ਨਿਰਵੈਰੁ ਦੇ ਅਸੂਲ ਦੀ ਵਿਰੋਧਤਾ ਕਰਦੀਆਂ ਹਨ। ਇਹ ਕੁਰੀਤੀਆਂ ਸੱਚੇ ਗੁਣਾਂ ਤੇ ਨਾ ਹੋਣ ਕਰਕੇ ਮਨੁੱਖੀ ਸਭਿਅਤਾ ਨੂੰ ਕਾਲ ਜਾਂ ਵਿਨਾਸ਼ ਵੱਲ ਧੱਕ ਦਿੰਦੀਆਂ ਹਨ। ਧਰਮ ਦੇ ਠੇਕੇਦਾਰ ਹਮੇਸ਼ਾ ਇਨ੍ਹਾਂ ਕੁਰੀਤੀਆਂ ਨੂੰ ਪੁਰਾਤਨ ਪ੍ਰੰਪਰਾ (old tradition) ਦੇ ਨਾਂ ਹੇਠ ਜਾਰੀ ਰੱਖਣ ਦੀ ਵਕਾਲਤ ਕਰਦੇ ਰਹਿੰਦੇ ਹਨ। ਅਕਾਲ ਦੇ ਪੂਜਾਰੀ ਨੂੰ ਇਹ ਯਾਦ ਰੱਖਣਾ ਚਾਹੀਦਾ ਹੈ ਕਿ ਕੋਈ ਵੀ ਪ੍ਰੰਪਰਾ ਕਾਲ ਤੋਂ ਰਹਿਤ ਨਹੀਂ ਹੈ। ਅਜਿਹੀ ਕੋਈ ਵੀ ਗੀਤ ਜੋ ਸਿੱਖੀ ਦੇ ਮੁੱਢਲੇ ਸਿਧਾਂਤ ਮੂਲਮੰਤਰ ਦੀ ਵਿਰੋਧਤਾ ਕਰਦੀ ਹੋਵੇ, ਉਸ ਨੂੰ ਸਮਾਜ ਵਿੱਚੋ ਕੱਢ ਸੁੱਟਣ ਵਿਚ ਢਿੱਲ ਨਹੀਂ ਵਿਖਾਉਣੀ ਚਾਹੀਦੀ।

ਜਾਲਉ ਐਸੀ ਰੀਤਿ ਜਿਤੁ ਮੈ ਪਿਆਰਾ ਵੀਸਰੈ ॥
ਨਾਨਕ ਸਾਈ ਭਲੀ ਪਰੀਤਿ ਜਿਤੁ ਸਾਹਿਬ ਸੇਤੀ ਪਤਿ ਰਹੈ ॥

(ਗੁਰੂ ਗ੍ਰੰਥ ਸਾਹਿਬ, ਮ. ੧, ਅੰਗ ੫੯੦)

# ਅਜੂਨੀ

ਅਕਾਲ ਮੂਰਤਿ ਤੋਂ ਇਹ ਵਿਚਾਰ ਮਿਲਿਆ ਕਿ ਉਹ ਨਾਸ਼ ਰਹਿਤ ਹੈ ਤੇ ਕਦੇ ਮਰਦਾ ਨਹੀਂ ਪਰ ਕੀ ਉਸ ਨੇ ਕਦੇ ਜਨਮ ਲਿਆ ਹੈ ? ਉੱਤਰ ਹੋਵੇਗਾ- ਨਹੀਂ, ਉਹ ਕਦੇ ਜਨਮ ਨਹੀਂ ਲੈਂਦਾ, ਉਹ ਅਜੂਨੀ ਹੈ। ਏਕੰਕਾਰ ਸਤਿ ਇਸ ਲਈ ਹੈ ਕਿਉਂਕਿ ਉਹ ਅਕਾਲ ਮੂਰਤਿ ਹੋਣ ਦੇ ਨਾਲ-ਨਾਲ ਅਜੂਨੀ ਵੀ ਹੈ। ਭਾਵ ਉਹ ਜੂਨਾਂ ਵਿਚ ਨਹੀਂ ਆਉਂਦਾ ਜਾਂ ਜਨਮ ਨਹੀਂ ਲੈਂਦਾ, ਬਲਕਿ ਕਰਤਾ ਪੁਰਖ ਹੋਣ ਕਰਕੇ ਜਨਮ-ਮਰਨ ਦਾ ਖੇਲ ਉਸ ਨੇ ਖ਼ੁਦ ਰਚਿਆ ਹੈ। ਕਰਤਾ ਖ਼ੁਦ ਇਸ ਖੇਲ ਤੋਂ ਨਿਰਲੇਪ ਹੈ।

ਤੂ ਪਾਰਬ੍ਰਹਮੁ ਪਰਮੇਸਰੁ ਜੋਨਿ ਨ ਆਵਹੀ ॥
ਤੂ ਹੁਕਮੀ ਸਾਜਹਿ ਸ੍ਰਿਸਟਿ ਸਾਜਿ ਸਮਾਵਹੀ ॥

(ਗੁਰੂ ਗ੍ਰੰਥ ਸਾਹਿਬ, ਮ. ੫, ਅੰਗ ੧੦੯੫)

ਬ੍ਰਾਹਮਣੀ ਮਤ ਅਨੁਸਾਰ ਜਦੋਂ ਵੀ ਧਰਤੀ ਤੇ ਪਾਪਾਂ ਦਾ ਭਾਰ ਵਧਦਾ ਹੈ, ਪਰਮੇਸ਼ਰ ਅਵਤਾਰ ਧਾਰ ਕੇ ਧਰਤੀ ਤੇ ਜਨਮ ਲੈਂਦਾ ਹੈ ਤੇ ਪਾਪੀਆਂ ਦਾ ਨਾਸ਼ ਕਰਦਾ ਹੈ। ਮਿਥਿਹਾਸਕ ਕਹਾਣੀਆਂ ਵਿਚ ਸਮੇਂ ਦਾ ਅਵਤਾਰ ਦੇਵਤਿਆਂ ਦਾ ਪੱਖ ਲੈਂਦਾ ਹੈ ਤੇ ਰਾਕਸ਼ਾ ਨਾਲ ਯੁੱਧ ਕਰਦਾ ਹੈ। ਇਹ ਬ੍ਰਾਹਮਣੀ ਸਿਧਾਂਤ ਮੂਲ ਮੰਤਰ ਦੇ ਮੁੱਢਲੇ ਅਸੂਲਾਂ ਉਤੇ ਖ਼ਰਾ ਨਹੀਂ ਉਤਰਦਾ। ਏਕੰਕਾਰ ਦਾ ਸਾਰਾ ਪਸਾਰਾ ਸਤਿਨਾਮ ਦੇ ਅਧੀਨ ਹੈ ਤੇ ਨਿਰਵੈਰ ਹੋਣ ਕਰਕੇ ਉਹ ਪੱਖ-ਵਿਪੱਖ ਨਹੀਂ ਲੈਂਦਾ। *ਅਵਤਾਰਵਾਦ ਨੇ ਚਮਤਕਾਰਾਂ ਉਤੇ ਵਿਸ਼ਵਾਸ ਨੂੰ ਮਜ਼ਬੂਤ ਕਰ ਦਿਤਾ ਤੇ ਸਮਾਜ ਨੂੰ ਆਲਸੀ ਤੇ ਕਮਜ਼ੋਰ ਬਣਾ ਦਿਤਾ ਹੈ।* ਪਾਪਾਂ ਦਾ ਨਾਸ਼ ਉਦੋਂ ਹੀ ਹੁੰਦਾ ਹੈ, ਜਦੋਂ ਮਨੁੱਖ ਅਵਤਾਰ ਜਾਂ ਪਰਾਲੌਕਿਕ ਸ਼ਕਤੀਆਂ ਦੀ ਆਸ ਛੱਡ ਕੇ ਰੱਬੀ ਗੁਣ, ਨਿਰਭਉ, ਨਿਰਵੈਰੁ ਧਾਰਨ ਕਰਕੇ ਆਪਣੇ ਜੀਵਨ ਵਿਚ ਜਾਂ ਸਮਾਜ ਵਿਚ ਚੰਗੇ ਪਾਸੇ ਤਬਦੀਲੀ ਲਿਆਉਂਦਾ ਹੈ। ਜੇਕਰ ਅਜਿਹਾ ਉਹ ਨਹੀਂ ਕਰਦਾ ਤਾਂ ਇਕ ਕਰਤਾਰ ਦੇ ਹੁਕਮ ਨੂੰ ਵਿਸਾਰ ਕੇ ਰੱਬੀ ਗੁਣ ਗਵਾ ਬੈਠਦਾ ਹੈ ਤੇ ਪਾਪਾਂ ਵਿਚ ਗ੍ਰਸਿਆ ਜਾਂਦਾ ਹੈ।

ਮਨ ਏਕੁ ਨ ਚੇਤਸਿ ਮੂੜ ਮਨਾ ॥ ਹਰਿ ਬਿਸਰਤ ਤੇਰੇ ਗੁਣ ਗਲਿਆ ॥

(ਗੁਰੂ ਗ੍ਰੰਥ ਸਾਹਿਬ, ਮ. ੧, ਅੰਗ ੧੨)

ਪਰ ਬ੍ਰਾਹਮਣੀ ਪ੍ਰਭਾਵ ਕਬੂਲਦੇ ਹੋਏ ਕਈ ਵਾਰੀ ਸਿੱਖ ਵੀ ਦਸ ਗੁਰੂ ਸਾਹਿਬਾਨ ਦੇ ਜਨਮ ਦਿਨ ਜਾਂ ਪ੍ਰਕਾਸ਼ ਪੁਰਬ ਨੂੰ 'ਅਵਤਾਰ ਧਾਰਨ ਦਿਵਸ' ਕਹਿ ਰਹੇ ਹੁੰਦੇ ਹਨ। ਇਹ ਸ਼ਬਦਾਵਲੀ ਏਕੰਕਾਰ ਦੇ ਅਜੂਨੀ ਸਿਧਾਂਤ ਦੇ ਵਿਰੁਧ ਹੈ ਕਿਉਂਕਿ ਅਕਾਲ ਪੁਰਖ ਜਨਮ ਨਹੀਂ ਲੈਂਦਾ ਉਹ ਅਜੂਨੀ ਹੈ। ਸਾਰੀ ਮਨੁੱਖਤਾ ਔਰਤ ਦੀ ਕੁੱਖ ਤੋਂ ਪੈਦਾ ਹੁੰਦੀ ਹੈ, ਕੇਵਲ ਇਕ ਅਕਾਲ ਪੁਰਖ ਹੀ ਹੈ ਜੋ ਔਰਤ ਦੀ ਕੁੱਖ ਤੋਂ ਪੈਦਾ ਨਹੀਂ ਹੋਇਆ।

ਭੰਡਹੁ ਹੀ ਭੰਡੁ ਊਪਜੈ ਭੰਡੈ ਬਾਝੁ ਨ ਕੋਇ॥ ਨਾਨਕ ਭੰਡੈ ਬਾਹਰਾ ਏਕੋ ਸਚਾ ਸੋਇ॥

(ਗੁਰੂ ਗ੍ਰੰਥ ਸਾਹਿਬ, ਮ. ੧, ਅੰਗ ੪੭੩)

ਲੋਕ ਅਖੌਤੀ ਸ਼ਰਧਾ ਦੇ ਨਾਂ ਹੇਠ ਅਕਸਰ ਸੱਚ ਤੋਂ ਮੂੰਹ ਫੇਰ ਲੈਂਦੇ ਹਨ, ਪਰ ਸੱਚ ਕਦੇ ਘੱਟ ਜਾਂ ਵੱਧ ਨਹੀਂ ਹੁੰਦਾ, ਉਹ ਇਕ ਬਰਾਬਰ ਰਹਿੰਦਾ ਹੈ। ਸਤਿ ਨੂੰ ਬਿਆਨ ਕਰਨ ਲਗਿਆਂ ਕਿਸੇ ਤਰ੍ਹਾਂ ਦਾ ਸਮਝੌਤਾ ਨਹੀਂ ਹੋ ਸਕਦਾ। ਬ੍ਰਾਹਮਣੀ ਸੰਸਕਾਰ ਅਧੀਨ ਅਵਤਾਰਵਾਦ ਉਤੇ ਭੋਲੀ ਭਾਲੀ ਜਨਤਾ ਦੀ ਅਖੌਤੀ ਸ਼ਰਧਾ ਏਨੀ ਪ੍ਰਬਲ ਸੀ ਕਿ ਅਜੂਨੀ ਦਾ ਸਿਧਾਂਤ ਦ੍ਰਿੜ ਕਰਨ ਵਾਸਤੇ ਗੁਰੂ ਸਾਹਿਬ ਨੇ ਕਰੜੇ ਸਬਦਾਂ ਵਿਚ ਫ਼ੁਰਮਾਇਆ:

ਸਗਲ ਪਰਾਧ ਦੇਹਿ ਲੋਰੋਨੀ॥ ਸੋ ਮੁਖੁ ਜਲਉ ਜਿਤੁ ਕਹਹਿ ਠਾਕੁਰੁ ਜੋਨੀ॥
ਜਨਮਿ ਨ ਮਰੈ ਨ ਆਵੈ ਨ ਜਾਇ॥ ਨਾਨਕ ਕਾ ਪ੍ਰਭੁ ਰਹਿਓ ਸਮਾਇ॥

(ਗੁਰੂ ਗ੍ਰੰਥ ਸਾਹਿਬ, ਮ. ੫, ਅੰਗ ੧੧੩੬)

# ਸੈਭੰ

ਅਸੀਂ ਵਿਚਾਰਿਆ ਕਿ ਏਕੰਕਾਰ ਦਾ ਨਾਮ (ਹੁਕਮ) ਸਤਿ ਇਸ ਲਈ ਹੈ ਕਿਉਂਕਿ ਉਹ ਅਕਾਲ ਮੂਰਤਿ ਤੇ ਅਜੂਨੀ ਹੈ। ਪਰ ਕੀ ਉਹ ਅਪਣੀ ਸ਼ਕਤੀ ਜਾਂ ਪ੍ਰਕਾਸ਼ ਕਿਸੇ ਕੋਲੋਂ ਲੈਂਦਾ ਹੈ ? ਜੇ ਉਸ ਦੀ ਤਾਕਤ ਕਿਸੇ ਕੋਲੋ ਉਧਾਰੀ ਲਈ ਹੋਈ ਹੋਵੇ ਫਿਰ ਉਹ ਆਪ ਸਤਿ ਨਹੀਂ ਹੋ ਸਕਦਾ ਕਿਉਂਕਿ ਸ਼ਕਤੀ ਦੇਣ ਵਾਲਾ ਅਪਣੀਆਂ ਸ਼ਕਤੀਆਂ ਵਾਪਸ ਵੀ ਲੈ ਸਕਦਾ ਹੈ। ਫਿਰ 'ਇਕ' ਦਾ ਸਿਧਾਂਤ ਵੀ ਨਹੀਂ ਰਹੇਗਾ। ਇਸ ਦਾ ਜਵਾਬ ਮੂਲਮੰਤਰ ਦੇ ਅਗਲੇ ਸ਼ਬਦ ਵਿਚ ਸਾਫ਼ ਕਰ ਦਿਤਾ ਹੈ ਕਿ ਏਕੰਕਾਰ ਦਾ ਨਾਮ 'ਸਤਿ' ਇਸ ਲਈ ਵੀ ਹੈ ਕਿਉਂਕਿ ਉਹ 'ਸੈਭੰ' ਹੈ। ਸੰਸਕ੍ਰਿਤ ਵਿਚ ਇਸ ਦਾ ਸ਼ਬਦ ਹੈ ਸਵੈਮਭੂ (self-existent, self-illuminating) ਇਸ ਸ਼ਬਦ ਦਾ ਅਰਥ ਹੈ ਕਿ ਉਸ ਦੀ ਹੋਂਦ ਜਾਂ ਪ੍ਰਕਾਸ਼ ਆਪਣੇ ਆਪ ਤੋਂ ਹੀ ਹੈ। *ਇਹ ਕੋਈ ਨਹੀਂ ਕਹਿ ਸਕਦਾ ਕਿ ਉਸ ਨੇ ਪ੍ਰਮਾਤਮਾ ਨੂੰ ਥਾਪਿਆ ਹੈ ਜਾਂ ਬਣਾਇਆ ਹੈ ਕਿਉਂਕਿ ਉਸ ਦੀ ਹੋਂਦ ਆਪਣੇ ਆਪ ਤੋਂ ਹੀ ਹੈ।*

ਥਾਪਿਆ ਨ ਜਾਇ ਕੀਤਾ ਨ ਹੋਇ॥ ਆਪੇ ਆਪਿ ਨਿਰੰਜਨੁ ਸੋਇ॥

(ਗੁਰੂ ਗ੍ਰੰਥ ਸਾਹਿਬ, ਮ. ੧, ਅੰਗ ੨)

ਭਾਰਤ ਦਾ ਇਕ ਬਹੁਤ ਪ੍ਰਸਿੱਧ ਤਿਉਹਾਰ ਹੈ ਗਨੇਸ਼ ਚਤੁਰਥੀ। ਇਸ ਦਿਨ ਬ੍ਰਾਹਮਣ ਦੇ ਆਖੇ ਲੱਗ ਕੇ ਲੋਕ ਆਪਣੇ ਘਰ ਗਨੇਸ਼ ਦੀ ਮੂਰਤੀ ਨੂੰ ਥਾਪਦੇ ਹਨ, ਫਿਰ ਦਸ ਦਿਨ ਤੱਕ ਪੂਜਾ ਕਰਦੇ ਹਨ ਤੇ ਗਿਆਰਵੇਂ ਦਿਨ ਸਮੁੰਦਰ ਵਿਚ ਵਹਾ ਕੇ ਵਿਸਰਜਨ ਕਰ ਦਿੰਦੇ ਹਨ। ਪਰ ਗੁਰਮਤਿ ਅਨੁਸਾਰ ਜੇ ਉਹ ਕਿਸੇ ਦੇ ਥਾਪਣ ਦਾ ਮੁਹਤਾਜ ਹੁੰਦਾ ਜਾਂ ਉਸ ਦੀ ਹੋਂਦ ਦਾ ਕਾਰਨ ਕੋਈ ਹੋਰ ਹੁੰਦਾ ਤਾਂ ਫਿਰ ਉਹ ਨਾ ਹੀ ਇਕ ਹੋ ਸਕਦਾ ਸੀ ਅਤੇ ਨਾ ਹੀ ਉਹ ਸਤਿ ਹੋਣਾ ਸੀ। ਉਹ ਸਤਿ ਹੈ ਕਿਉਂਕਿ ਉਹ ਸੈਭੰ ਹੈ। ਉਸ ਨੇ ਆਪਣੇ ਨੂੰ ਆਪ ਹੀ ਸਾਜਿਆ ਹੈ।

ਸਚੁ ਸਿਰੰਦਾ ਸਚਾ ਜਾਣੀਐ ਸਚੜਾ ਪਰਵਦਗਾਰੋ॥
ਜਿਨਿ ਆਪੀਨੈ ਆਪੁ ਸਾਜਿਆ ਸਚੜਾ ਅਲਖ ਅਪਾਰੋ॥

(ਗੁਰੂ ਗ੍ਰੰਥ ਸਾਹਿਬ, ਮ. ੧, ਅੰਗ ੫੮੦)

ਉਸ ਸੱਚੇ ਦੀ ਹੋਂਦ ਵੀ ਆਪਣੇ ਆਪ ਤੋਂ ਹੈ ਅਤੇ ਉਸ ਨੇ ਆਪਣਾ ਹੁਕਮ ਜਾਂ ਨਾਮ ਵੀ ਖ਼ੁਦ ਹੀ ਰਚਿਆ ਹੈ। ਕੁਦਰਤ ਨੂੰ ਵੀ ਉਸ ਕਰਤਾ ਪੁਰਖ ਨੇ ਆਪ ਹੀ ਸਾਜਿਆ ਹੈ। ਉਹ ਇਸ ਵਿਚ ਬਿਰਾਜਮਾਨ ਹੋ ਕੇ ਸਾਰਾ ਸੰਚਾਲਨ ਕਰ ਰਿਹਾ ਹੈ। ਕਿਉਂਕਿ ਕੁਦਰਤ ਆਪਣੇ ਆਪ ਤੋਂ ਨਹੀਂ (ਸੈਭੰ ਨਹੀਂ) ਹੈ, ਇਸ ਲਈ ਉਹ ਦੂਜੀ ਜਾਂ ਦਵੈਤ ਭਾਵ ਨਾਲ ਹੈ। ਸਰਬ ਵਿਆਪਕ ਹੋਣ ਕਰਕੇ ਕੁਦਰਤ ਹੀ ਇਕ ਕਰਤਾਰ ਦਾ ਆਸਣ ਹੈ:

ਆਪੀਨੈ੍ ਆਪੁ ਸਾਜਿਓ ਆਪੀਨੈ੍ ਰਚਿਓ ਨਾਉ ॥
ਦੁਯੀ ਕੁਦਰਤਿ ਸਾਜੀਐ ਕਰਿ ਆਸਣੁ ਡਿਠੋ ਚਾਉ ॥

(ਗੁਰੂ ਗ੍ਰੰਥ ਸਾਹਿਬ, ਮ. ੧, ਅੰਗ ੪੬੩)

ਸਿੱਖ ਕੇਵਲ ਇਕ ਕਰਤਾਰ ਜੋ ਸੈਭੰ ਹੈ, ਉਸੇ ਨੂੰ ਹੀ ਧਿਆਉਂਦਾ ਹੈ, ਹੋਰ ਕਿਸੇ ਦੂਜੇ ਨੂੰ ਨਹੀਂ। ਇਹੀ ਬਾਬੇ ਨਾਨਕ ਦਾ ਉੱਤਮ ਵਿਚਾਰ ਹੈ।

ਇਕਸੁ ਵਿਣੁ ਹੋਰੁ ਦੂਜਾ ਨਾਹੀ ਬਾਬਾ ਨਾਨਕ ਇਹ ਮਤਿ ਸਾਰੀ ਜੀਉ ॥

(ਗੁਰੂ ਗ੍ਰੰਥ ਸਾਹਿਬ, ਮ. ੫, ਅੰਗ ੧੦੮)

# ਗੁਰਪ੍ਰਸਾਦਿ

ਪਹਿਲੇ ਪਾਠ ਦੀ ਸ਼ੁਰੂਆਤ ਵਿਸਮਾਦੀ ਨਿਰਾਲੇ ਚਿੰਨ੍ਹ '੧ੴ' ਤੋਂ ਸ਼ੁਰੂ ਕਰ ਕੇ ਉਸ ਏਕੰਕਾਰ ਦਾ ਸਾਰਾ ਪਸਾਰਾ 'ਸਤਿਨਾਮੁ ' ਦੇ ਅਧੀਨ ਸਮਝਾਇਆ ਗਿਆ ਹੈ। ਉਹ ਹੁਕਮ ਰੂਪੀ ਨਾਮ ਜਿਹੜੇ ਨਿਯਮਾਂ ਉਤੇ ਖੜਾ ਹੈ, ਉਸ ਦਾ ਵਰਣਨ 'ਕਰਤਾ ਪੁਰਖੁ', 'ਨਿਰਭਉ', 'ਨਿਰਵੈਰੁ' ਕੀਤਾ ਗਿਆ ਹੈ। ਇਹ ਨਾਮ ਸਤਿ ਕਿਵੇਂ ਹੈ ? ਇਸ ਦੀ ਵਿਚਾਰ 'ਅਕਾਲ ਮੂਰਤਿ', 'ਅਜੂਨੀ', 'ਸੈਭੰ' ਦੱਸੀ ਗਈ ਹੈ। ਇਸ ਏਕੰਕਾਰ ਨੂੰ ਜਾਣਿਆਂ ਕਿਵੇਂ ਜਾ ਸਕਦਾ ਹੈ ? ਇਸ ਦਾ ਉੱਤਰ ਮੂਲਮੰਤਰ ਦਾ ਆਖ਼ਰੀ ਸ਼ਬਦ 'ਗੁਰਪ੍ਰਸਾਦਿ' ਹੈ। ਗੁਰਪ੍ਰਸਾਦਿ ਦੇ ਸਰਲ ਅਰਥ ਗੁਰੂ ਦੀ ਮਿਹਰ ਜਾਂ ਗੁਰੂ ਦੀ ਕ੍ਰਿਪਾ ਨਾਲ ਬਣਦੇ ਹਨ।

ਸਿੱਖੀ ਵਿਚ 'ਗੁਰੂ' ਸ਼ਬਦ ਪਹਿਲਾਂ ਤੋਂ ਪ੍ਰਚੱਲਿਤ ਅਰਥਾਂ ਵਿਚ ਨਹੀਂ ਆਇਆ। ਸਿੱਖੀ ਵਿਚ ਗੁਰੂ ਬੇਅੰਤ ਪਸਾਰ ਵਾਲੇ ਨਿਵੇਕਲੇ ਅਰਥਾਂ ਵਿਚ ਆਇਆ ਹੈ। ਗੁਰੂ 'ਗੁ' ਤੇ 'ਰੂ' ਦੇ ਜੋੜ ਤੋਂ ਬਣਿਆ ਹੈ ਜਿਸ ਦਾ ਅਰਥ ਹੈ ਜੋ ਅਗਿਆਨਤਾ ਦੇ ਹਨ੍ਹੇਰੇ 'ਗੁ' ਤੋਂ ਸੱਚ ਦੇ ਰੂਹਾਨੀ ਪ੍ਰਕਾਸ਼ 'ਰੂ' ਵੱਲ ਲੈ ਜਾਵੇ। *ਗੁਰੂ ਤੇ ਪਰਮੇਸ਼ਰ ਵਿਚ ਕੋਈ ਅੰਤਰ ਨਹੀਂ ਹੈ ਕਿਉਂਕਿ ਪਰਮੇਸ਼ਰ ਹੀ ਗਿਆਨ ਰੂਪ ਵਿਚ ਗੁਰੂ ਕਹਿਲਾਉਂਦਾ ਹੈ।* ਜਿਵੇਂ ਇਕ ਕਰਤਾਰ ਹਰ ਕਿਸੇ ਵਿਚ ਵਸਦਾ ਹੈ, ਉਸੇ ਤਰ੍ਹਾਂ ਪ੍ਰਮਾਤਮਾ ਦਾ ਗਿਆਨ ਰੂਪੀ ਗੁਰੂ ਵੀ ਹਰ ਮਨੁੱਖ ਵਿਚ ਵਸਦਾ ਹੈ।

ਗੁਰੁ ਪਰਮੇਸਰੁ ਏਕੁ ਹੈ ਸਭ ਮਹਿ ਰਹਿਆ ਸਮਾਇ ॥

(ਗੁਰੂ ਗ੍ਰੰਥ ਸਾਹਿਬ, ਮ. ੫, ਅੰਗ ੫੩)

ਇਹੀ ਕਾਰਨ ਹੈ ਕਿ ਗੁਰੂ ਵੀ ਪਰਮੇਸ਼ਰ ਵਾਂਗ ਆਦਿ ਜੁਗਾਦਿ ਸਤਿ ਹੈ।

ਆਦਿ ਗੁਰਏ ਨਮਹ ॥ ਜੁਗਾਦਿ ਗੁਰਏ ਨਮਹ ॥
ਸਤਿਗੁਰਏ ਨਮਹ ॥ ਸ੍ਰੀ ਗੁਰਦੇਵਏ ਨਮਹ ॥

(ਗੁਰੂ ਗ੍ਰੰਥ ਸਾਹਿਬ, ਮ. ੫, ਅੰਗ ੨੬੨)

ਗੁਰੂ ਦਾ ਕਾਰਜ ਮਨੁੱਖਤਾ ਨੂੰ ਇਕ ਕਰਤਾ ਪੁਰਖ ਦਾ ਗਿਆਨ ਪ੍ਰਦਾਨ ਕਰਨਾ ਹੈ:

ਗੁਰਾ ਇਕ ਦੇਹਿ ਬੁਝਾਈ ॥
ਸਭਨਾ ਜੀਆ ਕਾ ਇਕੁ ਦਾਤਾ ਸੋ ਮੈ ਵਿਸਰਿ ਨ ਜਾਈ ॥

(ਗੁਰੂ ਗ੍ਰੰਥ ਸਾਹਿਬ, ਮ. ੧, ਅੰਗ ੨)

ਮੂਲਮੰਤਰ ਵਿਚ 'ਨਾਨਕ' ਨਾਮ ਦੀ ਛਾਪ ਨਹੀਂ ਹੈ ਕਿਉਂਕਿ ਬਾਬਾ ਨਾਨਕ ਜੀ ਨੇ ਇਹ ਦਾਅਵਾ ਨਹੀਂ ਕੀਤਾ ਕਿ ਪਰਮੇਸ਼ਰ ਦਾ ਗਿਆਨ ਉਨ੍ਹਾਂ ਵੱਲੋਂ ਪਹਿਲਾਂ ਜਾਂ ਆਖ਼ਰੀ ਸ਼ਬਦ ਹੈ। ਇਸਲਾਮ ਮਤ ਖੜਾ ਹੀ ਇਸ ਬੁਨਿਆਦ ਤੇ ਹੈ ਕਿ ਮੁਹੰਮਦ ਸਾਹਿਬ ਅੱਲਾ ਵਲੋਂ ਘੱਲੇ ਆਖ਼ਰੀ ਨਬੀ ਸਨ, ਜਿਹੜਾ ਉਨ੍ਹਾਂ ਨੂੰ ਨਹੀਂ ਮੰਨਦਾ ਉਹ ਕਾਫ਼ਰ ਹੈ। ਇਸਾਈ ਮਤ ਯਸੂ ਮਸੀਹ ਨੂੰ ਪ੍ਰਮਾਤਮਾ ਦਾ ਪੁੱਤਰ ਜਾਣ ਕੇ ਆਖ਼ਰੀ ਸੰਦੇਸ਼ ਮੰਨਦੇ ਹਨ। ਬ੍ਰਾਹਮਣੀ ਮਤ ਵਿਚ ਸਮੇਂ ਜਾਂ ਜੁਗ ਦੇ ਹਿਸਾਬ ਨਾਲ ਅਵਤਾਰ ਜਨਮ ਲੈਂਦਾ ਹੈ ਤੇ ਆਪਣਾ ਕਾਰਜ ਕਰਦਾ ਹੈ। ਪਰ ਬਾਬਾ ਨਾਨਕ ਜੀ ਨੇ ਅਜਿਹਾ ਕੋਈ ਦਾਅਵਾ ਨਹੀਂ ਕੀਤਾ, ਸਗੋਂ ਉਨ੍ਹਾਂ ਨੇ ਤਾਂ ਆਪਣੇ ਤੋਂ ਪਹਿਲਾਂ ਹੋਏ ਭਗਤਾਂ, ਪੀਰਾਂ ਦੀ ਉਹ ਬਾਣੀ ਜੋ ਮੂਲਮੰਤਰ ਦੇ ਸਰਬ ਸਾਂਝੇ ਸੰਦੇਸ਼ ਨਾਲ ਮੇਲ ਖਾਂਦੀ ਸੀ ਇਕੱਠੀ ਕੀਤੀ ਜਿਸ ਨੂੰ ਪੰਜਵੇਂ ਪਾਤਸ਼ਾਹ ਨੇ ਗੁਰੂ ਗ੍ਰੰਥ ਸਾਹਿਬ ਵਿਚ ਦਰਜ ਕੀਤਾ ਹੈ। ਬਾਬਾ ਨਾਨਕ ਅਤੇ ਉਨ੍ਹਾਂ ਤੋਂ ਬਾਅਦ ਨੌਂ ਜਾਮੀਆਂ ਵਲੋਂ ਗੁਰਬਾਣੀ ਰਾਹੀਂ ਸਮਝਾਏ ਏਕੰਕਾਰ ਦੇ ਸੰਦੇਸ਼ ਕਾਰਨ ਹੀ ਇਨ੍ਹਾਂ ਨੂੰ ਗੁਰੂ ਕਿਹਾ ਜਾਂਦਾ ਹੈ। ਮਨੁੱਖ ਦਾ ਸਰੀਰ ਆਪਣੇ ਆਪ ਵਿਚ ਗੁਰੂ ਨਹੀਂ ਹੈ। ਪਰ ਕਈ ਕੇਵਲ ਨਿਰਗੁਣ ਪੱਖ ਤੇ ਹੀ ਅੜ ਜਾਂਦੇ ਹਨ ਅਤੇ ਕਹਿਣ ਲਗਦੇ ਹਨ ਕਿ ੧੦ ਪਾਤਸ਼ਾਹੀਆਂ ਨੂੰ ਗੁਰੂ ਕਹਿਣਾ ਗ਼ਲਤ ਹੈ ਕਿਉਂਕਿ ਗੁਰੂ ਅਤੇ ਪਰਮੇਸ਼ਵਰ ਇਕ ਹੈ ਜੋ ਘਟ-ਘਟ ਵਿਚ ਵਸਦਾ ਹੈ। ਇਹ ਦਲੀਲ ਇਸੇ ਤਰ੍ਹਾਂ ਹਾਸੋਹੀਣੀ ਹੈ ਜਿਵੇਂ ਕੋਈ ਇਹ ਕਹੇ ਕਿ ਉਹ ਉਸ ਨੂੰ ਪੈਦਾ ਕਰਨ ਵਾਲੇ ਆਪਣੇ ਜੈਵਿਕ ਰਿਸ਼ਤੇ ਨੂੰ ਮਾਤਾ-ਪਿਤਾ ਨਹੀਂ ਮਨਦਾ ਕਿਉਂਕਿ ਸੱਭ ਦਾ ਮਾਂ-ਪਿਉ ਇਕ ਕਰਤਾਰ ਆਪ ਹੈ। ਦਸ ਪਾਤਸ਼ਾਹੀਆਂ ਅਤੇ ਗੁਰੂ ਗ੍ਰੰਥ ਸਾਹਿਬ ਵਿਚ ਬਿਰਾਜਮਾਨ ਸਾਰੇ ਭਗਤ ਸਾਹਿਬਾਨ, ਸਰਬ ਸਾਂਝੇ ਏਕੰਕਾਰ ਦਾ ਸਿਧਾਂਤ ਦ੍ਰਿੜ੍ਹ ਕਰਾਨ ਵਾਸਤੇ ਸਾਰੀ ਮਨੁੱਖਤਾ ਦੇ ਗੁਰੂ ਹਨ।

ਪਰ ਇਸ ਦੇ ਉਲਟ ਜਦੋਂ ਸਿੱਖ ਏਕੰਕਾਰ ਦੀ ਵਿਚਾਰ ਨੂੰ ਵਿਸਾਰ ਕੇ ਗੁਰੂਆਂ ਦੀਆਂ ਕਾਲਪਨਿਕ ਤਸਵੀਰਾਂ ਦਾ ਸਤਿਕਾਰ ਹੀ ਧਰਮ ਦਾ ਅੰਗ ਬਣਾ ਲੈਣ, ਇਸ ਦੁਖਾਂਤ ਨੂੰ ਅਗਿਆਨਤਾ ਦੀ ਸਿਖਰ ਹੀ ਕਿਹਾ ਜਾ ਸਕਦਾ ਹੈ। ਕਈ ਸੰਤ-ਬਾਬਿਆਂ ਦੀ ਮਹਿਮਾ ਕੇਵਲ ਇਹੀ ਹੁੰਦੀ ਹੈ ਕਿ ਉਨ੍ਹਾਂ ਨੂੰ ਫਲਾਨੇ ਗੁਰੂ ਨੇ ਪ੍ਰਤੱਖ ਦਰਸ਼ਨ ਦਿਤੇ। ਕਿਸੇ ਇਸਟ-ਦੇਵ ਜਾਂ ਭੂਤ-ਪ੍ਰੇਤ ਦਾ ਦਿਸਣਾ ਮਨੋ-ਰੋਗ ਹੁੰਦਾ ਹੈ ਜਿਸ ਦਾ ਇਲਾਜ ਮਨੋਵਿਗਿਆਨੀ ਕਰ ਸਕਦਾ

ਹੈ। ਅਜਿਹੇ ਸੰਤਾਂ ਦੇ ਚੇਲਿਆਂ ਨੂੰ ਚਾਹੀਦਾ ਹੈ ਕਿ ਉਹ ਆਪਣੇ ਬਾਬੇ ਨੂੰ ਜਲਦ ਤੋਂ ਜਲਦ ਕਿਸੇ ਚੰਗੇ ਮਨੋਵਿਗਿਆਨੀ ਕੋਲ ਲੈ ਜਾਣ ਤਾਕਿ ਉਸ ਦਾ ਸਮੇਂ ਸਿਰ ਇਲਾਜ ਹੋ ਸਕੇ। ਸਿੱਖ ਦਾ ਸ਼ਬਦ-ਗੁਰੂ ਉਤੇ ਏਨਾ ਵਿਸ਼ਵਾਸ ਹੋਣਾ ਚਾਹੀਦਾ ਹੈ, ਕਿ ਜੇ ਕਿਤੇ ਉਸ ਦੇ ਸਾਹਮਣੇ ਗੁਰੂ ਦਾ ਕਾਲਪਨਿਕ ਆਕਾਰ ਆ ਵੀ ਜਾਵੇ, ਉਹ ਉਸ ਆਕਾਰ ਨੂੰ ਕਹਿ ਸਕੇ ਕਿ ਉਸ ਨੂੰ ਉਸ ਦੀ ਕੋਈ ਜ਼ਰੂਰਤ ਨਹੀਂ ਹੈ ਕਿਉਂਕਿ ਉਸ ਦਾ ਸ਼ਬਦ-ਗੁਰੂ ਵਿਚ ਅਟਲ ਵਿਸ਼ਵਾਸ ਹੈ ਜੋ ਹਰ ਤਰ੍ਹਾਂ ਪੂਰਨ ਹੈ ਤੇ ਹਰ ਸਮੇਂ ਹੀ ਹਾਜ਼ਰ-ਨਾਜ਼ਰ ਰਹਿੰਦਾ ਹੈ।

ਇਹ ਸੱਭ ਵਿਚਾਰਨ ਤੋਂ ਬਾਅਦ ਕਿ ਸਾਰੀ ਸ੍ਰਿਸ਼ਟੀ ਦਾ ਕਰਤਾ ਇਕ ਹੈ, ਜੋ ਹਰ ਇਕ ਵਿਚ ਸਰਬ ਵਿਆਪਕ ਹੈ ਤੇ ਉਸ ਦਾ ਗੁਰੂ ਰੂਪੀ ਗਿਆਨ ਵੀ ਸਰਬ ਵਿਆਪਕ ਹੈ। ਕੀ ਇਸ ਨਾਲ ਏਕੰਕਾਰ ਦੇ ਹੁਕਮ ਨੂੰ ਬੁਝਿਆ ਜਾ ਸਕਦਾ ਹੈ ? ਨਹੀਂ, ਇਹ ਸਮਝਣਾ ਗ਼ਲਤ ਹੋਵੇਗਾ। ਗੁਰੂ ਦੇ 'ਪ੍ਰਸਾਦਿ' ਤੋਂ ਬਗੈਰ ਹੁਕਮ ਨੂੰ ਨਹੀਂ ਬੁਝਿਆ ਜਾ ਸਕਦਾ। ਗੁਰਪ੍ਰਸਾਦਿ ਹੀ ਏਕੰਕਾਰ ਨਾਲ ਮਿਲਾ ਸਕਦਾ ਹੈ। *ਗੁਰੂ ਦਾ ਪ੍ਰਸਾਦਿ ਸਤਿਸੰਗਤ ਦੇ ਰੂਪ ਵਿਚ ਵਰਤਦਾ ਹੈ। ਗੁਰੂ ਸਿੱਖ ਨੂੰ ਸਤਿਸੰਗਤ ਨਾਲ ਜੋੜਦਾ ਹੈ।*

ਭਾਈ ਰੇ ਹਰਿ ਹੀਰਾ ਗੁਰ ਮਾਹਿ॥
ਸਤਸੰਗਤਿ ਸਤਗੁਰੁ ਪਾਈਐ ਅਹਿਨਿਸਿ ਸਬਦਿ ਸਲਾਹਿ॥

(ਗੁਰੂ ਗ੍ਰੰਥ ਸਾਹਿਬ, ਮ. ੧, ਅੰਗ ੨੨)

ਸਤਸੰਗਤ ਦੀ ਬੜੀ ਸਪੱਸ਼ਟ ਪਰਿਭਾਸ਼ਾ ਹੈ, ਜਿਥੇ ਕੇਵਲ ਇਕ ਨਾਮ ਦੀ ਗੱਲ ਹੋਵੇ। ਇਕ ਨਾਮ ਹੀ ਤਾਂ ਹੁਕਮ ਹੈ ਜੋ ਸਤਿਗੁਰੂ ਸਮਝਾਉਂਦੇ ਹਨ:

ਸਤਸੰਗਤਿ ਕੈਸੀ ਜਾਣੀਐ॥ ਜਿਥੈ ਏਕੋ ਨਾਮੁ ਵਖਾਣੀਐ॥
ਏਕੋ ਨਾਮੁ ਹੁਕਮੁ ਹੈ ਨਾਨਕ ਸਤਿਗੁਰਿ ਦੀਆ ਬੁਝਾਇ ਜੀਉ॥

(ਗੁਰੂ ਗ੍ਰੰਥ ਸਾਹਿਬ, ਮ. ੧, ਅੰਗ ੭੨)

ਸਿੱਖ ਦੇ ਧਾਰਮਕ ਅਸਥਾਨ ਨੂੰ ਗੁਰਦਵਾਰਾ ਕਹਿੰਦੇ ਹਨ। *ਗੁਰਦਵਾਰਾ ਕੋਈ ਪੂਜਾ ਦਾ ਅਸਥਾਨ ਨਹੀਂ ਹੈ, ਗੁਰੂ ਗ੍ਰੰਥ ਸਾਹਿਬ ਜੀ ਦੀ ਬਾਣੀ ਰਾਹੀਂ 'ਇਕੋ ਨਾਮ' ਦੀ ਵਿਚਾਰ ਦੀ ਧਰਮਸਾਲਾ ਹੈ।* ਸਤਸੰਗ ਦਾ 'ਇਕੋ ਨਾਮ' ਦੀ ਵਿਚਾਰ ਨਾਲ ਪਛਾਣ ਤੋਂ ਸਾਫ਼ ਹੋ ਜਾਂਦਾ ਹੈ ਕਿ ਪੁਜਾਰੀ ਦੀ ਸੰਗਤ ਸੱਤ ਨਹੀਂ, ਇਹ ਪੁਜਾਰੀ ਚਾਹੇ ਅਖੌਤੀ ਬ੍ਰਹਮਗਿਆਨੀ, ਸੰਤ,

ਮਹਾਤਮਾ ਦੇ ਨਾਂ ਨਾਲ ਆਪਣੇ ਨੂੰ ਪ੍ਰਚਾਰੇ। ਸਿੱਖੀ ਵਿਚ ਪੁਜਾਰੀ ਦਾ ਕੋਈ ਸਥਾਨ ਨਹੀਂ ਹੈ। *ਤਰਕਵਾਦੀਆਂ ਦਾ ਧਰਮ ਤੋਂ ਉਪਰਾਮ ਹੋ ਕੇ ਨਾਸਤਿਕਵਾਦ ਵਲ ਜਾਣ ਦਾ ਵੱਡਾ ਕਾਰਨ ਇਹ ਹੈ ਕਿ ਉਹ ਆਪਣੇ ਖ਼ਦਸ਼ਿਆਂ ਦੇ ਜਵਾਬ ਉਸ ਪੁਜਾਰੀ ਤੋਂ ਭਾਲਦੇ ਹਨ, ਜੋ ਖ਼ੁਦ ਭੰਬਲ-ਭੂਸੇ ਦਾ ਕਾਰਨ ਹੈ। ਜਦਕਿ ਬਾਬਾ ਨਾਨਕ ਜੀ ਵੀ ਤਰਕਵਾਦੀਆਂ ਦੇ ਉਹ ਸਾਰੇ ਸਵਾਲ ਸਾਹਮਣੇ ਰਖਦੇ ਹਨ, ਪਰ ਫਰਕ ਏਨਾ ਹੈ ਕਿ ਬਾਬਾ ਜੀ ਉਨ੍ਹਾਂ ਦੇ ਜਵਾਬ ਪੁਜਾਰੀ ਨੂੰ ਨਕਾਰ ਕੇ ਏਕੰਕਾਰ ਦੇ ਹੁਕਮ ਵਿਚੋਂ ਰੁਸ਼ਨਾਉਂਦੇ ਹਨ।* ਜੇ ਸੱਚਾ ਗੁਰੂ ਸੱਭ ਵਿਚ ਵਸਦਾ ਹੈ ਫਿਰ ਬਾਹਰਲੇ ਪੁਜਾਰੀ ਦੀ ਜਰੂਰਤ ਹੀ ਕਿ ਹੈ ? ਜਦੋਂ ਵੀ ਮਨੁੱਖ ਆਪਣਾ ਆਦਰਸ਼ ਜਾਂ ਗੁਰੂ ਕਿਸੇ ਪੁਜਾਰੀ ਨੂੰ ਮਿੱਥ ਲੈਂਦਾ ਹੈ ਤਾਂ ਉਸ ਦੀ ਸੋਚ ਦੀ ਸੀਮਾਂ ਉਸ ਪੁਜਾਰੀ ਦੇ ਬੌਧਿਕ ਪੱਧਰ ਤਕ ਹੀ ਸੀਮਤ ਰਹਿ ਜਾਂਦੀ ਹੈ। ਜਦਕਿ ਜਦੋਂ ਮਨੁੱਖ ਇਕੋ ਨਾਮ (ਸ਼ਬਦ) ਨਾਲ ਜੁੜਦਾ ਹੈ ਤਾਂ ਉਸ ਦੀ ਮਾਨਸਿਕ ਤਰੱਕੀ ਦੀ ਕੋਈ ਸੀਮਾਂ ਨਹੀਂ ਰਹਿੰਦੀ ਤੇ ਉਹ ਨਿਰਭਉ ਨਿਰਵੈਰ ਹੋ ਕੇ ਮਾਨਵ ਸਭਿਅਤਾ ਦੇ ਵਿਕਾਸ ਵਿਚ ਵਡਮੁਲਾ ਯੋਗਦਾਨ ਪਾਉਂਦਾ ਹੈ। ਇਸੇ ਲਈ ਗੁਰਬਾਣੀ ਹੀ ਗੁਰੂ ਹੈ ਕਿਉਂਕਿ ਇਹ ਇਕੋ ਨਾਮ ਦੀ ਗੱਲ ਕਰਦੀ ਹੈ। ਦਸ ਪਾਤਸ਼ਾਹੀਆਂ ਨੇ ਗੁਰਬਾਣੀ ਦੇ ਰੂਪ ਵਿਚ ਮਨੁੱਖਤਾ ਨੂੰ ਉੱਤਮ ਰੂਹਾਨੀ ਦਾਤ ਬਖ਼ਸ਼ੀ ਹੈ। ਜਦੋਂ ਸਿੱਖ ਅੰਮ੍ਰਿਤ ਰੂਪੀ ਰੱਬੀ ਗੁਣਾਂ ਭਰਪੂਰ ਗੁਰਬਾਣੀ ਨੂੰ ਆਪਣੇ ਜੀਵਨ ਵਿਚ ਉਤਾਰਦਾ ਹੈ ਤਾਂ ਗੁਰੂ (ਪਰਤੱਖ ਰੱਬੀ ਗੁਣ ਜੋ ਹਰ ਕਿਸੇ ਵਿਚ ਵਸਦੇ ਹਨ ਤੇ ਆਦਿ ਜੁਗਾਦਿ ਸਤਿ ਹਨ) ਸਿੱਖ ਨੂੰ ਵਿਕਾਰਾਂ ਵਿਚੋਂ ਬਚਾਅ ਲੈਂਦਾ ਹੈ:

ਬਾਣੀ ਗੁਰੂ ਗੁਰੂ ਹੈ ਬਾਣੀ ਵਿਚਿ ਬਾਣੀ ਅੰਮ੍ਰਿਤੁ ਸਾਰੇ ॥
ਗੁਰੁ ਬਾਣੀ ਕਹੈ ਸੇਵਕੁ ਜਨੁ ਮਾਨੈ ਪਰਤਖਿ ਗੁਰੂ ਨਿਸਤਾਰੇ ॥

(ਗੁਰੂ ਗ੍ਰੰਥ ਸਾਹਿਬ, ਮ. ੪, ਅੰਗ ੯੮੨)

ਗੁਰਬਾਣੀ ਵਰਤੀ ਜਗ ਅੰਤਰਿ ਇਸੁ ਬਾਣੀ ਤੇ ਹਰਿ ਨਾਮੁ ਪਾਇਦਾ॥

(ਗੁਰੂ ਗ੍ਰੰਥ ਸਾਹਿਬ, ਮ. ੩, ਅੰਗ ੧੦੬੬)

ਗੁਰੂ ਸਿੱਖ ਨੂੰ ਸਤਸੰਗਤ ਨਾਲ ਮਿਲਾ ਕੇ ਉਸ ਦੇ ਜੀਵਨ ਵਿਚੋਂ ਔਗੁਣਾਂ ਰੂਪੀ ਸੁੱਕੀ ਲੱਕੜ ਨੂੰ ਰੱਬੀ ਗੁਣਾਂ ਨਾਲ ਹਰਾ ਭਰਾ ਕਰ ਦਿੰਦਾ ਹੈ:

ਮੇਰੇ ਮਾਧਉ ਜੀ ਸਤਸੰਗਤਿ ਮਿਲੇ ਸੁ ਤਰਿਆ॥

ਗੁਰ ਪਰਸਾਦਿ ਪਰਮ ਪਦੁ ਪਾਇਆ ਸੂਕੇ ਕਾਸਟ ਹਰਿਆ ॥

(ਗੁਰੂ ਗ੍ਰੰਥ ਸਾਹਿਬ, ਮ. ੫, ਅੰਗ ੧੦)

ਗੁਰੂ ਨਾਨਕ ਸਾਹਿਬ ਜੀ ਮੂਰਤੀ ਪੂਜਾ, ਕਬਰਾਂ ਦੀ ਪੂਜਾ, ਅਵਤਾਰਵਾਦ ਜਾਂ ਹੋਰ ਕਰਮਕਾਂਡਾਂ ਤੋਂ ਇਨਕਾਰੀ ਇਸ ਲਈ ਨਹੀਂ ਕਿ ਉਨ੍ਹਾਂ ਨੇ ਆਪਣਾ ਰਸਤਾ ਵਖਰਾ ਕਰਨਾ ਸੀ, ਉਹ ਤਾਂ ਬਲਕਿ ਇਸਲਈ ਹਨ ਕਿਉਂਕਿ ਪੁਜਾਰੀ ਦੀ ਘੜੀਆਂ ਇਹ ਮਨੌਤਾਂ ਮਨੁੱਖ ਨੂੰ ਰੋਗੀ ਕਰਦੀਆਂ ਹਨ, ਜੋ 'ਇੱਕ' ਦੇ ਸਿਧਾਂਤ ਤੋਂ ਤੋੜ ਕੇ ਨਿਰਭਉ ਨਿਰਵੈਰ ਹੋਣ ਦੇ ਰਸਤੇ ਦੀ ਵੱਡੀ ਰੁਕਾਵਟ ਹੋ ਨਿਬੜਦੀ ਹੈ।

ਆਮ ਬੋਲਚਾਲ ਵਿਚ ਅਕਸਰ ਇਹ ਸੁਣਨ ਨੂੰ ਮਿਲਦਾ ਹੈ ਕਿ ਦੁਨਿਆਂ ਦੇ ਸਾਰੇ ਮਜ਼ਹਬ ਪਰਮਾਤਮਾ ਨੂੰ ਪਾਉਣ ਦੇ ਵੱਖ-ਵੱਖ ਰਸਤੇ ਹਨ। ਪਰ ਗੁਰਮਤਿ ਦਾ ਅਟਲ ਫ਼ੈਸਲਾ ਹੈ ਕਿ ਇਕ ਕਰਤਾਰ ਦੇ ਹੁਕਮ ਨੂੰ ਸਮਝਣ ਦਾ ਇਕੋ ਹੀ ਰਸਤਾ ਹੈ ਜਿਸ ਨੂੰ ਧਰਮ ਕਿਹਾ ਜਾ ਸਕਦਾ ਹੈ। ਆਪਣੇ ਨਾਮ ਨਾਲ ਚਾਹੇ ਉਹ ਹਿੰਦੂ, ਮੁਸਲਿਮ, ਸਿੱਖ, ਈਸਾਈ, ਬੋਧੀ, ਯਹੂਦੀ ਲਗਾ ਲਵੇ ਕੋਈ ਫ਼ਰਕ ਨਹੀਂ ਪੈਂਦਾ। *ਪਰਮਾਤਮਾ ਦੇ ਇਕ ਨਾਮ ਦੀ ਯਾਦ ਨਾਲ ਆਪਣੇ ਕਰਮਾਂ ਨੂੰ ਰੱਬੀ ਹੁਕਮ ਅਧੀਨ ਨਿਰਮਲ (ਸੱਚੇ) ਬਣਾਉਣਾ, ਸਾਰੀ ਮਨੁੱਖਤਾ ਦਾ ਇਹੀ ਇਕੋ ਧਰਮ ਹੈ ਅਤੇ ਸੱਭ ਤੋਂ ਉੱਤਮ ਧਾਰਮਕ ਕਰਮ ਹੈ ਸਤਿਸੰਗਤ ਨਾਲ ਜੁੜ ਕੇ ਔਗੁਣਾਂ ਨਾਲ ਭਰੀ ਭੈੜੀ ਮਤ ਦੀ ਮੈਲ ਨੂੰ ਸਾਫ਼ ਕਰਨਾ:*

ਸਰਬ ਧਰਮ ਮਹਿ ਸ੍ਰੇਸਟ ਧਰਮੁ ॥ ਹਰਿ ਕੋ ਨਾਮੁ ਜਪਿ ਨਿਰਮਲ ਕਰਮੁ ॥
ਸਗਲ ਕ੍ਰਿਆ ਮਹਿ ਊਤਮ ਕਿਰਿਆ ॥ ਸਾਧਸੰਗਿ ਦੁਰਮਤਿ ਮਲੁ ਹਿਰਿਆ ॥

(ਗੁਰੂ ਗ੍ਰੰਥ ਸਾਹਿਬ, ਮ. ੫, ਅੰਗ ੨੬੬)

ਕੋਈ ਇਹ ਸਵਾਲ ਵੀ ਖੜਾ ਕਰ ਸਕਦਾ ਹੈ ਕਿ 'ਸਤਿਸੰਗਤ' ਜ਼ਰੂਰੀ ਕਿਉਂ ਹੈ? ਕੀ ਮਨੁੱਖ ਆਪਣੇ ਆਪ ਵਿਚ ਹੁਕਮ ਨਹੀਂ ਬੁੱਝ ਸਕਦਾ? ਕੁਦਰਤ ਦੇ ਨਿਯਮਾਂ ਨੂੰ ਨਾ ਸਮਝਣ ਕਾਰਨ ਇਹ ਸਵਾਲ ਖੜਾ ਹੋਇਆ ਹੈ। ਬੜਾ ਪ੍ਰਚਲਿਤ ਅਖਿਆਨ ਹੈ ਕਿ 'ਮਨੁੱਖ ਇਕ ਸਮਾਜਕ ਜਾਨਵਰ ਹੈ'। ਇਹੀ ਅਸੀਂ ਪਹਿਲਾਂ ਵਿਚਾਰ ਕਰ ਚੁਕੇ ਹਾਂ ਕਿ ਮਨੁੱਖ ਦੇ ਕੀਤੇ ਕਰਮ ਕੇਵਲ ਉਸ ਦੇ ਨਿਜੀ ਜੀਵਨ ਹੀ ਨਹੀਂ ਬਲਕਿ ਸਮਾਜ, ਵਾਤਾਵਰਣ ਸੱਭ ਉਤੇ ਅਸਰ ਪਾਉਂਦੇ ਹਨ। ਮਨੁੱਖ ਨੂੰ ਧਰਤੀ ਉਤੇ ਵਿਚਰਨ ਵਾਸਤੇ ਸੰਗਤ ਦੀ ਚੋਣ ਕਰਨੀ ਹੀ ਪੈਂਦੀ ਹੈ। ਮਨੁੱਖੀ

ਸਭਿਅਤਾ ਦੇ ਵਿਕਾਸ ਵਾਸਤੇ ਗੁਰੂ ਸਤਿਸੰਗਤ ਦੇ ਰੂਪ ਵਿਚ ਪ੍ਰਸ਼ਾਦ ਬਖ਼ਸ਼ਿਸ਼ ਕਰਦਾ ਹੈ। ਇਸ ਤਰ੍ਹਾਂ ਸਤਿਸੰਗਤ ਦੇ ਗੁਰਪ੍ਰਸਾਦਿ ਨਾਲ ਹੀ ੧ਓਂ ਨੂੰ ਪਾਇਆ ਜਾ ਸਕਦਾ ਹੈ । ਕਿਉਂ ਨਾ ਅਜਿਹੇ ਸਤਿਗੁਰੂ ਤੋਂ ਬਲਿਹਾਰ ਜਾਈਏ:

ਏਕੰਕਾਰੁ ਸਤਿਗੁਰ ਤੇ ਪਾਈਐ ਹਉ ਬਲਿ ਬਲਿ ਗੁਰ ਦਰਸਾਇਣਾ॥

(ਗੁਰੂ ਗ੍ਰੰਥ ਸਾਹਿਬ, ਮ. ੫, ਅੰਗ ੧੦੭੮)

***

## ਸਿੱਖੀ ਵਿਚ ਪੁਜਾਰੀ ਦੀ ਕੋਈ ਮਾਨਤਾ ਨਹੀਂ

ਸਮਾਜ ਵਿਚ ਪਸਰਿਆ ਅਗਿਆਨਤਾ ਦੇ ਹਨੇਰੇ ਦਾ ਕਾਰਨ ਇਕ ਕਰਤਾਰ ਦੇ ਵਿਚਾਰ ਨੂੰ ਵਿਸਾਰਨਾ ਹੀ ਸੀ। ਪਰ ਜੋ ਇਸ ਅਗਿਆਨਤਾ ਨੂੰ ਫ਼ੈਲਾਉਣ ਵਿਚ ਸਹਾਇਕ ਹੁੰਦਾ ਹੈ, ਉਹ 'ਪੁਜਾਰੀ' ਹੀ ਹੈ। *ਇਹ ਕਹਿਣਾ ਗ਼ਲਤ ਨਹੀਂ ਹੋਵੇਗਾ ਕਿ ਪੁਜਾਰੀ ਅਗਿਆਨਤਾ ਦਾ ਦੂਤ ਬਣ ਕੇ ਧਰਤੀ ਤੇ ਉੱਤਰਿਆ ਹੈ।* 'ਪ੍ਰਚਾਰਕ' ਤੇ 'ਪੁਜਾਰੀ' ਦਾ ਸਿਧਾਂਤਕ ਫ਼ਰਕ ਸਮਝਣਾ ਜ਼ਰੂਰੀ ਹੈ। ਪ੍ਰਚਾਰਕ ਧਾਰਮਕ ਗ੍ਰੰਥਾਂ ਦਾ ਖ਼ੁਦ ਗਿਆਨ ਹਾਸਲ ਕਰ ਕੇ ਲੋਕਾਂ ਤਕ ਪਹੁੰਚਾਉਂਦਾ ਹੈ ਤੇ ਆਪਣੇ-ਆਪ ਨੂੰ ਆਮ ਲੋਕਾਈ ਤੋਂ ਵਖਰਾ ਨਹੀਂ ਸਮਝਦਾ। ਜਦਕਿ ਪੁਜਾਰੀ ਕੋਲ ਗਿਆਨ ਹੋਵੇ ਜਾਂ ਨਾ ਹੋਵੇ, ਕੋਈ ਫ਼ਰਕ ਨਹੀਂ ਪੈਂਦਾ ਪਰ ਉਹ ਆਪਣੇ ਕੋਲ ਵੱਧ ਧਾਰਮਕ ਅਧਿਕਾਰ ਹੋਣ ਦਾ ਦਾਅਵਾ ਕਰਦਾ ਹੈ ਜਿਸ ਨਾਲ ਉਹ ਆਪਣੇ-ਆਪ ਨੂੰ ਆਮ ਲੋਕਾਈ ਤੋਂ ਵੱਡਾ ਹੋਣ ਦਾ ਭਰਮ ਖੜਾ ਕਰਦਾ ਹੈ। ਗੁਰੂ ਸਾਹਿਬ ਜੀ ਨੇ ਇਸ ਗੰਭੀਰ ਮਸਲੇ ਤੋਂ ਜਾਗਰੂਕ ਕਰਾਉਂਦੇ ਹੋਏ ਸਮਝਾਇਆ ਕਿ ਪੁਜਾਰੀ ਨੇ ਸਮਾਜ ਦਾ ਉਜਾੜਾ ਹੀ ਕੀਤਾ ਹੈ। ਪੁਜਾਰੀ ਜਿੱਥੇ ਝੂਠ ਬੋਲਦਾ ਹੈ, ਉੱਥੇ ਹੀ ਨਿਰਵੈਰ ਪ੍ਰਭੂ ਦੇ ਨਿਯਮਾਂ ਦੇ ਉਲਟ ਜਾ ਕੇ ਆਮ ਲੁਕਾਈ ਦਾ ਹੱਕ ਮਾਰਦਾ ਹੈ। ਪੁਜਾਰੀ ਖ਼ੁਦ ਗਿਆਨ ਤੋਂ ਅੰਨ੍ਹਾ ਹੈ, ਪਰ ਦੂਜਿਆਂ ਨੂੰ ਜੁਗਤ ਸਿਖਾਉਣ ਦਾ ਦਾਅਵਾ ਕਰਦਾ ਹੈ:

ਕਾਦੀ ਕੂੜੁ ਬੋਲਿ ਮਲੁ ਖਾਇ ॥ ਬ੍ਰਾਹਮਣੁ ਨਾਵੈ ਜੀਆ ਘਾਇ ॥<br>
ਜੋਗੀ ਜੁਗਤਿ ਨ ਜਾਣੈ ਅੰਧੁ ॥ ਤੀਨੇ ਓਜਾੜੇ ਕਾ ਬੰਧੁ॥

(ਗੁਰੂ ਗ੍ਰੰਥ ਸਾਹਿਬ, ਮ. ੧, ਅੰਗ ੬੬੨)

*ਪੁਜਾਰੀ ਦੇ ਆਖੇ ਲੱਗ ਕੇ ਮਨੁੱਖ ਕਈ ਤਰ੍ਹਾਂ ਦੇ ਪਖੰਡਾਂ ਨੂੰ ਧਰਮ ਸਮਝਣ ਦਾ ਭਰਮ ਪਾਲ ਲੈਂਦਾ ਹੈ।* ਜਿਵੇਂ ਵਰਤ ਰਖਣੇ, ਸੁੱਚ ਭਿੱਟ, ਸਰੀਰ ਨੂੰ ਕਸ਼ਟ ਦੇਣੇ, ਹੋਰ ਵੀ ਕਈ ਤਰ੍ਹਾਂ ਦੀ ਪੂਜਾ ਅਰਚਨਾ ਕਰਵਾਉਣੀਆਂ। ਗ੍ਰਹਿ ਤੇ ਤਾਰਿਆਂ ਦਾ ਹਿਸਾਬ-ਕਿਤਾਬ ਲਗਾ ਕੇ ਪੰਡਿਤ ਸ਼ੁਭ-ਅਸ਼ੁਭ ਦਿਨਾਂ ਦੇ ਮੱਕੜ ਜਾਲ ਨਾਲ ਉਸ ਏਕੰਕਾਰ ਨੂੰ ਵਿਸਾਰ ਦਿੰਦਾ ਹੈ, ਜੋ ਇਨ੍ਹਾਂ ਸੱਭ ਦੇ ਉੱਪਰ ਹੈ:

ਵਰਤ ਨੇਮੁ ਸੁਚ ਸੰਜਮੁ ਪੂਜਾ ਪਾਖੰਡਿ ਭਰਮੁ ਨ ਜਾਇ॥

(ਗੁਰੂ ਗ੍ਰੰਥ ਸਾਹਿਬ, ਮ. ੪, ਅੰਗ ੧੪੨੩)

ਸਾਹਾ ਗਣਹਿ ਨ ਕਰਹਿ ਬੀਚਾਰੁ॥ ਸਾਹੇ ਊਪਰਿ ਏਕੰਕਾਰੁ॥

(ਗੁਰੂ ਗ੍ਰੰਥ ਸਾਹਿਬ, ਮ. ੧, ਅੰਗ ੯੦੪)

ਗਿਆਨ ਤੋਂ ਅੰਨ੍ਹੇ ਪੁਜਾਰੀ ਦੇ ਆਖੇ ਲੱਗ ਕੇ ਜਦੋਂ ਭੋਲੀ-ਭਾਲੀ ਜਨਤਾ ਕਰਮਕਾਂਡ ਤੇ ਪਾਖੰਡ ਨੂੰ ਹੀ ਧਰਮ ਸਮਝ ਬੈਠਦੀ ਹੈ ਤਾਂ ਫਿਰ ਮਨੁੱਖ ਘਟ-ਘਟ ਵਿਚ ਵਸਦੇ ਇਕ ਕਰਤਾਰ ਨਾਲੋਂ ਟੁਟ ਕੇ ਵਿਕਾਰਾਂ ਨਾਲ ਭਰੀ ਦਵੈਤ ਨਾਲ ਜੁੜ ਜਾਂਦਾ ਹੈ। ਨਤੀਜੇ ਵਜੋਂ ਜ਼ਹਿਰ ਰੂਪੀ ਵਿਕਾਰਾਂ ਵਿਚ ਮਨੁੱਖ ਦਾ ਜੀਵਨ ਗ੍ਰਸਿਆ ਜਾਂਦਾ ਹੈ। ਇਸ ਤਰ੍ਹਾਂ ਉਹ ਆਪਣੇ ਅੰਦਰ ਵਸਦੇ ਰੱਬੀ ਗੁਣਾਂ ਨੂੰ ਲੁਟਾ ਬੈਠਦਾ ਹੈ:

ਅੰਧੇ ਗੁਰੂ ਤੇ ਭਰਮੁ ਨ ਜਾਈ॥
ਮੂਲੁ ਛੋਡਿ ਲਾਗੇ ਦੂਜੈ ਭਾਈ॥
ਬਿਖੁ ਕਾ ਮਾਤਾ ਬਿਖੁ ਮਾਹਿ ਸਮਾਈ॥

(ਗੁਰੂ ਗ੍ਰੰਥ ਸਾਹਿਬ, ਮ. ੩, ਅੰਗ ੨੩੨)

ਕਰਮ ਧਰਮ ਪਾਖੰਡ ਜੋ ਦੀਸਹਿ ਤਿਨ ਜਮੁ ਜਾਗਾਤੀ ਲੂਟੈ॥
ਨਿਰਬਾਣ ਕੀਰਤਨੁ ਗਾਵਹੁ ਕਰਤੇ ਕਾ ਨਿਮਖ ਸਿਮਰਤ ਜਿਤੁ ਛੂਟੈ॥

(ਗੁਰੂ ਗ੍ਰੰਥ ਸਾਹਿਬ, ਮ. ੫, ਅੰਗ ੭੪੭)

ਇਸ ਪਿਛੋਕੜ ਵਿਚ ਬਾਬਾ ਨਾਨਕ ਜੀ ਨੇ ਏਕੰਕਾਰ (ੴ) ਦੀ ਜੋ ਵਿਚਾਰ ਦਿਤੀ ਉਸ ਵਿਚ ਪੁਜਾਰੀ ਦੀ ਕੋਈ ਥਾਂ ਨਹੀਂ ਹੈ। ਇਕ ਕਰਤਾਰ ਤੇ ਉਸ ਦੇ ਮਨੁੱਖ ਵਿਚ ਵਿਚੋਲਗੀ ਕਰਨ ਵਾਸਤੇ ਪੁਜਾਰੀ ਦੀ ਕੋਈ ਜ਼ਰੂਰਤ ਨਹੀਂ ਕਿਉਂਕਿ ਕਰਣਹਾਰ ਘਟ-ਘਟ ਵਿਚ ਵਸਦਾ ਹੈ ਤੇ ਉਸ ਦਾ ਸੱਚਾ ਗਿਆਨ ਗੁਰੂ ਵੀ ਘੱਟ-ਘੱਟ ਵਿਚ ਵਸਦਾ ਹੈ। ਗੁਰੂ ਸਾਹਿਬ ਨੇ ਸਿੱਖਾਂ ਨੂੰ ਸਤਿਸੰਗਤ ਨਾਲ ਜੋੜਿਆ ਜਿਥੇ ਸਿਰਫ਼ ਏਕੋ ਨਾਮ ਦੀ ਵਿਚਾਰ ਗੁਰਬਾਣੀ ਰਾਹੀਂ ਹੁੰਦੀ ਹੈ। ਗੁਰਬਾਣੀ ਨੇ ਪਹਿਲਾਂ ਤੋਂ ਚਲੀ ਆਉਂਦੀਆਂ ਪੁਜਾਰੀ ਦੀ ਘੜੀਆਂ ਮਨੌਤਾਂ ਤੇ ਉਸ ਦੀ ਸਮਰੱਥਾ ਨੂੰ ਪੂਰੀ ਤਰ੍ਹਾਂ ਨਕਾਰ ਦਿਤਾ:

ਪੰਡਿਤ ਮੁਲਾਂ ਜੋ ਲਿਖਿ ਦੀਆ॥ ਛਾਡਿ ਚਲੇ ਹਮ ਕਛੂ ਨ ਲੀਆ॥

(ਗੁਰੂ ਗ੍ਰੰਥ ਸਾਹਿਬ, ਭ. ਕਬੀਰ, ਅੰਗ ੧੧੫੯)

ਖ਼ਾਲਸੇ ਦੀ ਸਿਰਜਣਾ ਨੇ ਗੁਰਬਾਣੀ ਸਿਧਾਂਤ ਨੂੰ ਅਮਲੀ ਜਾਮਾ ਪਹਿਨਾਉਂਦਿਆਂ ਪੁਜਾਰੀ ਨੂੰ ਸਮਾਜਕ ਪੱਖੋਂ ਵੀ ਕੱਢ ਸੁੱਟਿਆ। ਖ਼ਾਲਸੇ ਦੀ ਸਿਰਜਣਾ ਮਨੁੱਖੀ ਇਤਿਹਾਸ ਦੀ ਇਕ ਅਲੌਕਿਕ ਘਟਨਾ ਹੈ। ਇਸ ਨੇ ਮਨੁੱਖੀ ਸਭਿਅਤਾ ਨੂੰ ਬਹੁਤ ਵੱਡੀ ਦੇਣ ਦਿਤੀ ਹੈ। ਖ਼ਾਲਸੇ ਦੀ ਸਿਰਜਣਾ ਦੇ ਕਈ ਪਹਿਲੂ ਹਨ ਪਰ ਇਸ ਅਤਿ ਜ਼ਰੂਰੀ ਪਹਿਲੂ ਬਾਰੇ ਚਰਚਾ ਥੋੜ੍ਹੀ ਘੱਟ ਹੁੰਦੀ ਹੈ।

੧੬੯੯ ਦੀ ਵਿਸਾਖੀ ਵਾਲੇ ਦਿਨ ਗੁਰੂ ਗੋਬਿੰਦ ਸਿੰਘ ਜੀ ਨੇ ਬਾਬਾ ਨਾਨਕ ਜੀ ਦੀ ਵਿਚਾਰਧਾਰਾ ਨੂੰ ਜਾਮਾ ਪਹਿਨਾਉਣ ਵਾਸਤੇ ਸਿੱਖਾਂ ਦਾ ਭਾਰੀ ਇਕੱਠ ਸਦਿਆ। ਹਜ਼ਾਰਾਂ ਦੇ ਇਕੱਠ ਵਿਚੋਂ ਗੁਰੂ ਗੋਬਿੰਦ ਸਿੰਘ ਜੀ ਨੇ ਵਾਰੀ-ਵਾਰੀ ਪੰਜ ਸਿਰਾਂ ਦੀ ਮੰਗ ਕੀਤੀ। ਗੁਰੂ ਵਾਸਤੇ ਬਿਨਾਂ ਕਿਸੇ ਸ਼ਰਤ ਦੇ ਆਪਣਾ ਸੀਸ ਅਰਪਣ ਕਰਨ ਵਾਲੇ ਪੰਜ ਪਿਆਰੇ ਕਹਿਲਾਏ। ਗੁਰੂ ਸਾਹਿਬ ਜੀ ਨੇ ਇਨ੍ਹਾਂ ਪੰਜਾਂ ਪਿਆਰਿਆਂ ਨੂੰ ਖੰਡੇ ਦੀ ਪਹੁਲ ਬਖ਼ਸ਼ੀ ਉਪਰੰਤ ਆਪ ਇਨ੍ਹਾਂ ਪੰਜਾਂ ਤੋਂ ਅੰਮ੍ਰਿਤ ਦੀ ਦਾਤ ਲਈ। ਇਸ ਤਰ੍ਹਾਂ ਗੁਰੂ ਤੇ ਸਿੱਖ ਵਿਚ ਵਿਹਾਰਕ ਤੌਰ ਤੇ ਵੀ ਭੇਦ ਖ਼ਤਮ ਕਰ ਦਿਤਾ। ਹੁਣ ਸਿੱਖ ਧਰਮ ਵਿਚ ਪ੍ਰਵੇਸ਼ ਕਰਵਾਉਣ ਵਾਸਤੇ ਆਮ ਗ੍ਰਿਹਸਤੀ ਸਿੱਖ ਨੂੰ ਹੀ ਅਧਿਕਾਰ ਦੇ ਦਿਤਾ।

ਈਸਾਈ ਜਾਂ ਇਸਲਾਮ ਮਤ ਵਿਚ ਭਾਵੇਂ ਸਿਧਾਂਤਕ ਤੌਰ ਉਤੇ ਪੁਜਾਰੀ ਨੂੰ ਮਾਨਤਾ ਨਹੀਂ ਹੈ ਪਰ ਉਨ੍ਹਾਂ ਦੇ ਧਰਮ ਵਿਚ ਪ੍ਰਵੇਸ਼, ਵਿਆਹ ਆਦਿ ਕਾਰਜਾਂ ਵਾਸਤੇ ਪਾਦਰੀ ਜਾਂ ਮੌਲਵੀ ਦੀ ਮੌਜੂਦਗੀ ਜ਼ਰੂਰੀ ਹੈ। ਸਨਾਤਨੀ ਮਤ ਵਿਚ ਤਾਂ ਪੁਜਾਰੀ ਹੋਣ ਦਾ ਅਧਿਕਾਰ ਕੇਵਲ ਬ੍ਰਾਹਮਣ ਜਾਤੀ ਵਿਚ ਪੈਦਾ ਹੋਏ ਮਰਦ ਨੂੰ ਹੀ ਹੈ।

ਖ਼ਾਲਸੇ ਦੀ ਸਿਰਜਣਾ ਦੇ ਨਾਲ ਸਿੱਖ ਨੂੰ ਕਿਸੇ ਪੁਜਾਰੀ ਉਤੇ ਨਿਰਭਰ ਹੋਣ ਦੀ ਜ਼ਰੂਰਤ ਨਾ ਰਹੀ। ਸੰਗਤ ਅਪਣੇ ਵਿਚੋਂ ਹੀ ਪੰਜ ਸਿੱਖ ਚੁਣ ਸਕਦੀ ਹੈ ਜਿਨ੍ਹਾਂ ਨੇ ਪਹਿਲਾਂ ਤੋਂ ਹੀ ਖੰਡੇ ਦੀ ਪਹੁਲ ਲਈ ਹੋਵੇ। ਸੰਗਤ ਵਿਚੋਂ ਚੁਣੇ ਪੰਜ ਪਿਆਰੇ ਦੂਜਿਆਂ ਨੂੰ ਅੰਮ੍ਰਿਤ ਦੀ ਦਾਤ ਬਖ਼ਸ਼ ਸਕਦੇ ਹਨ। *ਪੰਜਾਂ ਕੋਲ ਹੋਣ ਕਾਰਨ ਨਾ ਕਿਸੇ ਇਕ ਵਿਅਕਤੀ ਕੋਲ ਤੇ ਨਾ ਹੀ ਕਿਸੇ ਜਾਤੀ, ਦੇਸ਼ ਜਾਂ ਲਿੰਗ ਦੇ ਵਿਅਕਤੀ ਕੋਲ ਵਿਸ਼ੇਸ਼ ਅਧਿਕਾਰ ਰਹੇ। ਇਸ ਤਰ੍ਹਾਂ ਪੰਜ ਪਿਆਰਿਆਂ ਦੇ ਰੂਪ ਵਿਚ ਸਾਰੇ ਅਧਿਕਾਰ ਆਮ ਲੁਕਾਈ ਦੇ ਹਵਾਲੇ ਕਰ ਦਿਤੇ।*

ਪਹਿਲਾਂ ਅੰਗਰੇਜ਼ੀ ਰਾਜ ਨੇ ਤੇ ਫਿਰ ਅੱਜ ਦੇ ਹਿੰਦੂਤਵੀ ਰਾਜ ਨੇ ਬੜੇ ਯੋਜਨਾਬੰਦ ਢੰਗ ਨਾਲ ਪੁਜਾਰੀ ਨੂੰ ਪਿਛਲੇ ਦਰਵਾਜ਼ੇ ਤੋਂ ਗੁਰੂ ਘਰ ਵਿਚ ਦਾਖਲ ਕਰਵਾ ਕੇ ਸਿੱਖ ਫ਼ਲਸਫ਼ੇ ਨੂੰ ਖੋਰਾ ਲਗਾਉਣ ਦੀ ਨਿਰੰਤਰ ਕੋਸ਼ਿਸ਼ ਕੀਤੀ ਹੈ। ਅੰਗਰੇਜ਼ੀ ਰਾਜ ਅਧੀਨ ਇਸ ਵਰਤਾਰੇ ਦਾ

ਨਿਸ਼ਾਨਾ ਸਿੱਖਾਂ ਅੰਦਰੋਂ ਪ੍ਰਭੂਸਤਾ ਦੀ ਧੁਰੋਂ ਬਖ਼ਸ਼ੀ ਲੋ ਨੂੰ ਮੱਧਮ ਕਰਨਾ ਸੀ। ਬ੍ਰਾਹਮਣੀ ਰਾਜ ਦਾ ਮਕਸਦ ਸਿੱਖਾਂ ਦੀ ਪ੍ਰਭੂਸੱਤਾ ਤੋਂ ਇਨਕਾਰੀ ਹੋਣਾ ਤਾਂ ਹੈ ਹੀ ਪਰ ਨਾਲ-ਨਾਲ ਸਿੱਖ ਦੀ ਹੋਂਦ ਨੂੰ ਖ਼ਤਮ ਕਰਨਾ ਵੀ ਹੈ ਕਿਉਂਕਿ ਸਿੱਖ ਫ਼ਲਸਫ਼ਾ ਬ੍ਰਾਹਮਣਵਾਦ ਦੀ ਗ਼ੁਲਾਮੀ ਵਾਲੀ ਸੋਚ ਨੂੰ ਸਿੱਧੀ ਚੁਨੌਤੀ ਦਿੰਦਾ ਹੈ। ਇਸ ਲਈ ਅੱਜ ਦਾ ਪੁਜਾਰੀ ਵਧੇਰੇ ਰਾਜ ਸ਼ਕਤੀ ਤੇ ਦੰਡ-ਰਹਿਤ (impunity) ਵਿਵਸਥਾ ਨਾਲ ਖ਼ਤਰਨਾਕ ਰੂਪ ਵਿਚ ਸਥਾਪਤ ਹੈ। ਇਹ ਪੁਜਾਰੀ ਕਈ ਨਾਵਾਂ ਨਾਲ ਸਿੱਖ ਸਮਾਜ ਨੂੰ ਜੋਕਾਂ ਵਾਂਗ ਚਿੰਬੜ ਗਿਆ ਹੈ— ਸੰਤ, ਬ੍ਰਹਮ-ਗਿਆਨੀ, ਜਥੇਦਾਰ ਆਦਿ। ਹਰ ਅਖੌਤੀ ਸੰਤ ਜਾਂ ਡੇਰੇਦਾਰ ਉਸ ਗਵਾਲੇ ਦੀ ਤਰ੍ਹਾਂ ਹੈ ਜੋ ਕਈ ਸੌ ਗਊਆਂ ਨੂੰ ਆਪਣੇ ਦਿਸ਼ਾ-ਨਿਰਦੇਸ਼ ਅਨੁਸਾਰ ਚਾਰਦਾ ਹੈ। ਪਰ ਇਸ ਦਾ ਮਕਸਦ ਗਊਆਂ ਰੂਪੀ ਭੋਲੀ-ਭਾਲੀ ਜਨਤਾ ਨੂੰ ਸੱਚ ਦਾ ਮਾਰਗ ਵਿਖਾਉਣ ਦਾ ਨਹੀਂ ਹੁੰਦਾ, ਬਲਕਿ ਸੱਚ ਤੋਂ ਤੋੜਨ ਦਾ ਹੁੰਦਾ ਹੈ:

ਹਮ ਗੋਰੂ ਤੁਮ ਗੁਆਰ ਗੁਸਾਈ ਜਨਮ ਜਨਮ ਰਖਵਾਰੇ ॥
ਕਬਹੂੰ ਨ ਪਾਰਿ ਉਤਾਰਿ ਚਰਾਇਹੁ ਕੈਸੇ ਖਸਮ ਹਮਾਰੇ ॥

(ਗੁਰੂ ਗ੍ਰੰਥ ਸਾਹਿਬ, ਭ. ਕਬੀਰ, ਅੰਗ ੪੮੨)

ਇਹਨਾਂ ਪੁਜਾਰੀਆਂ ਦੀ ਹੈਸੀਅਤ ਕਿਸੇ ਸਿਆਸਤਦਾਨ ਦੀ ਜੇਬ ਵਿਚੋਂ ਨਿਕਲੀ ਪਰਚੀ ਤੋਂ ਵੱਧ ਨਹੀਂ ਹੁੰਦੀ। ਉਹ ਸਿਆਸਤਦਾਨ ਜੋ ਖ਼ੁਦ ਰਾਜ-ਗੱਦੀ ਦੇ ਨਸ਼ੇ ਵਿਚ ਕੌਮ ਦੇ ਭਵਿੱਖ ਨੂੰ ਬ੍ਰਾਹਮਣੀ ਤਾਕਤਾਂ ਹੱਥੋਂ ਵੇਚਣ ਲਈ ਸਦਾ ਤਿਆਰ ਰਹਿੰਦੇ ਹਨ। ਇਨ੍ਹਾਂ ਪੁਜਾਰੀਆਂ ਵਿਚੋਂ ਬਹੁਤਿਆਂ ਉਤੇ ਕਤਲ, ਜ਼ਮੀਨ ਹੜਪਣ, ਬਦਇਖ਼ਲਾਕ ਆਦਿ ਦੇ ਗੰਭੀਰ ਦੋਸ਼ ਹੋਣ ਦੇ ਬਾਵਜੂਦ ਵੀ ਇਹ ਆਪਣੀ ਦੁਕਾਨ ਬਿਨਾਂ ਕਿਸੇ ਡਰ ਤੋਂ ਚਲਾਂਦੇ ਹਨ। ਇਨ੍ਹਾਂ ਨੂੰ ਕਾਨੂੰਨ ਦਾ ਰੱਤਾ ਭਰ ਵੀ ਡਰ ਨਹੀਂ ਹੈ ਕਿਉਂਕਿ ਇਨ੍ਹਾਂ ਦੀ ਯਾਰੀ ਸਮੇਂ ਦੇ ਰਾਜਿਆਂ ਨਾਲ ਹੁੰਦੀ ਹੈ:

ਤੂੰ ਬਾਮ੍ਹਨੁ ਮੈ ਕਾਸੀਕ ਜੁਲਹਾ ਬੂਝਹੁ ਮੋਰ ਗਿਆਨਾ ॥
ਤੁਮ੍ਹ ਤਉ ਜਾਚੇ ਭੂਪਤਿ ਰਾਜੇ ਹਰਿ ਸਉ ਮੋਰ ਧਿਆਨਾ ॥

(ਗੁਰੂ ਗ੍ਰੰਥ ਸਾਹਿਬ, ਭ. ਕਬੀਰ, ਅੰਗ ੪੮੨)

ਸਿੱਖ ਸਮਾਜ ਵਿਚ ਜਿਥੇ ਵੱਖ-ਵੱਖ ਰਹਿਤ ਮਰਿਆਦਾ ਨਾਲ ਪੰਥ ਵਿਚ ਵੰਡੀਆਂ ਪਾਈਆਂ ਹਨ, ਉਥੇ ਹੀ ਮਾਸ ਖਾਣ ਜਾਂ ਨਾ ਖਾਣ ਦੇ ਸਵਾਲ ਨੂੰ ਧਰਮ ਨਾਲ ਜੋੜ ਕੇ ਪੰਥ ਵਿਚ ਵਿਵਾਦ ਖੜਾ ਕਰ ਦੇਣਾ ਵੀ ਪੁਜਾਰੀ ਦੀ ਹੀ ਦੇਣ ਹੈ। ਇਹ ਆਪਣੇ ਚੇਲਿਆਂ ਨੂੰ ਮਾਸ ਛੁਡਾ ਕੇ ਵੱਡਾ ਧਰਮੀ ਹੋਣ ਦਾ ਸਰਟੀਫ਼ਿਕੇਟ ਦੇ ਦਿੰਦੇ ਹਨ। ਇਨ੍ਹਾਂ ਵਾਸਤੇ ਸ਼ਾਕਾਹਾਰੀ ਭੋਜਨ ਪੈਦਾ ਕਰਨ ਵਾਲਾ ਕਿਸਾਨ ਸਰਕਾਰੀ ਨੀਤੀਆਂ ਕਾਰਨ ਚਾਹੇ ਖ਼ੁਦਕੁਸ਼ੀ ਕਰ ਲਵੇ, ਉਨ੍ਹਾਂ ਦੇ ਹੱਕ ਵਿਚ ਸਰਕਾਰ ਵਿਰੁਧ ਬੋਲਣਾ ਇਨ੍ਹਾਂ ਦੇ ਧਰਮ ਦਾ ਹਿੱਸਾ ਨਹੀਂ ਬਣ ਪਾਉਂਦਾ। ਜਿਹੜੀ ਅੰਨ

ਦੀ ਬੋਟੀ, ਆਪਣੇ ਜਨਮ ਦਾਤਾ ਕਿਸਾਨ ਦੀ ਸਮੱਸਿਆ ਦਾ ਹੱਲ ਨਹੀਂ ਕਰ ਪਾਉਂਦੀ ਤੇ ਖ਼ੁਦਕੁਸ਼ੀ ਨਾਲ ਉਸ ਦੀ ਮੌਤ ਦਾ ਕਾਰਨ ਬਣਦੀ ਹੈ, ਉਹ ਨਿਵਾਲਾ ਸ਼ੁੱਧ ਸਾਕਾਹਾਰੀ ਕਿਵੇਂ ਹੋ ਗਿਆ ?

ਮਾਸੁ ਮਾਸੁ ਕਰਿ ਮੂਰਖੁ ਝਗੜੇ ਗਿਆਨੁ ਧਿਆਨੁ ਨਹੀ ਜਾਣੈ ॥
ਕਉਣੁ ਮਾਸੁ ਕਉਣੁ ਸਾਗੁ ਕਹਾਵੈ ਕਿਸੁ ਮਹਿ ਪਾਪ ਸਮਾਣੇ ॥

(ਗੁਰੂ ਗ੍ਰੰਥ ਸਾਹਿਬ, ਮ. ੧, ਅੰਗ ੧੨੮੯)

ਇਨ੍ਹਾਂ ਪੁਜਾਰੀਆਂ ਦੀ ਮੁੱਖ ਡਿਊਟੀ ਹੈ ਏਕੰਕਾਰ ਦੀ ਸੁਤੰਤਰ ਵਿਚਾਰ ਤੋਂ ਤੋੜ ਕੇ ਗੁਰਬਾਣੀ ਦੇ ਗ਼ਲਤ ਅਰਥ ਕਰ ਕੇ ਸੰਗਤ ਨੂੰ ਉਨ੍ਹਾਂ ਕਰਮਕਾਂਡਾ ਵਿਚ ਭਰਮਾਉਣਾ, ਜਿਨ੍ਹਾਂ ਵਿਚੋਂ ਗੁਰੂ ਨੇ ਸਿੱਖ ਨੂੰ ਕਢਿਆ ਸੀ ਜਿਵੇਂ ਤੀਰਥ ਇਸ਼ਨਾਨ, ਗਿਣਤੀਆਂ ਨਾਲ ਪਾਠ ਕਰਨਾ, ਮੱਸਿਆ-ਪੂਰਨਮਾਸੀ ਦਿਨਾਂ ਦੇ ਵਹਿਮ, ਭਾੜੇ ਦੇ ਅਖੰਡ-ਪਾਠ, ਹੋਰ ਵੀ ਬਹੁਤ ਸਾਰੇ:

ਬਿਨੁ ਨਾਵੈ ਹੋਰ ਪੂਜ ਨ ਹੋਵੀ ਭਰਮਿ ਭੁਲੀ ਲੋਕਾਈ ॥

(ਗੁਰੂ ਗ੍ਰੰਥ ਸਾਹਿਬ, ਮ. ੩, ਅੰਗ ੯੧੦)

ਬ੍ਰਾਹਮਣੀ ਰਾਜ ਪ੍ਰਬੰਧ ਇਹ ਗੱਲ ਚੰਗੀ ਤਰ੍ਹਾਂ ਸਮਝਦਾ ਹੈ ਕਿ ਸਿੱਖ ਨੂੰ ਮਾਰਨ ਵਾਸਤੇ ਉਸ ਨੂੰ ਗੁਰਬਾਣੀ ਨਾਲੋਂ ਤੋੜਨਾ ਪਵੇਗਾ। ਸਿੱਖ ਦੀ ਹੋਂਦ ਉਦੋਂ ਤੱਕ ਹੀ ਹੈ ਜਦੋਂ ਤੱਕ ਉਹ ਆਪਣੇ ਗੁਰੂ ਨਾਲ ਜੁੜਿਆ ਹੋਇਆ ਹੈ:

ਜਿਉ ਪ੍ਰਾਣੀ ਜਲ ਬਿਨੁ ਹੈ ਮਰਤਾ ਤਿਉ ਸਿਖੁ ਗੁਰ ਬਿਨੁ ਮਰਿ ਜਾਈ ॥

(ਗੁਰੂ ਗ੍ਰੰਥ ਸਾਹਿਬ, ਮ. ੪, ਅੰਗ ੭੫੭)

ਇਸ ਕਾਰਜ ਦੀ ਪੂਰਤੀ ਵਾਸਤੇ ਰਾਜਸੀ ਯੋਜਨਾ ਅਧੀਨ ਪੁਜਾਰੀ ਆਪਣਾ ਸੱਭ ਤੋਂ ਘਾਤਕ ਵਾਰ ਚੱਲ ਰਿਹਾ ਹੈ। ਪਿਛਲੇ ਕੁੱਝ ਦਹਾਕਿਆਂ ਤੋਂ ਬੜੀ ਡੂੰਘੀ ਸਾਜ਼ਿਸ਼ ਅਧੀਨ ਗੁਰੂ ਗ੍ਰੰਥ ਸਾਹਿਬ ਜੀ ਦੇ ਬਰਾਬਰ 'ਬਚਿੱਤਰ ਨਾਟਕ' ਨਾਂ ਦੇ ਗ੍ਰੰਥ ਨੂੰ ਸਥਾਪਤ ਕਰਨ ਦੀ ਕੋਸ਼ਿਸ਼ ਕੀਤੀ ਜਾ ਰਹੀ ਹੈ। ਆਮ ਲੁਕਾਈ ਨੂੰ ਭਰਮਾਉਣ ਵਾਸਤੇ ਇਸ ਗ੍ਰੰਥ ਦਾ ਨਾਮ ਬਦਲ ਕੇ ਪਹਿਲਾ 'ਦਸਮ ਗ੍ਰੰਥ' ਰਖਿਆ ਤੇ ਹੁਣ 'ਸ਼੍ਰੀ ਗੁਰੂ ਦਸਮ ਗ੍ਰੰਥ ਸਾਹਿਬ' ਰੱਖ ਦਿਤਾ ਹੈ। ਨਾਮ ਦੇ ਭੁਲੇਖੇ ਵਿਚ ਕਾਫ਼ੀ ਸਿੱਖ ਸੰਗਤ ਇਸ ਨੂੰ ਗੁਰੂ ਗੋਬਿੰਦ ਸਿੰਘ ਜੀ ਦੀ ਰਚਨਾ ਹੋਣ ਦਾ ਭਰਮ ਪਾਲ ਲੈਂਦੀ ਹੈ। ਭਲਾਂ ਜਿਹੜੀ ਰਚਨਾ ਏਕੰਕਾਰ (ੴ) ਦੇ ਸਿਧਾਂਤ ਨਾਲ ਮੇਲ ਨਾ ਖਾਂਦੀ ਹੋਵੇ ਤੇ ਜਿਸ ਗ੍ਰੰਥ ਵਿਚ ਸਿੱਖੀ ਸਿਧਾਂਤ ਦਾ ਅਧਾਰ 'ਮੂਲ ਮੰਤਰ' ਇਕ ਵਾਰ ਵੀ ਨਾ ਆਉਂਦਾ ਹੋਵੇ, ਉਹ ਦਸਵੇਂ ਪਾ: ਸ੍ਰੀ ਗੁਰੂ ਗੋਬਿੰਦ ਸਿੰਘ ਜੀ ਦੀ ਬਾਣੀ ਕਿਵੇਂ ਹੋ ਸਕਦੀ ਹੈ।

ਗੁਰੂ ਨਾਨਕ ਜੀ ਤਾਂ ਉਪਦੇਸ ਦਿੰਦੇ ਸਨ ਕਿ ਘਰ ਗ੍ਰਹਿਸਥੀ ਤੋਂ ਭਗੌੜੇ ਹੋ ਕੇ ਜੰਗਲ ਜਾਂ ਪਹਾੜਾਂ ਦੀਆਂ ਗੁਫ਼ਾਵਾਂ ਵਿਚ ਤੱਪ ਨਾਲ ਰੱਬ ਦੀ ਖ਼ੁਸ਼ੀ ਨਹੀਂ, ਦੁਨੀਆਂ ਵਿਚ ਵਿਚਰਦਿਆਂ

ਮਨੁੱਖਤਾ ਦੀ ਸੇਵਾ ਹੀ ਸੱਚੀ ਦਰਗਾਹ ਵਿਚ ਪ੍ਰਵਾਨ ਹੈ ਅਤੇ ਇਹੀ ਜੰਗਲ ਦੀ ਹਰਿਆਵਲ ਹੈ। ਗੁਰਸ਼ਬਦ ਦੀ ਵਿਚਾਰ ਨਾਲ ਹੀ ਹਿਰਦੇ ਰੂਪੀ ਘਰ ਵਿਚ ਸੱਚ ਵੱਸ ਸਕਦਾ ਹੈ:

ਕਿਆ ਜੰਗਲੁ ਢੂਢੀ ਜਾਇ ਮੈ ਘਰਿ ਬਨੁ ਹਰੀਆਵਲਾ॥
ਸਚਿ ਟਿਕੈ ਘਰਿ ਆਇ ਸਬਦਿ ਉਤਾਵਲਾ॥

(ਗੁਰੂ ਗ੍ਰੰਥ ਸਾਹਿਬ, ਮ. ੧, ਅੰਗ ੪੨੦)

ਪਰ ਗੁਰੂ ਸਿਧਾਂਤ ਤੋਂ ਵਿਛੜ ਕੇ ਬ੍ਰਾਹਮਣੀ ਮਾਨਤਾ ਅਨੁਸਾਰ ਸਿੱਖ ਵੀ ਤੱਪ ਸਾਧਨਾਂ ਨੂੰ ਰੱਬੀ ਕਾਰਜ ਸਮਝੀ ਜਾਣ ਲੱਗ ਪਿਆ, ਜਿਵੇਂ ਰੱਬ ਖ਼ੁਸ਼ਾਮਦ ਦਾ ਚਾਹਵਾਨ ਹੋਵੇ। ਹੁਕਮ ਦੇ ਨਿਰਵੈਰ ਗੁਣ ਨੂੰ ਨਾ ਸਮਝਣ ਦਾ ਨਤੀਜਾ ਇਹ ਹੋਇਆ ਕਿ ਸਿੱਖ ਬਚਿੱਤਰ ਨਾਟਕ ਦੀ ਕਹਾਣੀ ਅਨੁਸਾਰ ਦਸਵੇਂ ਨਾਨਕ ਨੂੰ ਹੀ ਪਿਛਲੇ ਜਨਮ ਵਿਚ ਹੇਮਕੁੰਟ ਦਾ ਤਪਸਵੀ ਦੱਸੀ ਜਾ ਰਹੇ ਹਨ। ਪੰਥ ਦਾ ਕੀਮਤੀ ਸਮਾਂ ਤੇ ਸਰਮਾਇਆ ਪਹਾੜਾਂ ਦੀ ਯਾਤਰਾ ਵਿਚ ਬਰਬਾਦ ਕਰਕੇ ਖ਼ੁਆਰ ਹੋ ਰਹੇ ਹਨ।

ਹੁਕਮੁ ਨ ਜਾਣਹਿ ਬਪੁੜੇ ਭੂਲੇ ਫਿਰਹਿ ਗਵਾਰ॥
ਮਨਹਠਿ ਕਰਮ ਕਮਾਵਦੇ ਨਿਤ ਨਿਤ ਹੋਹਿ ਖੁਆਰੁ॥
ਅੰਤਰਿ ਸਾਂਤਿ ਨ ਆਵਈ ਨਾ ਸਚਿ ਲਗੈ ਪਿਆਰੁ॥

(ਗੁਰੂ ਗ੍ਰੰਥ ਸਾਹਿਬ, ਮ. ੩, ਅੰਗ ੬੬)

ਪੰਜਾਬ ਤੋਂ ਬਾਹਰਲੇ ਇਤਿਹਾਸਕ ਗੁਰਦਵਾਰੇ ਜਿਵੇਂ ਹਜ਼ੂਰ ਸਾਹਿਬ ਤੇ ਪਟਨਾ ਸਾਹਿਬ ਉੱਤੇ ਬ੍ਰਾਹਮਣੀ ਤਾਕਤਾਂ ਦਾ ਸਿੱਧੇ ਤੌਰ ਉਤੇ ਕਬਜ਼ਾ ਹੋ ਚੁੱਕਾ ਹੈ। ਇਥੇ ਬਚਿੱਤਰ ਨਾਟਕ ਦਾ ਵੀ ਗੁਰੂ ਗ੍ਰੰਥ ਸਾਹਿਬ ਜੀ ਦੇ ਬਰਾਬਰ ਪ੍ਰਕਾਸ਼ ਹੁੰਦਾ ਹੈ। ਜਿਹੜੇ ਜਾਗਰੂਕ ਪ੍ਰਚਾਰਕ ਇਸ ਬਾਰੇ ਸੰਗਤ ਨੂੰ ਚੇਤੰਨ ਕਰਾਉਂਦੇ ਹਨ, ਉਨ੍ਹਾਂ ਨੂੰ ਗੁਰਦਵਾਰਿਆਂ ਦੀ ਸਟੇਜਾਂ ਤੋਂ ਬੋਲਣ ਨਹੀਂ ਦਿਤਾ ਜਾਂਦਾ। ਕਈ ਵਾਰ ਇਹ ਗੁਰੂ ਘਰ ਵਿਚ ਬੇਸ਼ਰਮ ਹੋ ਕੇ ਗੁੱਥਮ-ਗੁੱਥੀ ਹੋ ਜਾਂਦੇ ਹਨ ਤੇ ਸਿੱਖ ਸਮਾਜ ਲਈ ਨਮੋਸ਼ੀ ਦਾ ਕਾਰਨ ਬਣਦੇ ਹਨ। ਅਜਿਹੀਆਂ ਘਟਨਾਵਾਂ ਦੀਆਂ ਖ਼ਬਰਾਂ ਅਗਲੇ ਦਿਨ ਹਿੰਦੂਤਵੀ ਮੀਡੀਆ ਪ੍ਰਮੁੱਖ ਤੌਰ ਉਤੇ ਛਾਪਦਾ ਹੈ ਜਿਨ੍ਹਾਂ ਦੇ ਹੈਡਿੰਗ ਹੁੰਦੇ ਹਨ— ਸਿੱਖਾਂ ਦੇ ਦੋ ਗੁੱਟ ਆਪਸ ਵਿਚ ਲੜ ਪਏ। ਜਦਕਿ ਇਹ ਸਿੱਖਾਂ ਦੇ ਦੋ ਗੁੱਟਾਂ ਦਾ ਝਗੜਾ ਨਹੀਂ ਹੁੰਦਾ, ਸਗੋਂ ਸਰਕਾਰੀ ਧਿਰ ਦਾ ਜਾਗਰੂਕ ਸਿੱਖਾਂ ਉਤੇ ਹਮਲਾਵਰ ਹੋਣ ਦਾ ਵਰਤਾਰਾ ਹੁੰਦਾ ਹੈ। *ਬਚਿੱਤਰ ਨਾਟਕ ਦੇ ਹਿਮਾਇਤੀਆਂ ਵਲੋਂ ਸਿਧਾਂਤਕ ਸਵਾਲਾਂ ਦਾ ਜਵਾਬ ਭਾਵਨਾਤਮਕ ਜਾਂ ਲੱਠ-ਮਾਰ ਦੀ ਭਾਸ਼ਾ ਵਿਚ ਹੀ ਦਿਤਾ ਜਾਂਦਾ ਹੈ।* ਟੀ.ਵੀ. ਚੈਨਲਾਂ ਉਤੇ ਉਹੀ ਕਥਾਵਾਚਕਾਂ ਨੂੰ ਵਿਖਾਈਆ ਜਾਂਦਾ ਹੈ ਜੋ ਸਰਕਾਰ ਨੂੰ ਭਾਉਂਦੇ ਹਨ। ਇਨ੍ਹਾਂ ਕਥਾਵਾਚਕਾਂ ਵਿਚੋਂ ਬਹੁਤਿਆਂ

ਦੀ ਡਿਊਟੀ ਸੰਗਤ ਨੂੰ ਜਗਾਉਣਾ ਨਹੀਂ ਬਲਕਿ ਸੰਗਤ ਨੂੰ ਅਗਿਆਨਤਾ ਦੀ ਗੂੜ੍ਹੀ ਨੀਂਦ ਸੁਲਾਉਣਾ ਹੁੰਦਾ ਹੈ।

ਅਜਿਹੇ ਮਾਹੌਲ ਅੰਦਰ ਪੰਜਾਬ ਵਿਚ ਜਦੋਂ ਜਾਤਾਂ ਦੇ ਅਧਾਰ ਤੇ ਗੁਰਦਵਾਰੇ ਬਣਨ ਜਾਂ ਹੋਰ ਭੇਦ-ਭਾਵ ਦੀ ਖ਼ਬਰ ਆਉਂਦੀ ਹੈ ਤਾਂ ਇਸ ਨੂੰ ਸਿਰਫ਼ ਅਫ਼ਸੋਜਨਕ ਕਹਿ ਕੇ ਨਹੀਂ ਟਾਲ ਦਿਤਾ ਜਾਣਾ ਚਾਹੀਦਾ, ਸਗੋਂ ਇਸ ਘਿਨਾਉਣੇ ਵਰਤਾਰੇ ਦਾ ਕਾਰਨ ਲੱਭਣ ਦੀ ਵੀ ਜ਼ਰੂਰਤ ਹੈ। ਸਿੱਖਾਂ ਦੀਆਂ ਜਿਹੜੀਆਂ ਸੰਸਥਾਂਵਾਂ ਉੱਤੇ ਗੁਰਬਾਣੀ ਦੇ ਸਾਂਝੀ ਵਾਲਤਾ ਦੇ ਸੁਨੇਹੇ ਦੇ ਪ੍ਰਚਾਰ ਦਾ ਜਿੰਮਾ ਸੀ, ਉਹ ਸੰਸਥਾਂਵਾਂ ਪੁਜਾਰੀ ਤੇ ਸਿਆਸਤਦਾਨ ਦੀ ਜਕੜ ਵਿਚ ਹਨ ਤੇ ਗੁਰਬਾਣੀ ਪ੍ਰਚਾਰ ਦੇ ਆਪਣੇ ਮੁੱਢਲੇ ਕਾਰਜ ਤੋਂ ਭਗੌੜੇ ਹੋ ਕੇ ਬ੍ਰਾਹਮਣਵਾਦੀ ਰਾਜ ਤੰਤਰ ਦੇ ਏਜੰਡੇ ਨੂੰ ਲੁਕਵੇਂ ਢੰਗ ਨਾਲ ਲਾਗੂ ਕਰਨ ਦਾ ਕਾਰਜ ਕਰ ਰਹੀਆਂ ਹਨ। ਗੁਰਮੱਤ ਸਿਧਾਂਤ ਦੇ ਵੱਧਣ-ਫੁੱਲਣ ਵਾਸਤੇ ਉਦਮ ਜ਼ਰੂਰੀ ਹੈ, ਉਦਮ ਦੀ ਘਾਟ ਵਿਚ ਬ੍ਰਾਹਮਣਵਾਦ ਆਪਣੀ ਜਗ੍ਹਾ ਖ਼ੁਦ-ਬ-ਖ਼ੁਦ ਬਣਾ ਲੈਂਦਾ ਹੈ, ਜਿਵੇਂ ਪ੍ਰਕਾਸ਼ ਦੇ ਅਣਹੋਂਦ ਵਿਚ ਹਨੇਰਾ।

ਸਿੱਖੀ ਵਿਚ ਨਾ ਤਾਂ ਸਿਧਾਂਤਕ ਪੱਖ ਤੇ ਨ ਹੀ ਸਮਾਜਕ ਪੱਖ ਤੋਂ ਪੁਜਾਰੀ ਦਾ ਕੋਈ ਸਥਾਨ ਹੈ। ਸਿੱਖ ਸਮਾਜ ਵਿਚ ਪੁਜਾਰੀ ਦੀ ਹੋਂਦ ਕੇਵਲ ਸਿੱਖਾਂ ਦੀ ਅਗਿਆਨਤਾ, ਅਵੇਸਲਾਪਣ ਤੇ ਰਾਜਸੀ ਸ਼ਕਤੀ ਦੀ ਅਣਹੋਂਦ ਹੈ। ਜੇ ਸਿੱਖ ਆਪਣੀ ਸਾਹ-ਰੱਗ ਗੁਰਬਾਣੀ ਨਾਲ ਜੁੜਿਆ ਰਹੇ ਤਾਂ ਕੋਈ ਤਾਕਤ ਸਿੱਖੀ ਨੂੰ ਖ਼ਤਮ ਨਹੀਂ ਕਰ ਸਕਦੀ। ਲੋੜ ਹੈ ਸਿੱਖ ਨੂੰ ਗੁਰੂ ਗੋਬਿੰਦ ਸਿੰਘ ਜੀ ਦੇ ਹੁਕਮ ਅਨੁਸਾਰ ਕੇਵਲ ਸ੍ਰੀ ਗੁਰੂ ਗ੍ਰੰਥ ਸਾਹਿਬ ਜੀ ਨਾਲ ਜੁੜਨ ਦੀ। ਗੁਰਬਾਣੀ ਵਿਚਾਰ ਨਾਲ ਜਾਗ੍ਰਿਤ ਹੋਇਆ ਸਿੱਖ, ਪੁਜਾਰੀ ਦੀ ਹੋਂਦ ਨੂੰ ਖ਼ੁਦ-ਬ-ਖ਼ੁਦ ਨਕਾਰ ਦੇਵੇਗਾ। ਜਿਵੇਂ ਧਰਤੀ ਉਤੇ ਬਾਰਸ਼ ਦੀਆਂ ਬੂੰਦਾਂ ਪੈਣ ਨਾਲ ਉਹ ਹਰੀ ਭਰੀ ਹੋ ਜਾਂਦੀ ਹੈ, ਸਿੱਖ ਵੀ ਆਪਣੇ ਗੁਰੂ ਦੇ ਮਿਲਾਪ ਨਾਲ ਰੱਬੀ ਗੁਣਾਂ ਨਾਲ ਖਿੜ ਜਾਂਦਾ ਹੈ:

ਜਿਉ ਧਰਤੀ ਸੋਭ ਕਰੇ ਜਲੁ ਬਰਸੈ ਤਿਉ ਸਿਖੁ ਗੁਰ ਮਿਲਿ ਬਿਗਸਾਈ॥

(ਗੁਰੂ ਗ੍ਰੰਥ ਸਾਹਿਬ, ਮ. ੪, ਅੰਗ ੭੫੮)

***

ਪਹਿਲੇ ਪਾਠ, ਮੂਲਮੰਤਰ, ਦੀ ਸੰਖੇਪ ਵਿਚਾਰ ਕਰਨ ਉਪਰੰਤ ਜੇ ਸਿੱਖੀ ਨੂੰ ਇਕ ਪੰਕਤੀ ਵਿਚ ਪਰਿਭਾਸ਼ਿਤ ਕਰਨਾ ਹੋਵੇ ਤੇ ਅਸੀਂ ਕਹਿ ਸਕਦੇ ਹਾਂ ਕਿ *ਸਿੱਖੀ ਰੱਬੀ ਨਿਯਮਾਂ ਦੇ ਅਨੁਕੂਲ*

*ਸਰਬ ਸਾਂਝੀ ਵਾਲਤਾ ਦੀ ਉਹ ਵਿਚਾਰਧਾਰਾ ਹੈ ਜਿਸ ਨੂੰ ਗੁਰੂ ਨਾਨਕ ਸਾਹਿਬ ਜੀ ਨੇ ਇਕ ਕਰਣਹਾਰ (ੴ) ਦੇ ਸੰਦੇਸ਼ ਰਾਹੀਂ ਜਗਤ ਕਲਿਆਣ ਵਾਸਤੇ ਪ੍ਰਕਾਸ਼ਮਾਨ ਕੀਤਾ।*

# ਪ੍ਰਭੂਸੱਤਾ ਸਭ ਦਾ ਅਧਿਕਾਰ

# ਨਵਾਂ ਸਭਿਆਚਾਰ ਨਵਾਂ ਸਮਾਜ

ਜਿਸ ਹੀ ਕੀ ਸਿਰਕਾਰ ਹੈ ਤਿਸ ਹੀ ਕਾ ਸਭੁ ਕੋਇ॥

(ਗੁਰੂ ਗ੍ਰੰਥ ਸਾਹਿਬ, ਮ. ੩, ਅੰਗ ੨੭)

ਬ੍ਰਾਹਮਣ ਦੀ ਸਮਾਜ ਉਤੇ ਹਜ਼ਾਰਾਂ ਸਾਲ ਦੀ ਪਕੜ ਦਾ ਮੁੱਖ ਕਾਰਨ ਇਹ ਹੈ ਕਿ ਉਸ ਨੇ ਪੂਰੀ ਸਮਾਜਕ ਬਣਤਰ ਆਪਣੇ ਅਨੁਕੂਲ ਬਣਾ ਰਖੀ ਸੀ। ਸਮਾਜ ਦਾ ਕੋਈ ਵੀ ਪੱਖ ਅਜਿਹਾ ਨਹੀਂ ਸੀ ਬਚਿਆ ਜਿਸ ਦੇ ਸਹਾਰੇ ਪੀੜਿਤ ਵਰਗ ਉਪਰ ਉਠਣ ਦਾ ਹੀਲਾ ਕਰ ਸਕਦਾ। ਸਮਾਜ ਜਿਸ ਹਾਲਤ ਵਿਚ ਪਹੁੰਚ ਗਿਆ ਸੀ, ਉਸ ਵਿਚ ਸੁਧਾਰ ਦੀ ਗੁੰਜਾਇਸ਼ ਨਹੀਂ ਸੀ। *ਸੁਧਾਰ ਉਸੇ ਦਾ ਹੀ ਹੋ ਸਕਦਾ ਹੈ ਜਿਸ ਦਾ ਮੂਲ ਢਾਂਚਾ ਸਹੀ ਹੋਵੇ ਪਰ ਬ੍ਰਾਹਮਣੀ ਸਮਾਜ ਤੇ ਖੜਾ ਹੀ ਝੂਠ ਤੇ ਭਰਮ ਦੀ ਬੁਨਿਆਦ ਤੇ ਹੈ ਜੋ ਬਣਿਆ ਹੀ ਆਮ ਲੋਕਾਈ ਦੀ ਪ੍ਰਭੂਸੱਤਾ ਹਥਿਆਉਣ ਵਾਸਤੇ ਹੈ। ਗੁਰੂ ਸਾਹਿਬ ਨੇ ਇਸ ਗੰਭੀਰ ਸਮੱਸਿਆ ਨੂੰ ਬੁੱਝ ਕੇ ਇਸ ਵਿਚ ਸੁਧਾਰ ਕਰਨ ਦੀ ਬਜਾਏ ਨਵਾਂ ਸਭਿਆਚਾਰ ਅਤੇ ਨਵਾਂ ਸਮਾਜ ਸਿਰਜਿਆ।* ਇਹ ਕਾਰਜ ਬਹੁਤ ਵੱਡਾ ਸੀ ਜਿਸ ਵਾਸਤ ਬਾਬੇ ਨਾਨਕ ਨੇ ਦਸ ਜਾਮੇ ਧਾਰੇ। ਗੁਰੂ ਨਾਨਕ ਸਾਹਿਬ ਜੀ ਵਲੋਂ ਚਲਾਈ ਗੁਰਗੱਦੀ ਦੀ ਪਰੰਪਰਾ ਨੂੰ ਇਸ ਸੰਦਰਭ ਵਿਚ ਵੀ ਵਿਚਾਰਨ ਦੀ ਲੋੜ ਹੈ।

## ਮਾਂ-ਬੋਲੀ ਬਣਿਆ ਗਿਆਨ ਦਾ ਭੰਡਾਰ

ਬ੍ਰਾਹਮਣ ਨੇ ਸਮਾਜ ਉਤੇ ਪਕੜ ਬਣਾਉਣ ਵਾਸਤੇ ਭਾਸ਼ਾ ਨੂੰ ਹਥਿਆਰ ਬਣਾਇਆ ਹੈ। ਆਮ ਬੋਲ ਚਾਲ ਵਿਚ ਵਰਤੀ ਜਾਂਦੀ ਕੁਦਰਤੀ ਤਰੀਕੇ ਨਾਲ ਵਿਕਸਤ ਹੁੰਦੀ ਮਾਂ-ਬੋਲੀ ਨੂੰ ਨਕਾਰ ਕੇ ਗ਼ੈਰ ਕੁਦਰਤੀ ਤਰੀਕੇ ਨਾਲ ਘੜੀ 'ਸੰਸਕ੍ਰਿਤ' ਨੂੰ ਦੇਵ ਭਾਸ਼ਾ ਐਲਾਨ ਦਿਤਾ। ਸੰਸਕ੍ਰਿਤ ਭਾਰਤ ਦੇ ਕਿਸੇ ਵੀ ਖਿੱਤੇ ਦੀ ਮਾਂ-ਬੋਲੀ ਨਹੀਂ ਹੈ। ਭਾਵ ਸੰਸਕ੍ਰਿਤ ਸਿਖਣ ਵਾਸਤੇ ਮਨੁੱਖ ਆਪਣੇ ਘਰੋਂ ਕੁਦਰਤੀ ਤਰੀਕੇ ਨਾਲ ਮਾਂ-ਬਾਪ ਤੋਂ ਨਹੀਂ ਸਿੱਖ ਸਕਦਾ। ਉਸ ਨੂੰ ਕੇਵਲ ਰਸਮੀ ਤੌਰ ਉਤੇ ਉਸੇ ਕੋਲੋਂ ਹੀ ਸਿਖਣੀ ਪਵੇਗੀ ਜਿਸ ਨੂੰ ਪਹਿਲਾਂ ਆਉਂਦੀ ਹੋਵੇ ਤੇ ਸੰਸਕ੍ਰਿਤ ਨੂੰ ਪੜ੍ਹਨ-ਪੜ੍ਹਾਉਣ ਦਾ ਅਧਿਕਾਰ ਬ੍ਰਾਹਮਣ ਨੇ ਆਪਣੇ ਕੋਲ ਰਾਖਵਾਂ ਰੱਖ ਲਿਆ। ਮੁੱਕਦੀ ਗੱਲ ਇਹ ਕਿ ਲੋਕ-ਭਾਸ਼ਾਵਾਂ ਨੂੰ ਨੀਵਾਂ ਦਰਜਾ ਦੇ ਕੇ ਬ੍ਰਾਹਮਣ-ਕ੍ਰਿਤ ਸੰਸਕ੍ਰਿਤ ਨੂੰ ਦੇਵ ਭਾਸ਼ਾ ਹੋਣ ਦਾ ਭਰਮ ਬਣਾ ਦਿਤਾ। ਸੰਸਕ੍ਰਿਤ ਦਾ ਗਿਆਨ ਸ਼ੂਦਰਾਂ ਵਾਸਤੇ ਪੂਰੀ ਤਰ੍ਹਾਂ ਵਿਵਰਜਿਤ ਸੀ।

ਸੰਸਕ੍ਰਿਤ ਵਿਚ ਜੋ ਸਾਹਿਤ ਰਚਿਆ ਗਿਆ, ਉਹ ਕੇਵਲ ਸਵਰਣ ਜਾਤੀ ਦੀ ਹੀ ਨੁਮਾਇੰਦਗੀ ਕਰਦਾ ਸੀ, ਉਸ ਵਿਚ ਮਨੁੱਖੀ ਕਦਰਾਂ ਕੀਮਤਾਂ ਦੀ ਕੋਈ ਜਗ੍ਹਾ ਨਹੀਂ ਸੀ। ਇਸ ਸਾਹਿਤ ਦਾ ਕੇਵਲ ਇਕ ਹੀ ਉਦੇਸ਼ ਸੀ ਕਿ ਬ੍ਰਾਹਮਣ ਦੀ ਸੱਤਾ ਸਦਾ ਕਾਇਮ ਰਹੇ। ਇਸ ਸਾਹਿਤ ਵਿਚ ਰਚੀ ਕਹਾਣੀਆਂ ਅੰਦਰ ਸਮੇਂ ਦੇ ਅਵਤਾਰ ਕੇਵਲ ਉੱਚ ਜਾਤੀਆਂ ਦੇ ਭਲੇ ਵਾਸਤੇ ਹੀ ਕਾਰਜ ਅਤੇ ਯੁੱਧ ਕਰਦੇ ਹਨ। ਰਾਮਾਇਣ ਤੇ ਮਹਾਂਭਾਰਤ ਵਿਸ਼ਾਲ ਗ੍ਰੰਥਾਂ ਵਿਚ ਰਾਮਚੰਦਰ ਤੇ ਕ੍ਰਿਸ਼ਨ ਆਪਣੀ ਨਿਜੀ ਲੜਾਈਆਂ ਵਿਚ ਹੀ ਰੁਝੇ ਹੋਏ ਵਿਖਾਏ ਗਏ ਹਨ। ਉਨ੍ਹਾਂ ਨੇ ਆਪਣੀ ਪ੍ਰਜਾ ਦੇ ਕਿਰਤੀ ਕਿਸਾਨ, ਮਜ਼ਦੂਰ, ਸਿਪਾਹੀ ਜਾਂ ਵਪਾਰੀਆਂ ਦੇ ਭਲੇ ਵਾਸਤੇ ਕੀ ਕੀਤਾ? ਇਸ ਦਾ ਕੋਈ ਜ਼ਿਕਰ ਨਹੀਂ ਮਿਲਦਾ।

ਰਾਮਾਇਣ ਦੇ ਇਕ ਕਾਂਡ ਅਨੁਸਾਰ ਇਕ ਵਾਰ ਰਾਮ ਰਾਜ ਵਿਚ ਇਕ ਬ੍ਰਾਹਮਣ ਦੇ ਛੋਟੀ ਉਮਰ ਦੇ ਪੁੱਤਰ ਦੀ ਮੌਤ ਹੋ ਜਾਂਦੀ ਹੈ। ਦੁਖੀ ਬ੍ਰਾਹਮਣ ਰਾਜਾ ਰਾਮਚੰਦਰ ਕੋਲ ਆਪਣੀ ਫ਼ਰਿਆਦ ਲੈ ਕੇ ਜਾਂਦਾ ਹੈ ਤੇ ਆਪਣੇ ਪੁੱਤਰ ਦੀ ਮੌਤ ਦਾ ਇਨਸਾਫ਼ ਮੰਗਦਾ ਹੈ। ਮੌਤ ਦਾ ਕਾਰਨ ਕਿਸੇ ਵਲੋਂ ਕੀਤੀ ਧਾਰਮਕ ਅਸੂਲਾਂ ਦੀ ਅਵੱਗਿਆ ਮੰਨਿਆ ਗਿਆ। ਰਾਮਚੰਦਰ ਆਪਣੇ ਰਾਜ ਵਿਚ ਹੋਈਆਂ ਕੁਤਾਹੀਆਂ ਦੀ ਜਦੋਂ ਜਾਂਚ ਕਰਦੇ ਹਨ ਤਾਂ ਪਤਾ ਚਲਦਾ ਹੈ ਕਿ ਸ਼ੰਭੂਕ ਨਾਂ ਦਾ ਸ਼ੂਦਰ ਰੱਬ ਦੇ ਨਾਮ ਜਾਂ ਗਿਆਨ ਦੀ ਵਿਚਾਰ ਕਰ ਰਿਹਾ ਹੈ। ਸ਼ੂਦਰ ਦਾ ਗਿਆਨ ਹਾਸਲ ਕਰਨਾ ਹੀ ਬ੍ਰਾਹਮਣ ਦੇ ਪੁੱਤਰ ਦੀ ਮੌਤ ਦਾ ਕਾਰਨ ਮੰਨ ਲਿਆ ਜਾਂਦਾ ਹੈ ਤੇ ਸਮੇਂ ਦਾ ਅਵਤਾਰ ਰਾਮਚੰਦਰ ਬ੍ਰਾਹਮਣ ਨੂੰ ਇਨਸਾਫ਼ ਦਿਵਾਉਣ ਵਾਸਤੇ ਖ਼ੁਦ ਆਪਣੀ ਤਲਵਾਰ ਦੀ ਧਾਰ ਨਾਲ ਸ਼ੰਭੂਕ ਨੂੰ ਮੌਤ ਦੇ ਘਾਟ ਉਤਾਰ ਦਿੰਦੇ ਹਨ। ਸਾਰੇ ਬ੍ਰਾਹਮਣ ਰਲ ਕੇ ਮਰਿਆਦਾ ਪ੍ਰਸ਼ੋਤਮ ਰਾਮ ਦੀ ਜੈ-ਜੈਕਾਰ ਕਰਦੇ ਹਨ।

ਇਹੀ ਕਾਰਨ ਹੈ ਕਿ ਹਿੰਦੂਆਂ ਵਿਚੋਂ ਕਈ ਵਾਰ ਸੁਧਾਰ ਲਹਿਰਾਂ ਨੇ ਜਨਮ ਲਿਆ ਪਰ ਕੋਈ ਵੀ ਸਥਾਈ ਅਸਰ ਨਾ ਵਿਖਾ ਸਕੀ ਤੇ ਅਛੂਤ ਸਮਾਜ ਨੂੰ ਬਰਾਬਰੀ ਨਾ ਦਵਾ ਸਕੀ ਕਿਉਂਕਿ ਇਨ੍ਹਾਂ ਸੁਧਾਰਕਾਂ ਨੇ ਸੰਸਕ੍ਰਿਤ ਸਾਹਿਤ ਨੂੰ ਹੀ ਆਪਣਾ ਅਧਾਰ ਮੰਨਿਆ। ਅੰਗ੍ਰੇਜ਼ੀ ਰਾਜ ਸਮੇਂ ਜਦ ਪਛਮੀ ਵਿਦਿਆ ਨਾਲ ਭਾਰਤ ਅੰਦਰ ਨਵੇਂ ਵਿਚਾਰਾਂ ਪ੍ਰਤੀ ਜਾਗਰੂਕਤਾ ਵੱਧ ਰਹੀ ਸੀ, ਤਾਂ ਉਸ ਦਾ ਟਾਕਰਾ ਕਰਨ ਵਾਸਤੇ ਬ੍ਰਾਹਮਣੀ ਗ੍ਰੰਥਾਂ ਨੂੰ ਨਵੇਂ ਸਿਰਿਉਂ ਪਰਿਭਾਸ਼ਿਤ ਕਰਨ ਦੀ ਲੋੜ ਪਈ। ਜੋ ਬਾਹਰਮੁਖੀ ਸੁਧਾਰ ਲਹਿਰ ਜਾਪਦੀ ਸੀ ਅਸਲ ਵਿਚ ਨਵੇਂ ਯੁੱਗ ਅੰਦਰ ਅਪਣੀ ਪਕੜ ਬਰਕਰਾਰ ਰੱਖਣ ਲਈ ਸਿਧਾਂਤਾਂ ਵਿਚ ਲਿਆਈ ਲਚਕ ਸੀ।

ਇਥੇ ਗੁਜਰਾਤ ਅੰਦਰ ਸੰਨ ੧੮੨੪ ਵਿਚ ਜਨਮੇ ਸਰਸਵਤੀ ਦਯਾਨੰਦ ਦਾ ਜ਼ਿਕਰ ਕਰਨਾ ਜ਼ਰੂਰ ਬਣਦਾ ਹੈ। ਸਰਸਵਤੀ ਦਯਾਨੰਦ ਨੇ ਕੇਵਲ ਵੇਦਾਂ ਨੂੰ ਅਧਾਰ ਮਣਿਆ ਤੇ 'ਵੈਦਿਕ ਧਰਮ' ਦਾ ਪ੍ਰਚਾਰ ਕੀਤਾ। ਇਨ੍ਹਾਂ ਨੇ ਪੁਰਾਨ, ਸਿੰਮ੍ਰਿਤਿਆਂ ਨੂੰ ਨਕਾਰ ਕੇ ਮੂਰਤੀ ਪੂਜਾ,

ਅਵਤਾਰਵਾਦ ਵਰਗੇ ਕਰਮਕਾਂਡਾਂ ਦਾ ਖੰਡਨ ਕੀਤਾ। ਖ਼ੁਦ ਨੂੰ 'ਹਿੰਦੂ' ਵੀ ਨਹੀਂ ਕਿਹਾ ਤੇ ਆਪਣੇ ਪੰਥ ਨੂੰ 'ਆਰਿਆ ਸਮਾਜ' ਦਾ ਨਾਮ ਦਿਤਾ। ਇਥੇ ਇਹ ਦਸਣਾ ਜ਼ਰੂਰੀ ਬਣਦਾ ਹੈ ਕਿ 'ਹਿੰਦੂ' ਸ਼ਬਦ ਕਿਸੇ ਵੀ ਪੁਰਾਣੇ ਬ੍ਰਾਹਮਣਵਾਦੀ ਗ੍ਰੰਥ ਵਿਚ ਨਹੀਂ ਆਉਂਦਾ ਕਿਉਂਕਿ ਚਾਰੇ ਵਰਨਾਂ ਵਾਸਤੇ ਨਿਯਮ ਤੇ ਧਰਮ ਵੱਖ-ਵੱਖ ਹਨ, ਇਸ ਲਈ ਉਨ੍ਹਾਂ ਨੂੰ ਇਕ ਨਾਮ ਹੇਠ ਜੋੜਨ ਦੀ ਜ਼ਰੂਰਤ ਹੀ ਨਹੀਂ ਸੀ। ਮੰਨਿਆ ਜਾਂਦਾ ਹੈ ਕਿ 'ਹਿੰਦੂ' ਸ਼ਬਦ ਸੱਭ ਤੋਂ ਪਹਿਲਾਂ ਅਪਮਾਨਜਨਕ ਅਰਥਾਂ ਵਿਚ ਮਹਿਮੂਦ ਗ਼ਜ਼ਨੀ ਦੁਆਰਾ ਵਰਤੋਂ ਵਿਚ ਲਿਆਂਦਾ ਗਿਆ ਸੀ ਜਿਸ ਨੇ ੧੦੦੧ ਈ.ਪੂ. ਤੋਂ ਸ਼ੁਰੂ ਕਰ ਕੇ ਸਤਾਰਾਂ ਵਾਰ ਭਾਰਤੀ ਉਪਮਹਾਦੀਪ ਉੱਤੇ ਹਮਲਾ ਕੀਤਾ। ਇਹ ਸਰਸਵਤੀ ਦਯਾਨੰਦ ਵਰਗੇ ਸੁਧਾਰਵਾਦੀ ਲਈ 'ਹਿੰਦੂ' ਸ਼ਬਦ ਤੋਂ ਪ੍ਰਹੇਜ਼ ਕਰਨ ਦਾ ਕਾਰਨ ਹੋ ਸਕਦਾ ਹੈ। ਇਸ ਵਿਚ ਹੈਰਾਨੀ ਨਹੀਂ ਹੋਣੀ ਚਾਹਿਦੀ ਕਿ ਗੁਜਰਾਤ ਦੇ ਸਰਸਵਤੀ ਦਯਾਨੰਦ ਨੂੰ ਸੱਭ ਤੋਂ ਵੱਧ ਹੁੰਗਾਰਾ ਪੰਜਾਬ ਦੇ ਉੱਚ ਜਾਤੀ ਹਿੰਦੂਆਂ ਵਲੋਂ ਮਿਲਿਆ। ਪੰਜਾਬੀ ਸਵਰਨ ਜਾਤੀ ਹਿੰਦੂਆਂ ਵਲੋਂ ਆਰਿਆ ਸਮਾਜ ਨੂੰ ਅਪਣਾਉਣ ਦੇ ਕਾਰਨਾਂ ਵਿਚੋਂ ਸਿੱਖ ਵਿਚਾਰਧਾਰਾ ਦਾ ਟਾਕਰਾ ਤੇ ਸਿੱਖਾਂ ਨੂੰ ਆਪਣੇ ਵਿਚ ਜਜ਼ਬ ਕਰਨ ਦੀ ਭਾਵਨਾ ਵਧੇਰੇ ਪ੍ਰਬਲ ਸੀ। ਭਾਈ ਕਾਨ੍ਹ ਸਿੰਘ ਜੀ ਨਾਭਾ ਵਲੋਂ ਲਿਖੀ ਕਿਤਾਬ 'ਹਮ ਹਿੰਦੂ ਨਹੀਂ' ਇਨ੍ਹਾ ਹਾਲਾਤਾਂ ਦੀ ਉਪਜ ਹੀ ਸੀ। ਪੰਜਾਬੀ ਸਵਰਨ ਜਾਤੀ ਹਿੰਦੂਆਂ ਦਾ ਆਰਿਆ ਸਮਾਜ ਪ੍ਰਤੀ ਲਗਾਉ ਸਥਾਈ ਨਾ ਰਹਿ ਸਕਿਆ ਤੇ ੧੯੪੭ ਤੋਂ ਬਾਦ ਜਦ ਰਾਜ ਪ੍ਰਬੰਧ ਬ੍ਰਾਹਮਣੀ ਤਾਕਤਾਂ ਕੋਲ ਆ ਹੀ ਗਿਆ, ਬਹੁਤੇ ਆਰਿਆ ਸਮਾਜੀ ਪ੍ਰਵਾਰ ਮੁੜ ਤੋਂ ਮੂਰਤੀ ਪੂਜਾ, ਅਵਤਾਰਵਾਦ ਜਾਂ ਹੋਰ ਕਰਮਕਾਂਡਾ ਨਾਲ ਬ੍ਰਾਹਮਣਵਾਦ ਦੀ ਮੁੱਖ-ਧਾਰਾ ਵਲ ਪਰਤ ਗਏ।

ਹਿੰਦੂ ਸਮਾਜ ਵਿਚ ਸੱਭ ਸੁਧਾਰ ਲਹਿਰਾਂ ਅੰਗ੍ਰੇਜ਼ੀ ਰਾਜ ਸਮੇਂ ਹੀ ਆਈਆਂ। ਅਜੋਕੇ ਸਮੇਂ ਵਿਚ ਜੇਕਰ ਕੋਈ ਮਾੜੀ ਜਹੀ ਵੀ ਸੁਧਾਰ ਦੀ ਗੱਲ ਕਹੇ ਤਾਂ ਉਸ ਨੂੰ 'ਹਿੰਦੂ ਧਰਮ ਉਤੇ ਹਮਲਾ' ਗਰਦਾਨ ਕੇ ਕੁਚਲ ਦਿਤਾ ਜਾਂਦਾ ਹੈ। ਸਤੰਬਰ ੨੦੧੮ ਵਿਚ ਸੁਪਰੀਮ ਕੋਰਟ ਦੇ ਫ਼ੈਸਲੇ ਦੇ ਬਾਵਜੂਦ ਵੀ ਕੇਰਲਾ ਸੂਬੇ ਦੇ ਸਬਰੀਮਾਲਾ ਮੰਦਿਰ ਵਿਚ ਔਰਤਾਂ ਨੂੰ ਵੜਨ ਨਹੀਂ ਦਿਤਾ ਗਿਆ ਜਿਸ ਤੋਂ ਬਾਅਦ ਇਸ ਮਸਲੇ ਨੂੰ ਲੈ ਕੇ ਵੱਡਾ ਬਵਾਲ ਖੜਾ ਹੋ ਗਿਆ।

ਅਜੋਕਾ ਸਮਾਂ ਵਿਸ਼ਵੀਕਰਨ ਦਾ ਹੈ, ਹੁਣ ਸੰਸਕ੍ਰਿਤ ਨੂੰ ਪੁਰਾਤਨ ਸਮੇਂ ਵਾਂਗ ਤਾਂ ਨਹੀਂ ਵਰਤਿਆ ਜਾ ਸਕਦਾ ਪਰ ਅੱਜ ਵੀ ਸੰਸਕ੍ਰਿਤ ਨੂੰ 'ਵਿਗਿਆਨਕ ਭਾਸ਼ਾ' ਹੋਣ ਵਰਗੇ ਝੂਠੇ ਦਾਅਵੇ ਕੀਤੇ ਜਾਂਦੇ ਰਹਿੰਦੇ ਹਨ। ਪੁਰਾਤਨ ਸਮੇਂ ਨੂੰ ਲੈ ਕੇ ਝੂਠੇ ਇਤਿਹਾਸ ਰਾਹੀਂ ਲੋਕਾਂ ਵਿਚ ਝੂਠਾ ਮਾਣ ਭਰਿਆ ਜਾਂਦਾ ਹੈ। ਅੱਜ ਸੰਸਕ੍ਰਿਤ ਦਾ ਸਥਾਨ ਹਿੰਦੀ ਨੇ ਲੈ ਲਿਆ ਹੈ। ਕੇਂਦਰ ਸਰਕਾਰ ਵਲੋਂ ਹਿੰਦੀ ਨੂੰ ਪੂਰੇ ਭਾਰਤ ਵਿਚ ਲਾਗੂ ਕਰਾਉਣ ਦਾ ਅੱਡੀ-ਚੋਟੀ ਦਾ ਜ਼ੋਰ ਲਗਿਆ ਹੋਇਆ ਹੈ। ਹਿੰਦੀ-ਹਿੰਦੂ-ਹਿੰਦੁਸਤਾਨ ਵਿਚ ਹਿੰਦੀ ਮਜ਼ਬੂਤ ਕੜੀ ਹੈ, ਜੋ ਬ੍ਰਾਹਮਣਵਾਦ ਦੀ

ਪਕੜ ਬਣਾਏ ਰੱਖਣ ਵਿਚ ਬਹੁਤ ਜ਼ਰੂਰੀ ਹੈ। ਹਿੰਦੀ ਵਿਚ ਵੀ ਜੋ ਸਾਹਿਤ ਰਚਿਆ ਗਿਆ ਹੈ, ਉਸ ਨਾਲ ਮਨੁੱਖ ਦੀ ਚੇਤਨਾ ਜਾਗਰਿਤ ਹੋਣ ਤੋਂ ਵੰਚਿਤ ਰਹਿ ਜਾਂਦੀ ਹੈ। ਹਿੰਦੀ ਵੀ ਸੰਸਕ੍ਰਿਤ ਵਾਂਗ ਸਵਰਨ ਜਾਤੀ ਦੀ ਹੀ ਨੁਮਾਇੰਦਗੀ ਕਰਦੀ ਹੈ। ਇਸ ਵਿਚ ਕੋਈ ਹੈਰਾਨੀ ਨਹੀਂ ਹੋਣੀ ਚਾਹੀਦੀ ਕਿ *ਕੇਵਲ ਹਿੰਦੀ-ਸੰਸਕ੍ਰਿਤ ਦੇ ਸਾਹਿਤ ਨੂੰ ਹੀ ਆਪਣੇ ਗਿਆਨ ਦਾ ਮੂਲ ਸ੍ਰੋਤ ਮਣਨ ਵਾਲੇ ਸਵਰਨ ਜਾਤੀ ਦੇ ਹਿੰਦੂ ਲੋਕ ਕਦੇ ਵੀ ਦਲਿਤ, ਆਦਿਵਾਸੀ, ਔਰਤਾਂ ਜਾਂ ਹੋਰ ਘੱਟ ਗਿਣਤੀ ਕੌਮਾਂ ਦੇ ਹੱਕਾਂ ਵਾਸਤੇ ਸੰਵੇਦਨਸ਼ੀਲ ਨਜ਼ਰ ਨਹੀਂ ਆਉਂਦੇ, ਇਸ ਤੋਂ ਉਲਟ ਉਹ ਤਾਂ ਹਮੇਸ਼ਾ ਹਰ ਸਮੇਂ ਰਾਸ਼ਟਰਵਾਦ ਦੇ ਨਾਂ ਹੇਠ ਇਨ੍ਹਾਂ ਦੇ ਹੱਕਾਂ ਨੂੰ ਦਬਾਉਂਦੇ ਨਜ਼ਰ ਆਉਂਦੇ ਹਨ।*

ਅਗੱਸਤ ੨੦੧੭ ਵਿਚ ਜਦ ਮਿਆਂਮਾਰ ਵਿਚੋਂ ਰੋਹਿੰਗਿਆ ਮੁਸਲਮਾਨ ਆਪਣੀ ਜਾਣ ਬਚਾਅ ਕੇ ਬੰਗਲਾਦੇਸ਼ ਪਹੁੰਚ ਰਹੇ ਸਨ ਤਾਂ ਖ਼ਾਲਸਾ ਏਡ ਤੇ ਯੁਨਾਈਟਿਡ ਸਿੱਖਜ਼ ਮਾਨਵਤਾਵਾਦੀ ਜਥੇਬੰਦੀ, ਇਸ ਮੁਸੀਬਤ ਭਰੇ ਸਮੇਂ ਵਿਚ ਇਨ੍ਹਾਂ ਮੁਸਲਮਾਨਾਂ ਲਈ ਲੰਗਰ-ਪਾਣੀ ਤੇ ਹੋਰ ਮਦਦ ਲੈ ਕੇ ਪਹੁੰਚੇ ਸਨ। ਜਿਥੇ ਦੁਨੀਆਂ ਭਰ ਵਿਚ ਇਸ ਕਾਰਜ ਦੀਆਂ ਲੋਕ ਤਾਰੀਫ਼ਾਂ ਕਰ ਰਹੇ ਸਨ, ਉਥੇ ਹੀ ਸੋਸ਼ਲ ਮਿਡੀਆ ਉੱਤੇ ਬ੍ਰਾਹਮਣਵਾਦੀਆਂ ਵਲੋਂ ਮੁਸ਼ਕਿਲ ਵਿਚ ਫਸੇ ਰੋਹਿੰਗਿਆ ਪ੍ਰਤੀ ਸੰਵੇਦਨਸ਼ੀਲ ਹੋਣਾ ਤਾਂ ਦੂਰ ਰਿਹਾ ਉਲਟਾ ਸਿੱਖਾਂ ਵਿਰੁਧ ਰੱਜ ਕੇ ਨਫ਼ਰਤ ਫੈਲਾਈ ਕਿਉਂਕਿ ਮੁਸਲਮਾਨਾਂ ਵਿਰੁਧ ਵੈਰ ਨਾਲ ਭਰੇ ਹੋਣ ਕਾਰਨ ਸਿੱਖਾਂ ਵਲੋਂ ਮੁਸਲਮਾਨਾਂ ਦੀ ਮਦਦ ਕਰਨਾ ਉਹ ਸਹਾਰ ਨਾ ਸਕੇ।

ਅੱਜ ਹਿੰਦੂ ਸਮਾਜ ਵਿਚੋਂ ਵੀ ਬਹੁਤ ਲੋਕ ਖੁੱਲ ਕੇ ਬ੍ਰਾਹਮਣਵਾਦ ਦੇ ਵਿਰੁਧ ਬੋਲਦੇ ਹਨ ਤੇ ਮਨੁੱਖੀ ਹੱਕਾਂ ਦੀ ਗੱਲ ਕਰਦੇ ਹਨ, ਪਰ ਇਹ ਉਹੀ ਲੋਕ ਹਨ, ਜਿਨ੍ਹਾਂ ਨੇ ਆਪਣੀ ਸੋਚ ਨੂੰ ਹਿੰਦੀ-ਸੰਸਕ੍ਰਿਤ ਦੇ ਸਾਹਿਤ ਤੋਂ ਬਾਹਰ ਦੂਜੀ ਭਾਸ਼ਾਵਾਂ ਦੇ ਗਿਆਨ ਨਾਲ ਜਾਗਰਿਤ ਕੀਤਾ ਹੈ।

ਪੱਤਰਕਾਰ ਸਾਗਰ ਨੇ ਕਾਰਵਾਂ ਮੈਗਜ਼ੀਨ (Caravan ੨੭ ਜੂਨ ੨੦੧੯) ਵਿਚ 'ਕੜਵੀਂ ਜ਼ੁਬਾਨ' ਦੇ ਸਿਰਲੇਖ ਹੇਠ ਇਸ ਵਿਸ਼ੇ ਉਤੇ ਸ਼ਾਨਦਾਰ ਵੇਰਵਾ ਲਿਖਿਆ ਹੈ। ਲੇਖ ਦੇ ਕੁੱਝ ਹਿੱਸੇ ਇਸ ਤਰ੍ਹਾਂ ਹਨ:

> ਹਿੰਦੀ ਭਾਸ਼ਾ ਵਿਚ ਨਹੀਂ ਮਿਲਦਾ ਸਮਾਜਿਕ ਨਿਆਂ ਤੇ ਸਮਾਨਤਾ ਬਾਰੇ ਵਿਚਾਰ-ਵਟਾਂਦਰਾ। . . . ੨੯ ਸਾਲ ਦੀ ਉਮਰ ਵਿਚ, ਮੈਂ ਅੰਗ੍ਰੇਜ਼ੀ ਭਾਸ਼ਾ ਵਿਚ ਬੀ. ਆਰ. ਅੰਬੇਦਕਰ ਦੀ 'ਜਾਤ ਦਾ ਵਿਨਾਸ਼' ਕਿਤਾਬ ਪੜ੍ਹੀ। ਇਹ ਅੰਬੇਡਕਰ ਦੇ ਕੰਮ ਬਾਰੇ ਮੇਰੀ ਪਹਿਲੀ ਜਾਣ-ਪਛਾਣ ਸੀ। ਇਸ ਕਿਤਾਬ ਵਿਚ ਉਸ ਜਾਤੀ ਅਪਮਾਨ ਜਿਸ ਨੂੰ ਮੈਂ ਭੋਗਿਆ ਸੀ ਤੇ ਜੋ ਪੱਤਰਕਾਰਤਾ ਕਰਦੇ ਹੋਏ ਮੈਂ ਪੂਰੇ ਦੇਸ਼ ਵਿਚ ਦਲਿਤਾਂ ਨੂੰ

ਭੋਗਦੇ ਹੋਏ ਵੇਖਿਆ ਸੀ, ਬੜੀ ਬੇਬਾਕੀ ਨਾਲ ਦਸਿਆ ਤੇ ਸਮਝਾਇਆ ਗਿਆ ਸੀ। ਮੈਂ ਅੰਬੇਦਕਰ ਨੂੰ ਜਿੰਨਾ ਪੜ੍ਹਿਆ ਅੰਗਰੇਜ਼ੀ ਵਿਚ ਪੜ੍ਹਿਆ, ਅੰਬੇਦਕਰ ਨੇ ਇਸੇ ਭਾਸ਼ਾ ਵਿਚ ਲਿਖੀਆ ਹੈ। ਅੰਗਰੇਜ਼ੀ ਭਾਸ਼ਾ ਵਿਚ ਹੀ ਮੈਂ ਜੋਤੀਰਾਵ ਫੂਲੇ, ਪੇਰੀਅਰ ਤੇ ਮੈਲਕਮ ਐਕਸ ਨੂੰ ਪੜ੍ਹਿਆ। ਇਨ੍ਹਾਂ ਤੇ ਇਨ੍ਹਾਂ ਵਰਗਿਆਂ ਨੂੰ ਪੜ੍ਹਨ ਤੋਂ ਬਾਅਦ, ਮੈਂ ਜਾਤ-ਵਿਰੋਧੀ ਵਿਚਾਰਾਂ, ਪ੍ਰਗਤੀਸ਼ੀਲ ਰਾਜਨੀਤੀ ਤੇ ਗ਼ੈਰ-ਬਰਾਬਰੀ ਵਿਰੁਧ ਸੰਘਰਸ਼ਾਂ ਨੂੰ ਜਾਣ ਸਕਿਆ। . . . ਅੱਜ ਜਿਸ ਨੂੰ ਅਸੀਂ ਹਿੰਦੀ ਸਾਹਿਤ ਕਹਿੰਦੇ ਹਾਂ, ਸੱਭ ਤੋਂ ਪਹਿਲਾਂ ਉਹ ਬ੍ਰਜ, ਬੁੰਦੇਲੀ, ਅਵਧੀ, ਕਨੌਜੀ, ਖੜੀ ਬੋਲੀ, ਮਾਰਵਾੜੀ, ਮਘਾਈ, ਛੱਤੀਸਗੜ੍ਹੀ ਤੇ ਅਜਿਹੀਆਂ ਕਈ ਭਾਸ਼ਾਵਾਂ ਵਿਚ ਪ੍ਰਗਟ ਹੋਇਆ। ਅੱਜ ਬਹੁਤ ਸਾਰੀ ਅਜਿਹੀਆਂ ਬੋਲੀਆਂ ਨੂੰ ਹਿੰਦੀ ਨੇ ਖਾ ਲਿਆ ਹੈ। ਅੱਜ ਦੇਵਨਾਗਰੀ ਵਿਚ ਲਿਖੀ ਜਾਣ ਵਾਲੀ ਹਿੰਦੀ ਨੂੰ ਜਿਸ ਰੂਪ ਵਿਚ ਅਸੀਂ ਜਾਣਦੇ ਹਾਂ ਉਹ ਬਹੁਤ ਪੁਰਾਣੀ ਖੋਜ ਨਹੀਂ ਹੈ। ਆਧੁਨਿਕ ਹਿੰਦੀ ਸਾਹਿਤ ਦੇ ਪਿਤਾ ਕਹੇ ਜਾਣ ਵਾਲੇ ਭਾਰਤੇਂਦੂ ਹਰੀਸ਼ਚੰਦਰ ੧੯ਵੀਂ ਸਦੀ ਦੇ ਮੱਧ ਤੋਂ ਬਾਦ ਪ੍ਰਗਟ ਹੋਏ। ਇਤਿਹਾਸਕਾਰ ਸੁਮਿਤ ਸਰਕਾਰ ਨੇ ਆਪਣੀ ਪੁਸਤਕ 'ਮਾਡਰਨ ਇੰਡੀਆ ੧੮੮੫-੧੯੪੭' ਵਿਚ ਲਿਖਿਆ ਹੈ, "ਹਿੰਦੀ ਭਾਸ਼ਾ ਇਕ ਕ੍ਰਿਤਮ ਸਿਰਜਣਾ ਸੀ ਜੋ ਹਿੰਦੂ ਪੁਨਰਉੱਥਾਨਵਾਦੀ ਲਹਿਰ ਨਾਲ ਜੁੜੀ ਹੋਈ ਸੀ।" . . . ਸ਼ੁਰੂਆਤ ਤੋਂ ਹੀ ਹਿੰਦੀ ਭਾਸ਼ਾ ਵਿਚ ਬ੍ਰਾਹਮਣਵਾਦੀ ਅਤੇ ਸੰਪਰਦਾਇਕ ਭਾਵਨਾ ਦੇ ਤੱਤ ਮੌਜੂਦ ਰਹੇ ਹਨ। ਬਾਅਦ ਵਿਚ ਰਾਸ਼ਟਰਵਾਦੀ ਅੰਦੋਲਨ ਵਿਚ ਇਸ ਭਾਸ਼ਾ ਨੂੰ ਪ੍ਰਮੁੱਖਤਾ ਦੇਣ ਬਾਰੇ ਗੱਲ ਹੋਣ ਲਗੀ . . . ਸੰਸਕ੍ਰਿਤ ਭਾਸ਼ਾ ਤੋਂ ਪ੍ਰਭਾਵਿਤ ਭਾਸ਼ਾ ਵਿਚ ਪ੍ਰਭਾਵੀ ਜਾਤਾਂ ਨੂੰ ਅਜਿਹਾ ਹਥਿਆਰ ਮਿਲ ਗਿਆ ਜੋ ਸਮਾਜ ਵਿਚ ਉਨ੍ਹਾਂ ਦੀ ਸਰਬਉੱਚਤਾ ਨੂੰ ਵਿਸਥਾਰ ਦਿੰਦਾ ਸੀ। ਇਕ ਸਮੇਂ ਵਿਚ ਸੰਸਕ੍ਰਿਤ ਦੀ ਅਜਿਹੀ ਹੀ ਸਰਬਉੱਚਤਾ ਸੀ। . . . ਅੱਜ ਜਿਹੜੇ ਲੋਕਾਂ ਦੇ ਨਿਯੰਤਰਣ ਵਿਚ ਹਿੰਦੀ ਭਾਸ਼ਾ ਹੈ, ਉਹੀ ਸਮਾਜ ਦੀ ਵਾਰਤਾ ਦਾ ਸੰਚਾਲਨ ਕਰਦੇ ਹਨ। . . .

ਇਸ ਪਿਛੋਕੜ ਵਿਚ ਗੁਰੂ ਨਾਨਕ ਸਾਹਿਬ ਜੀ ਨੇ ਗੁਰਬਾਣੀ ਦੀ ਰਚਨਾ ਆਮ ਲੋਕਾਈ ਵਲੋਂ ਬੋਲੀ ਜਾਂਦੀ ਮਾਂ-ਬੋਲੀ ਪੰਜਾਬੀ ਵਿਚ ਕੀਤੀ। ਭਗਤ ਸਾਹਿਬਾਨ ਦੀ ਵੀ ਜਿਹੜੀ ਬਾਣੀ ਇਕੱਠੀ ਕੀਤੀ ਉਹ ਦੇਸ਼ ਦੇ ਵੱਖ-ਵੱਖ ਇਲਾਕਿਆਂ ਦੀ ਲੋਕ ਭਾਸ਼ਾ ਵਿਚ ਹੀ ਸੀ। ਬ੍ਰਾਹਮਣ ਵਲੋਂ ਘੜੇ ਭਰਮ ਕਿ ਅਧਿਆਤਮਕ ਗਿਆਨ ਦੇਵ ਭਾਸ਼ਾ ਸੰਸਕ੍ਰਿਤ ਵਿਚ ਹੀ ਹੋ ਸਕਦਾ ਹੈ, ਦੀ ਮਨੌਤ ਨੂੰ ਸਖ਼ਤ ਚੁਨੌਤੀ ਮਿਲੀ। ਪੰਜਾਬੀ ਵਿਚ ਰੱਚੀ ਇਲਾਹੀ ਬਾਣੀ ਦਾ ਕੀਰਤਨ, ਪਾਠ,

ਵਿਚਾਰ ਹਰ ਸਿੱਖ ਦੇ ਜੀਵਨ ਦਾ ਅਨਿਖੜਵਾਂ ਅੰਗ ਬਣ ਗਿਆ। ਮਾਂ-ਬੋਲੀ ਵਿਚ ਸੱਚ ਦਾ ਗਿਆਨ ਹਾਸਲ ਕਰ ਆਮ ਲੋਕਾਈ ਜਿਥੇ ਸਸ਼ਕਤ ਹੋ ਸਕੀ, ਉਥੇ ਹੀ ਸੰਸਕ੍ਰਿਤ ਦੇ ਠੇਕੇਦਾਰ ਬ੍ਰਾਹਮਣ ਉਤੇ ਨਿਰਭਰਤਾ ਖ਼ਤਮ ਹੋ ਗਈ। *ਸੰਸਕ੍ਰਿਤ ਸਾਹਿਤ ਵਿਚ ਜਿਥੇ ਗ਼ਰੀਬ ਲੋਕਾਈ ਦੀ ਆਵਾਜ਼ ਨੂੰ ਦਬਾਇਆ ਗਿਆ ਸੀ, ਉਥੇ ਹੀ ਗੁਰਬਾਣੀ ਵਿਚ ਕਿਰਤੀ ਕਾਮਿਆਂ ਨੇ ਕੇਂਦਰੀ ਸਥਾਨ ਹਾਸਲ ਕਰ ਲਿਆ।*

ਮਨੁ ਹਾਲੀ ਕਿਰਸਾਣੀ ਕਰਣੀ ਸਰਮੁ ਪਾਣੀ ਤਨੁ ਖੇਤੁ ॥
ਨਾਮੁ ਬੀਜੁ ਸੰਤੋਖੁ ਸੁਹਾਗਾ ਰਖੁ ਗਰੀਬੀ ਵੇਸੁ ॥

(ਗੁਰੂ ਗ੍ਰੰਥ ਸਾਹਿਬ, ਮ. ੧, ਅੰਗ ੫੯੫)

ਹਰਿ ਪ੍ਰਭ ਕਾ ਸਭੁ ਖੇਤੁ ਹੈ ਹਰਿ ਆਪਿ ਕਿਰਸਾਣੀ ਲਾਇਆ ॥

(ਗੁਰੂ ਗ੍ਰੰਥ ਸਾਹਿਬ, ਮ. ੪, ਅੰਗ ੩੦੪)

ਮਨੁ ਮੇਰੋ ਗਜੁ ਜਿਹਬਾ ਮੇਰੀ ਕਾਤੀ ॥
ਮਪਿ ਮਪਿ ਕਾਟਉ ਜਮ ਕੀ ਫਾਸੀ ॥੧॥
ਕਹਾ ਕਰਉ ਜਾਤੀ ਕਹ ਕਰਉ ਪਾਤੀ ॥
ਰਾਮ ਕੋ ਨਾਮੁ ਜਪਉ ਦਿਨ ਰਾਤੀ ॥੧॥ ਰਹਾਉ ॥
ਰਾਂਗਨਿ ਰਾਂਗਉ ਸੀਵਨਿ ਸੀਵਉ ॥
ਰਾਮ ਨਾਮ ਬਿਨੁ ਘਰੀਅ ਨ ਜੀਵਉ ॥੨॥
ਭਗਤਿ ਕਰਉ ਹਰਿ ਕੇ ਗੁਨ ਗਾਵਉ ॥
ਆਠ ਪਹਰ ਅਪਨਾ ਖਸਮੁ ਧਿਆਵਉ ॥੩॥
ਸੁਇਨੇ ਕੀ ਸੂਈ ਰੁਪੇ ਕਾ ਧਾਗਾ ॥
ਨਾਮੇ ਕਾ ਚਿਤੁ ਹਰਿ ਸਉ ਲਾਗਾ ॥੪॥

(ਗੁਰੂ ਗ੍ਰੰਥ ਸਾਹਿਬ, ਭ. ਨਾਮਦੇਵ, ਅੰਗ ੪੮੫)

ਮਾਟੀ ਏਕ ਅਨੇਕ ਭਾਂਤਿ ਕਰਿ ਸਾਜੀ ਸਾਜਨਹਾਰੈ ॥
ਨਾ ਕਛੁ ਪੋਚ ਮਾਟੀ ਕੇ ਭਾਂਡੇ ਨਾ ਕਛੁ ਪੋਚ ਕੁੰਭਾਰੈ ॥

(ਗੁਰੂ ਗ੍ਰੰਥ ਸਾਹਿਬ, ਭ. ਕਬੀਰ, ਅੰਗ ੧੩੫੦)

ਕੰਧਿ ਕੁਹਾੜਾ ਸਿਰਿ ਘੜਾ ਵਣਿ ਕੈ ਸਰੁ ਲੋਹਾਰੁ ॥
ਫਰੀਦਾ ਹਉ ਲੋੜੀ ਸਹੁ ਆਪਣਾ ਤੂ ਲੋੜਹਿ ਅੰਗਿਆਰ ॥

(ਗੁਰੂ ਗ੍ਰੰਥ ਸਾਹਿਬ, ਸ਼. ਫ਼ਰੀਦ, ਅੰਗ ੧੩੮੦)

ਕਿਸਾਨ, ਬੁਣਕਰ, ਕੁਮਿਹਾਰ, ਲੌਹਾਰ ਵਰਗੇ ਕਾਮੀਆਂ ਦੀ ਕਿਰਤ ਵਾਸਤੇ ਵਰਤੀ ਜਾਂਦੀਆਂ ਵਸਤਾਂ ਜਾਂ ਔਜਾਰ ਜਿਵੇਂ ਪਾਣੀ, ਖੇਤ, ਬੀਜ, ਸੁਹਾਗਾ, ਗਜ, ਕਾਤੀ, ਮਪ, ਰਾਂਗਨ, ਸੀਵਉ, ਸੂਈ, ਧਾਗਾ, ਮਾਟੀ, ਭਾਂਡਾ, ਕੁਹਾੜਾ, ਘੜਾ, ਅੰਗਿਆਰ, ਇਹ ਨਾ ਸਿਰਫ਼ ਆਦਰ ਦਾ ਪਾਤਰ ਬਣ ਗਏ ਬਲਕਿ ਇਨ੍ਹਾਂ ਦੇ ਕੰਮ ਕਰਨ ਦੇ ਢੰਗ ਤੋਂ ਪਰਮਾਰਥ ਦੀ ਸੇਧ ਲੈਣ ਦੀ ਪ੍ਰੇਰਣਾ ਕੀਤੀ।

ਗੁਰੂ ਨਾਨਕ ਸਾਹਿਬ ਜੀ ਨੇ ਖ਼ੁਦ ਗੁਰਮੁਖੀ ਲਿੱਪੀ ਦੇ ੩੫ ਅੱਖਰ ਲਿਖੇ ਜਿਸ ਦੀ ਸ਼ੁਰੂਆਤ ਵਿਸਮਾਦੀ ਨਿਰਾਲੇ ਅੱਖਰ ‘ੴ’ ਤੋਂ ਕੀਤੀ ਜਿਸ ਨਾਲ ਕੁੱਲ ੩੬ ਅੱਖਰ ਬਣੇ। ਪਰ ਸਿੱਖ ਸਮਾਜ ਨੇ ਗੁਰੂਆਂ ਦੀ ਘਾਲਣਾ ਤੋਂ ਅਵੇਸਲੇ ਹੋ ਕੇ ਗੁਰਮੁਖੀ ਅਖਰਾਂ ਦੀ ਜਿਸ ਲੜੀ ਨੂੰ ਪ੍ਰਚੱਲਤ ਕੀਤਾ ਹੈ ਉਹ ਗੁਰੂ ਸਾਹਿਬ ਜੀ ਵਲੋਂ ਰੱਚੀ ਲੜੀ ਤੋਂ ਵੱਖ ਹੈ। ਚੰਗਾ ਹੋਵੇ ਜੇ ਅਸੀਂ ਉਸੇ ਲੜੀ ਨੂੰ ਅਪਣਾਈਏ ਜੋ ਗੁਰੂ ਨਾਨਕ ਸਾਹਿਬ ਜੀ ਨੇ ਖ਼ੁਦ ਲਿੱਖੀ ਸੀ। ਬਾਬੇ ਨਾਨਕ ਜੀ ਵਲੋਂ ਲਿੱਖੀ ਗੁਰਮੁਖੀ ਅਖਰਾਂ ਦੀ ਵਰਣ ਮਾਲਾ ਸ੍ਰੀ ਗੁਰੂ ਗ੍ਰੰਥ ਸਾਹਿਬ ਜੀ ਦੇ ੪੩੨ ਪੰਨੇ ਤੋਂ ਸ਼ੁਰੂ ਹੁੰਦੀ ਹੈ ਜੋ ‘ਰਾਗੁ ਆਸਾ ਮਹਲਾ ੧ ਪਟੀ ਲਿਖੀ’ ਸਿਰਲੇਖ ਹੇਠ ਹੈ ਤੇ ਇਸ ਦੀ ਤਰਤੀਬ ਇਸ ਤਰਾਂ ਹੈ:

ੴ

ਸ ੲ ੳ ਙ

ਕ ਖ ਗ ਘ

ਚ ਛ ਜ ਝ ਞ

ਟ ਠ ਡ ਢ ਣ

ਤ ਥ ਦ ਧ ਨ

ਪ ਫ ਬ ਭ ਮ

ਯ ਰ ਲ ਵ ੜ

ਹ ਅ

ਦੂਜੀ ਪਾਤਸ਼ਾਹੀ ਸ੍ਰੀ ਗੁਰੂ ਅੰਗਦ ਸਾਹਿਬ ਜੀ ਨੇ ਗੁਰਮੁਖੀ ਲਿਪੀ ਦੇ ਵਿਕਾਸ ਉਤੇ ਵਿਸ਼ੇਸ਼ ਧਿਆਨ ਦਿਤਾ, ਉਹ ਖ਼ੁਦ ਬੱਚਿਆਂ ਤੇ ਸੰਗਤਾਂ ਨੂੰ ਪੰਜਾਬੀ ਪੜ੍ਹਨ-ਪੜ੍ਹਾਉਣ ਦਾ ਕਾਰਜ ਕਰਦੇ ਰਹੇ ਸਨ। ਪਰ ਬੜੇ ਅਫ਼ਸੋਸ ਨਾਲ ਕਹਿਣਾ ਪੈਂਦਾ ਹੈ ਕਿ ਅੱਜ ਸਿੱਖ ਪ੍ਰਵਾਰਾਂ ਵਿਚ ਮਾਂ-ਪਿਉ ਆਪ ਹੀ ਆਪਣੇ ਬਚਿਆਂ ਨਾਲ ਪੰਜਾਬੀ ਦੀ ਥਾਂ ਹਿੰਦੀ ਬੋਲਦੇ ਹਨ। ਨਤੀਜੇ ਵਜੋਂ ਨਵੀਂ ਪੀੜ੍ਹੀ ਨਾ ਸਿਰਫ਼ ਆਪਣੀ ਮਾਂ-ਬੋਲੀ ਤੋਂ ਦੂਰ ਜਾ ਰਹੀ ਹੈ ਸਗੋਂ ਸ਼ਾਸਕ ਵਲੋਂ

ਨਿਯੰਤਰਿਤ ਹਿੰਦੀ ਭਾਸ਼ਾ ਦੀ ਵਾਰਤਾ ਨਾਲ ਜੁੜਨ ਕਰ ਕੇ ਆਪਣੇ ਮੂਲ ਮੁਦਿਆਂ ਤੋਂ ਅਵੇਸਲੀ ਹੋ ਗਈ ਹੈ ਤੇ ਆਪਣੇ ਦੁਸ਼ਮਣ ਦੀ ਪਛਾਨ ਵੀ ਨਹੀਂ ਕਰ ਪਾ ਰਹੀ।

## ਗ੍ਰਹਸੱਥ ਪ੍ਰਧਾਨ

ਪੁਜਾਰੀ ਇਹ ਯਕੀਨੀ ਬਣਾਉਂਦਾ ਹੈ ਕਿ ਜਿਹੜਾ ਰਹਿਣ-ਸਹਿਣ ਆਮ ਲੋਕਾਈ ਦੀ ਪਹੁੰਚ ਤੋਂ ਬਾਹਰ ਹੋਵੇ, ਉਸੇ ਨੂੰ ਹੀ ਧਰਮ ਦਾ ਰਸਤਾ ਮਿੱਥ ਲਿਆ ਜਾਵੇ ਜਾਂ ਕਹਿ ਲਉ ਕਿ ਆਮ ਲੋਕਾਂ ਦੇ ਜੀਵਨ ਨਿਰਬਾਹ ਵਾਸਤੇ ਜ਼ਰੂਰੀ ਕਮਾਂ ਨੂੰ ਧਰਮ ਦੇ ਰਸਤੇ ਵਿਚ ਰੋੜਾ ਹੋਣ ਦਾ ਭਰਮ ਖੜਾ ਕਰ ਦੇਣਾ ਪੁਜਾਰੀ ਦਾ ਘਿਨੌਣਾ ਕਾਰਜ ਹੈ। ਇਸ ਨਾਲ ਭੋਲੀ ਭਾਲੀ ਜਨਤਾ ਹੀਣ ਭਾਵਨਾ ਦਾ ਸ਼ਿਕਾਰ ਹੁੰਦੀ ਹੈ ਤੇ ਪੁਜਾਰੀ ਨੂੰ ਸ਼੍ਰੋਮਣੀ ਜਾਣ ਕੇ ਆਪਣਾ ਸ਼ੋਸ਼ਣ ਕਰਵਾਉਂਦੀ ਹੈ। ਇਸ ਉਦੇਸ਼ ਦੀ ਪੂਰਤੀ ਵਿਚ ਜੋਗੀਆਂ ਨੇ ਸੱਭ ਤੋਂ ਵੱਧ ਯੋਗਦਾਨ ਪਾਇਆ। ਜੋਗੀ ਖ਼ੁਦ ਘਰ-ਗ੍ਰਹਿਸਥੀ ਤੋਂ ਭਗੌੜੇ ਹੋ ਕੇ ਜੰਗਲਾਂ ਜਾਂ ਪਹਾੜਾਂ ਵਿਚ ਜਾ ਬੈਠੇ ਤੇ ਬ੍ਰਹਿਮਚਾਰੀ ਅਖਵਾ ਕੇ ਵੱਡੇ ਬਣ ਬੈਠੇ। ਪਰ ਆਪਣੇ ਪੇਟ ਦੀ ਲੋੜ ਪੂਰੀ ਕਰਨ ਵਾਸਤੇ ਮੁੜ ਗ੍ਰਹਿਸਥੀ ਦੇ ਘਰ 'ਅਲੱਖ਼-ਨਿਰੰਜਨ' ਦਾ ਹੋਕਾ ਦਿੰਦੇ। ਖ਼ੁਦ ਮੰਗਤੇ ਹੋਣ ਦੇ ਬਾਵਜੂਦ ਦਾਨ ਦੇਣ ਵਾਲੇ ਗ੍ਰਹਿਸਥੀ ਨੂੰ ਨੀਵਾਂ ਬਣਾ ਦਿਤਾ। ਗੁਰੂ ਸਾਹਿਬ ਜੀ ਨੇ ਸਮਝਾਇਆ ਕਿ ਈਮਾਨਦਾਰੀ ਨਾਲ ਕਿਰਤ ਕਰ ਕੇ ਲੋੜਵੰਦਾਂ ਦੀ ਮਦਦ ਕਰਨ ਵਾਲਾ ਗ੍ਰਹਿਸਥੀ, ਵਿਹਲੜ ਜੋਗੀਆਂ ਨਾਲੋਂ ਸਦਾ ਹੀ ਸ਼੍ਰੋਮਣੀ ਹੈ। ਐਨਾ ਹੀ ਨਹੀਂ ਬਲਕਿ ਅਜਿਹੇ ਪਖੰਡੀਆਂ ਨੂੰ ਸਮਾਜ ਉਤੇ ਬੋਝ ਜਾਣ ਕੇ 'ਮਖੱਟੂ' ਕਿਹਾ, ਜੋ ਅਖਵਾਉਂਦੇ ਤੇ ਖ਼ੁਦ ਨੂੰ ਗੁਰੂ-ਪੀਰ ਨੇ ਪਰ ਮੰਗਣ ਲਗਿਆਂ ਸ਼ਰਮ ਮਹਿਸੂਸ ਨਹੀਂ ਕਰਦੇ। ਅਜਿਹੇ ਪੁਜਾਰੀਆਂ ਤੋਂ ਸੁਚੇਤ ਕਰਾਉਂਦੇ ਹੋਏ ਫ਼ੁਰਮਾਇਆ ਹੈ ਕਿ:

> ਗਿਆਨ ਵਿਹੂਣਾ ਗਾਵੈ ਗੀਤ॥ ਭੁਖੇ ਮੁਲਾਂ ਘਰੇ ਮਸੀਤਿ॥
> ਮਖਟੂ ਹੋਇ ਕੈ ਕੰਨ ਪੜਾਏ॥ ਫਕਰੁ ਕਰੇ ਹੋਰੁ ਜਾਤਿ ਗਵਾਏ॥
> ਗੁਰੁ ਪੀਰੁ ਸਦਾਏ ਮੰਗਣ ਜਾਇ॥ ਤਾ ਕੈ ਮੂਲਿ ਨ ਲਗੀਐ ਪਾਇ॥
> ਘਾਲਿ ਖਾਇ ਕਿਛੁ ਹਥਹੁ ਦੇਇ॥ ਨਾਨਕ ਰਾਹੁ ਪਛਾਣਹਿ ਸੇਇ॥

(ਗੁਰੂ ਗ੍ਰੰਥ ਸਾਹਿਬ, ਮ. ੧, ਅੰਗ ੧੨੪੫)

*ਬ੍ਰਹਿਮਚਾਰੀ ਜੀਵਨ ਦੀ ਮਹਿਮਾ ਨੇ ਸੱਭ ਤੋਂ ਵੱਧ ਨਕਰਾਤਮਕ ਅਸਰ ਔਰਤਾਂ ਉਤੇ ਪਾਇਆ।* ਬ੍ਰਹਿਮਚਾਰੀਆਂ ਨੇ ਔਰਤ ਦੇ ਸੰਗ ਨੂੰ ਪਾਪ ਦਸਿਆ ਹੈ। ਇਸੇ ਤਰ੍ਹਾਂ ਔਰਤਾਂ ਨੂੰ ਧਰਮ ਦੀ ਦੁਨੀਆਂ ਵਿਚ ਬਰਾਬਰੀ ਤਾਂ ਕੀ ਦੇਣੀ ਸੀ, ਉਲਟਾ ਔਰਤ ਨੂੰ ਹੀ ਪਰਮਾਰਥ ਦੇ ਰਸਤੇ ਦਾ ਰੋੜਾ ਬਣਾ ਦਿਤਾ। ਗੁਰੂ ਸਾਹਿਬ ਨੇ ਇਹ ਸਾਰੇ ਭਰਮ ਤੋੜਦੇ ਹੋਏ ਸਮਝਾਇਆ ਕਿ ਜਿਹੜੇ ਆਪਣੇ ਵੀਰਜ ਉਤੇ ਕਾਬੂ ਪਾ ਕੇ ਵੱਡੇ ਜਤੀ ਹੋਣ ਦਾ ਦਾਅਵਾ ਕਰਦੇ ਹਨ, ਅਸਲ ਵਿਚ ਉਹ ਸੱਚੇ ਗੁਰੂ ਦੇ ਗਿਆਨ ਤੋਂ ਹੀਣੇ ਹੋਣ ਕਰ ਕੇ ਭਰਮ ਵਿਚ ਹੀ ਰੋਜ਼ ਜੰਮਦੇ ਮਰਦੇ ਰਹਿੰਦੇ ਹਨ। ਜਦਕਿ ਗ੍ਰਹਿਸਥੀ ਗੁਰੂ ਦੀ ਮਤ ਨਾਲ ਆਪਣੇ ਜੀਵਨ ਵਿਚ ਸੇਵਾ ਭਾਵ ਰੱਖਦਾ ਹੈ ਤੇ ਸਦਾ ਸਿਖਣ ਦਾ ਚਾਹਵਾਨ ਰਹਿੰਦਾ ਹੈ। ਅਜਿਹੇ ਗ੍ਰਹਿਸਥੀ ਖ਼ੁਦ ਨੂੰ ਸੱਚੇ ਨਾਮ (ਗੁਣਾਂ) ਨਾਲ ਦ੍ਰਿੜ ਕਰ ਕੇ ਆਪਣੇ ਜੀਵਨ ਨੂੰ ਪਾਕ ਬਣਾਉਂਦੇ ਹਨ ਤੇ ਹੋਰਾਂ ਨੂੰ ਵੀ ਗੁਰੂ ਨਾਲ ਜੋੜ ਕੇ ਨਾਮ ਦਾਨ ਦਿੰਦੇ ਹਨ। ਇਹ ਰੱਬ ਦੇ ਸੱਚੇ ਭਗਤ ਹਨ ਜੋ ਸਦਾ ਚੇਤਨ ਅਵਸਥਾ ਵਿਚ ਰਹਿੰਦੇ ਹਨ:

ਬਿੰਦੁ ਰਾਖਿ ਜੌ ਤਰੀਐ ਭਾਈ ॥ ਖੁਸਰੈ ਕਿਉ ਨ ਪਰਮ ਗਤਿ ਪਾਈ ॥

(ਗੁਰੂ ਗ੍ਰੰਥ ਸਾਹਿਬ, ਭ. ਕਬੀਰ, ਅੰਗ ੩੨੪)

ਇਕਿ ਬਿੰਦੁ ਜਤਨ ਕਰਿ ਰਾਖਦੇ ਸੇ ਜਤੀ ਕਹਾਵਹਿ॥
ਬਿਨੁ ਗੁਰ ਸਬਦ ਨ ਛੂਟਹੀ ਭ੍ਰਮਿ ਆਵਹਿ ਜਾਵਹਿ॥
ਇਕਿ ਗਿਰਹੀ ਸੇਵਕ ਸਾਧਿਕਾ ਗੁਰਮਤੀ ਲਾਗੇ॥
ਨਾਮੁ ਦਾਨੁ ਇਸਨਾਨੁ ਦ੍ਰਿੜੁ ਹਰਿ ਭਗਤਿ ਸੁ ਜਾਗੇ॥

(ਗੁਰੂ ਗ੍ਰੰਥ ਸਾਹਿਬ, ਮ. ੧, ਅੰਗ ੪੧੯)

ਗੁਰੂ ਸਾਹਿਬ ਨੇ ਤਾਂ ਸਾਰੇ ਸੰਸਾਰ ਨੂੰ ਪੈਦਾ ਕਰ ਉਸ ਦੀ ਪਾਲਣਾ ਕਰਨ ਵਾਲੇ ਕਰਤਾ ਪੁਰਖ ਦੇ ਸੁਭਾਅ ਨੂੰ ਸਮਝਾਉਣ ਵਾਸਤੇ ਮਾ-ਪਿਉ ਦੇ ਰਿਸ਼ਤੇ ਨਾਲ ਤਜਵੀਜ਼ ਦਿਤੀ। ਦਰਅਸਲ ਆਪਣੇ ਬੱਚਿਆਂ ਪ੍ਰਤੀ ਮਾਪਿਆਂ (ਖ਼ਾਸਕਰ ਮਾਂ) ਦੇ ਗੁਣ ਉਹੀ ਹਨ, ਜਿਹੜੇ ਕਰਤਾਰ ਦੇ ਆਪਣੀ ਕਿਰਤ ਪ੍ਰਤੀ ਹਨ। ਸਿਰਜਣਹਾਰ ਨੇ ਆਪਣੇ ਹੀ ਗੁਣ ਮਾਤਾ-ਪਿਤਾ ਨੂੰ ਸੌਂਪੇ ਹਨ ਤਾਕਿ ਮਨੁੱਖਤਾ ਕਾਇਮ ਰਹਿ ਸਕੇ। ਕੀ ਅਸੀਂ ਮਾਂ ਦੀ ਮਮਤਾ ਤੋਂ ਬਿਨਾਂ ਇਸ ਸੰਸਾਰ ਦੀ ਕਲਪਨਾ ਕਰ ਸਕਦੇ ਹਾਂ?

ਸਭਨਾ ਕਾ ਮਾ ਪਿਉ ਆਪਿ ਹੈ ਆਪੇ ਸਾਰ ਕਰੇਇ॥

(ਗੁਰੂ ਗ੍ਰੰਥ ਸਾਹਿਬ, ਮ. ੩, ਅੰਗ ੬੫੩)

ਸੁਤੁ ਅਪਰਾਧ ਕਰਤ ਹੈ ਜੇਤੇ॥ ਜਨਨੀ ਚੀਤਿ ਨ ਰਾਖਸਿ ਤੇਤੇ॥

ਰਾਮਈਆ ਹਉ ਬਾਰਿਕੁ ਤੇਰਾ॥ ਕਾਹੇ ਨ ਖੰਡਸਿ ਅਵਗਨੁ ਮੇਰਾ॥

(ਗੁਰੂ ਗ੍ਰੰਥ ਸਾਹਿਬ, ਭ. ਕਬੀਰ, ਅੰਗ ੪੭੮)

ਮਾਂ-ਬਾਪ ਦਾ ਪਵਿੱਤਰ ਰਿਸ਼ਤਾ ਅਕਾਲ ਪੁਰਖ ਦੇ ਸੁਭਾਅ ਅਨੁਕੂਲ ਹੈ ਤੇ ਚੰਗਾ ਗ੍ਰਹਿਸਥ ਜੀਵਨ ਇਕ ਧਰਮਸਾਲ ਹੀ ਹੈ।

ਅਜਿਹੇ ਇਨਕਲਾਬੀ ਵਿਚਾਰਾਂ ਨੇ ਸਮਾਜ ਵਿਚੋਂ ਹੀਣ ਭਾਵਨਾ ਖ਼ਤਮ ਕਰ ਕੇ ਆਤਮ-ਵਿਸ਼ਵਾਸ ਜਗਾਇਆ।

*ਕਿਰਤ ਕਰੋ, ਨਾਮ ਜਪੋ, ਵੰਡ ਛਕੋ ਸਿੱਖੀ ਦੇ ਤਿੰਨ ਸੁਨਹਿਰੀ ਅਸੂਲ ਕਰਕੇ ਪ੍ਰਚਲਿਤ ਹੋਏ ਜੋ ਗ੍ਰਹਿਸਥ ਜੀਵਨ ਵਾਲਾ ਹੀ ਜੀਅ ਸਕਦਾ ਹੈ।*

ਗ੍ਰਹਿਸਥ ਵਿਚ ਪ੍ਰਵੇਸ਼ ਕਰਨ ਵਾਸਤੇ ਸਮਾਜ ਨੇ ਵਿਆਹ ਦੀ ਰੀਤ ਨੂੰ ਮੁੱਢੋਂ ਹੀ ਪ੍ਰਵਾਨ ਕੀਤਾ ਹੋਇਆ ਹੈ। ਪਰ ਮਰਦ ਪ੍ਰਧਾਨ ਬ੍ਰਾਹਮਣੀ ਸਮਾਜ ਨੇ ਔਰਤ ਨੂੰ ਮਰਦ ਦੇ ਇਸਤੇਮਾਲ ਵਾਸਤੇ ਦਾਨ ਦੀ ਵਸਤੂ ਜਾਣ ਕੇ ਵਿਆਹ ਨੂੰ 'ਕਨਿਆਦਾਨ' ਦਾ ਨਾਮ ਦਿਤਾ। ਪੁਰਾਤਨ ਕਹਾਣੀਆਂ ਵਿਚ ਰਾਜਕੁਮਾਰ ਕਿਸੇ ਮੁਕਾਬਲੇਬਾਜ਼ੀ ਰਾਹੀਂ ਆਪਸ ਵਿਚ ਭਿੜਦੇ ਹਨ ਤੇ ਜਿੱਤਣ ਵਾਲਾ ਈਨਾਮ ਵਜੋਂ ਔਰਤ ਨਾਲ ਵਿਆਹ ਕਰਵਾਉਣ ਦਾ ਹੱਕਦਾਰ ਹੁੰਦਾ ਹੈ। ਇਸ ਰੀਤ ਨੂੰ 'ਸਵੈਮਵਰ' ਦਾ ਨਾਂ ਦਿਤਾ ਗਿਆ। ਪਰ ਗੁਰੂ ਸਾਹਿਬ ਜੀ ਨੇ ਇਸ ਸੱਭ ਨੂੰ ਨਕਾਰ ਕੇ ਗ੍ਰਹਿਸਥ ਜੀਵਨ ਰਾਹੀਂ ਔਰਤ-ਮਰਦ ਦੋਹਾਂ ਨੂੰ ਗੁਰੂ ਸ਼ਬਦ ਵਿਚਾਰ ਨਾਲ ਜੁੜ ਕੇ ਅਕਾਲ ਪੁਰਖ ਦੀ ਰਜ਼ਾ ਅੰਦਰ ਸਦਾ ਅਨੰਦ ਵਿਚ ਰਹਿਣ ਦਾ ਵਸੀਲਾ ਦਸਿਆ ਤੇ ਵਿਆਹ ਦੀ ਰੀਤ ਦਾ ਨਾਮ 'ਅਨੰਦ ਕਾਰਜ' ਰਖਿਆ।

ਗ੍ਰਹਿਸਥੀਆਂ ਵਾਸਤੇ ਜਿਹੜੇ ਤਿਉਹਾਰ ਸਭਿਆਚਾਰ ਦਾ ਹਿੱਸਾ ਬਣ ਗਏ, ਉਨ੍ਹਾਂ ਨੇ ਵੀ ਸਮਾਜ ਉਤੇ ਬਹੁਤ ਮਾੜਾ ਅਸਰ ਪਾਇਆ। ਔਰਤਾਂ ਦੇ ਤਿਉਹਾਰ ਜਿਵੇਂ ਰਖੜੀ, ਕਰਵਾਚੌਥ, ਭਾਈਆ ਦੂਜ, ਹਰ ਸਮੇਂ ਇਸਤਰੀ ਨੂੰ ਇਹ ਅਹਿਸਾਸ ਕਰਾਉਂਦੇ ਸਨ ਕਿ ਉਨ੍ਹਾ ਦੀ ਜ਼ਿੰਦਗੀ ਮਰਦ ਵਾਸਤੇ ਹੈ ਤੇ ਉਹ ਹਰ ਅਵੱਸਥਾ (ਧੀ, ਭੈਣ, ਪਤਨੀ ਜਾਂ ਮਾਂ) ਵਿਚ ਮਰਦ ਉਤੇ ਹੀ ਨਿਰਭਰ ਹੈ। ਗੁਰੂ ਸਾਹਿਬ ਨੇ ਅਸਮਾਨਤਾ ਤੇ ਖੜੇ ਤਿਉਹਾਰਾਂ ਅਤੇ ਰੀਤਾਂ ਤੋਂ ਸਖ਼ਤ ਤਾੜਨਾ ਕਰ ਕੇ ਵਰਜਿਆ। ਗੁਰਬਾਣੀ ਨੇ ਅੰਨ ਦਾ ਤਿਆਗ ਕਰ ਕੇ ਵਰਤ ਰੱਖਣ ਨੂੰ ਸੱਚੇ ਗਿਆਨ ਤੋਂ ਸਖਣੇ ਹੋਣ ਕਰ ਕੇ ਪਾਖੰਡ ਦਸਿਆ ਹੈ:

ਅੰਨੁ ਨ ਖਾਹਿ ਦੇਹੀ ਦੁਖੁ ਦੀਜੈ॥ ਬਿਨੁ ਗੁਰ ਗਿਆਨ ਤ੍ਰਿਪਤਿ ਨਹੀਂ ਥੀਜੈ॥

(ਗੁਰੂ ਗ੍ਰੰਥ ਸਾਹਿਬ, ਮ. ੧, ਅੰਗ ੯੦੫)

ਛੋਡਹਿ ਅੰਨੁ ਕਰਹਿ ਪਾਖੰਡ॥ ਨਾ ਸੋਹਾਗਨਿ ਨਾ ਓਹਿ ਰੰਡ॥

(ਗੁਰੂ ਗ੍ਰੰਥ ਸਾਹਿਬ, ਭ. ਕਬੀਰ, ਅੰਗ ੯੭੩)

ਮੌਸਮੀ ਤਿਉਹਾਰਾਂ ਦੇ ਨਾਂ ਤੇ ਹੋਲੀ ਬਹੁਤ ਪ੍ਰਚੱਲਤ ਸੀ ਪਰ ਇਸ ਨੇ ਸਮਾਜ ਨੂੰ ਸੇਧ ਕੀ ਦੇਣੀ ਸੀ, ਉਲਟਾ ਗੰਦ ਨਾਲ ਭਰਿਆ ਤਿਉਹਾਰ ਨਸ਼ਿਆਂ ਦੀ ਵਰਤੋਂ ਨੂੰ ਉਤਸ਼ਾਹਤ ਕਰ ਕੇ ਸਮਾਜ ਨੂੰ ਢਹਿੰਦੀ ਕਲਾ ਵਲ ਧਕੇਲਦਾ ਸੀ। ਗੁਰੂ ਗੋਬਿੰਦ ਸਿੰਘ ਜੀ ਨੇ ਲੋਕਾਂ ਨੂੰ ਇਸ ਤਿਉਹਾਰ ਤੋਂ ਹਟਾਉਣ ਵਾਸਤੇ ਕਮਾਲ ਦਾ ਬਦਲ ਦਿੰਦੇ ਹੋਏ ਅਨੰਦਪੁਰ ਵਿਚ 'ਹੋਲਾ ਮਹੱਲਾ' ਮਨਾਉਣਾ ਸ਼ੁਰੂ ਕਰ ਦਿਤਾ। 'ਹੋਲਾ' ਦੇ ਅਰਥ ਹੁੰਦੇ ਹਨ 'ਹਮਲਾ' ਤੇ 'ਮਹੱਲਾ' ਦੇ 'ਹਮਲੇ ਵਾਲੀ ਥਾਂ'। ਹੋਲਾ ਮਹੱਲਾ ਦੇ ਅਰਥ ਹੋਏ ਨਿਰਧਾਰਿਤ ਥਾਂ ਉਤੇ ਹਮਲਾ ਕਰਨਾ। ਇਸ ਵਿਚ ਭਾਗੀਦਾਰਾਂ ਦੇ ਦੋ ਗੁੱਟ ਬਣਾ ਕੇ ਨਿਰਧਾਰਤ ਥਾਂ ਉੱਤੇ ਕਬਜ਼ਾ ਕਰਨ ਦਾ ਨਿਸ਼ਾਨਾ ਰਖਿਆ ਜਾਂਦਾ। ਜੇਤੂ ਟੀਮ ਨੂੰ ਗੁਰੂ ਸਾਹਿਬ ਖ਼ੁਦ ਇਨਾਮ ਦਿੰਦੇ ਸਨ। ਇਸ ਨਾਲ ਸਿੱਖਾਂ ਵਿਚ ਘੁੜ ਸਵਾਰੀ, ਤਲਵਾਰ ਬਾਜ਼ੀ, ਤੀਰ ਅੰਦਾਜੀ ਤੇ ਹੋਰ ਜੰਗੀ ਕਲਾ ਦਾ ਅਭਿਆਸ ਹੁੰਦਾ ਤੇ ਵੇਖਣ ਵਾਲੇ ਦੂਜੇ ਲੋਕ ਵੀ ਇਸ ਵਲ ਪ੍ਰੇਰਿਤ ਹੁੰਦੇ ਗਏ। ਗੁਰੂ ਸਾਹਿਬ ਨੇ ਹੋਲੀ ਵਰਗੇ ਨਾਕਾਰਾਤਮਕ ਤਿਉਹਾਰ ਨੂੰ ਹੋਲਾ ਮਹੱਲਾ ਵਿਚ ਬਦਲ ਕੇ ਗ੍ਰਹਿਸਥੀ ਨੂੰ ਸਦਾ ਚੜ੍ਹਦੀ ਕਲਾ ਵਿਚ ਰਹਿਣ ਦੀ ਸੇਧ ਦਿਤੀ ।

## ਨਗਰ ਨਿਰਮਾਣ

ਦਬੇ-ਕੁਚਲੇ ਵਰਗ ਨੂੰ ਉਤੇ ਚੁੱਕਣ ਲਈ ਜਿਥੇ ਗਿਆਨ ਨਾਲ ਜਾਗਰੂਕਤਾ ਦੀ ਲੋੜ ਹੁੰਦੀ ਹੈ ਉਥੇ ਹੀ ਵੱਧਣ-ਫੁੱਲਣ ਲਈ ਵੀ ਬਰਾਬਰ ਦੇ ਮੌਕੇ ਚਾਹੀਦੇ ਹੁੰਦੇ ਹਨ। ਪਰ ਨਗਰਾਂ ਦੀ ਜਿਸ ਤਰ੍ਹਾਂ ਦੀ ਬਣਤਰ ਸੀ, ਉਸ ਵਿਚ ਦਲਿਤਾਂ ਲਈ ਅੱਗੇ ਆਉਣਾ ਬਹੁਤ ਔਖਾ ਸੀ। ਨਗਰਾਂ ਦੀ ਬਣਤਰ ਹੀ ਅਪਣੇ ਆਪ ਵਿਚ ਵਿਤਕਰੇ ਪਾਉਣ ਵਾਲੀ ਸੀ। ਉੱਚ ਜਾਤੀਏ ਨਾਲ ਬਿਠਾ ਕੇ ਭੋਜਨ ਤਾਂ ਦੂਰ, ਉਹ ਨੀਵੀਂ ਜਾਤ ਵਾਲੇ ਨੂੰ ਆਪਣੇ ਖੂਹਾਂ ਤੋਂ ਪਾਣੀ ਤਕ ਨਹੀਂ ਸਨ ਭਰਨ ਦਿੰਦੇ। ਸ਼ਹਿਰਾਂ ਵਿਚ ਵਪਾਰ ਉਤੇ ਵੀ ਉੱਚ ਜਾਤੀਏ ਕਾਬਜ਼ ਸਨ ਤੇ ਦਲਿਤ ਵਰਗ ਵਾਸਤੇ ਕੋਈ ਮੌਕਾ ਨਹੀਂ ਸੀ। ਯਕੀਨਨ ਨਗਰਾਂ ਦੀ ਬਣਤਰ ਸੁਧਾਰ ਤੋਂ ਪਰੇ ਸੀ। ਅਜਿਹੇ ਮਾਹੌਲ ਵਿਚ ਗੁਰੂ ਸਾਹਿਬ ਨੇ ਨਿਵੇਕਲਾ ਫ਼ੈਸਲਾ ਲਿਆ ਜਿਹੋ ਜਿਹਾ ਪਹਿਲਾਂ ਕਿਸੇ ਪੈਗੰਬਰ ਵਲੋਂ ਨਹੀਂ ਸੀ ਲਿਆ ਗਿਆ, ਉਹ ਸੀ ਨਵੇਂ ਨਗਰਾਂ ਦਾ ਨਿਰਮਾਣ। ਇਹ ਪੁਰਾਣੀ ਲਕੀਰ ਸਾਹਮਣੇ ਨਵੀਂ ਲੰਮੀ ਲਕੀਰ ਖਿਚਣ ਦਾ ਕਾਰਜ ਸੀ ਜਿਸ ਨਾਲ ਪੁਰਾਣੀ ਲਕੀਰ ਖ਼ੁਦ-ਬ-ਖ਼ੁਦ ਛੋਟੀ ਹੋ ਜਾਵੇ।

ਨਗਰ ਨਿਰਮਾਣ ਦੇ ਕਾਰਜ ਦੀ ਸ਼ੁਰੂਆਤ ਗੁਰੂ ਨਾਨਕ ਸਾਹਿਬ ਜੀ ਨੇ ਹੀ ਆਪਣੀ ਉਦਾਸੀਆਂ ਦੀ ਸਮਾਪਤੀ ਤੋਂ ਬਾਦ ਰਾਵੀ ਕੰਢੇ *'ਕਰਤਾਰਪੁਰ'* ਵਸਾ ਕੇ ਕੀਤੀ। ਇਥੇ ਹੀ ਉਨ੍ਹਾਂ ਨੇ ਕਿਸਾਨੀ ਦੀ ਕਿਰਤ ਕੀਤੀ ਤੇ ਸੰਗਤ-ਪੰਗਤ ਦੀ ਸੰਸਥਾ ਨੂੰ ਪੱਕਾ ਕੀਤਾ। ਗੁਰੂ ਸਾਹਿਬ ਨੇ ਆਪਣੇ ਸ੍ਰੀਰਕ ਜੀਵਨ ਦੇ ਆਖ਼ਰੀ ੧੮ ਸਾਲ ਇਥੇ ਹੀ ਬਿਤਾਏ।

ਦੂਜੀ ਪਾਤਸ਼ਾਹੀ ਗੁਰੂ ਅੰਗਦ ਸਾਹਿਬ ਜੀ ਨੇ *'ਖਡੂਰ'* ਨੂੰ ਆਪਣਾ ਕੇਂਦਰ ਬਣਾ ਕੇ ਵਿਕਸਤ ਕੀਤਾ। ਉਪਰੰਤ *'ਗੋਇੰਦਵਾਲ'* ਨਗਰ ਦੀ ਉਸਾਰੀ ਚਾਲੂ ਕਰਵਾਈ ਜਿਸ ਨੂੰ ਤੀਜੇ ਪਾਤਸ਼ਾਹ ਗੁਰੂ ਅਮਰ ਦਾਸ ਜੀ ਨੇ ਮੁਕੰਮਲ ਕਰਵਾਇਆ। ਗੋਇੰਦਵਾਲ ਵਿਚ ਬਾਉਲੀ ਦਾ ਨਿਰਮਾਣ ਕੀਤਾ, ਜੋ ਕਿ ਸ਼ਹਿਰ ਦੀ ਪਛਾਣ ਬਣ ਗਿਆ ਜਿਸ ਵਿਚ ਹਰ ਕੋਈ ਬਿਨਾਂ ਕਿਸੇ ਵਿਤਕਰੇ ਦੇ ਪਾਣੀ ਭਰ ਸਕਦਾ ਸੀ। ਗੁਰੂ ਅਮਰ ਦਾਸ ਜੀ ਨੇ ਜਾਤ-ਪਾਤ ਦੇ ਹੰਕਾਰ ਨੂੰ ਤੋੜਨ ਲਈ ਇਹ ਜ਼ਰੂਰੀ ਕਰ ਦਿਤਾ ਕਿ ਜਿਹੜਾ ਵੀ ਗੁਰੂ ਦਰਬਾਰ ਵਿਚ ਆਏ, ਉਹ ਪਹਿਲਾਂ ਸਾਂਝੀ ਪੰਗਤ ਵਿਚ ਬੈਠ ਕੇ ਲੰਗਰ ਛਕੇ।

ਗੁਰੂ ਰਾਮ ਦਾਸ ਜੀ ਨੇ ਗੁਰੂ ਕਾ ਚੱਕ ਵਸਾਈਆ ਜਿਸ ਵਿਚ ਵੱਡੇ ਨਗਰ ਦੀ ਜ਼ਰੂਰਤਾਂ ਪੂਰੀਆਂ ਕਰਨ ਲਈ ਪੰਜ ਸਰੋਵਰ ਬਣਵਾਏ ਗਏ। ਇਨ੍ਹਾਂ ਪੰਜ ਸਰੋਵਰਾਂ ਵਿਚੋਂ ਹੀ ਇਕ ਸਰੋਵਰ ਦਾ ਨਾਮ ਅੰਮ੍ਰਿਤਸਰ ਸੀ ਜਿਸ ਤੋਂ ਨਗਰ ਦਾ ਨਾਮ *'ਅੰਮ੍ਰਿਤਸਰ'* ਮਸ਼ਹੂਰ ਹੋਇਆ। ਗੁਰੂ ਰਾਮ ਦਾਸ ਜੀ ਨੇ ਅੰਮ੍ਰਿਤਸਰ ਵਿਚ ਲੋਕਾਂ ਦੇ ਰਹਿਣ ਵਾਸਤੇ ਘਰ ਬਣਵਾਏ ਜੋ ਗੁਰੂ ਕੇ ਮਹਿਲ ਕਹਿਲਾਏ ਤੇ ਸਿੱਖਾਂ ਵਿਚ ਕਾਰੋਬਾਰ ਨੂੰ ਉਤਸ਼ਾਹਿਤ ਕਰਨ ਲਈ ਵਪਾਰਕ ਕੇਂਦਰ ਉਸਾਰੀਆ, ਇਸ ਨੂੰ ਗੁਰੂ ਕਾ ਬਾਜ਼ਾਰ ਕਿਹਾ ਗਿਆ। ਗੁਰੂ ਜੀ ਨੇ ੫੨ ਖਿਤੀਆਂ ਦੇ ਕੁਸਲ ਕਾਰੀਗਰਾਂ ਨੂੰ ਵਸਾਇਆ। ਇਸ ਸੱਭ ਨੇ ਸਿੱਖਾਂ ਦੀ ਆਰਥਕ ਸਥਿਤੀ ਬਹੁਤ ਮਜ਼ਬੂਤ ਕੀਤੀ।

ਪੰਜਵੇਂ ਪਾਤਸ਼ਾਹ ਗੁਰੂ ਅਰਜਨ ਸਾਹਿਬ ਜੀ ਨੇ ਸਿੱਖਾਂ ਵਿਚ ਦਸਵੰਧ ਦੀ ਪ੍ਰੰਪਰਾ ਚਲਾਈ ਜਿਸ ਨਾਲ ਉਸਾਰੀ ਦੇ ਕਾਰਜਾਂ ਵਿਚ ਹੋਰ ਤੇਜ਼ੀ ਆ ਗਈ। ਅੱਜ ਵੀ ਜੋ ਦੁਨਿਆਂ ਦੇ ਜ਼ੱਰੇ-ਜ਼ੱਰੇ ਵਿਚ ਲੰਗਰ ਤੇ ਹੋਰ ਸਮਾਜਕ ਭਲਾਈ ਦੇ ਕਾਰਜ ਚੱਲ ਰਹੇ ਹਨ, ਉਹ ਸੱਭ ਦਸਵੰਧ ਦੀ ਹੀ ਦੇਣ ਹੈ। ਗੁਰੂ ਅਰਜਨ ਸਾਹਿਬ ਜੀ ਨੇ ਅੰਮ੍ਰਿਤਸਰ ਵਿਚ ਦਰਬਾਰ ਸਾਹਿਬ ਦੀ ਉਸਾਰੀ ਕਰਵਾਈ ਜੋ ਸਿੱਖਾਂ ਦਾ ਕੇਂਦਰੀ ਧਾਰਮਕ ਅਸਥਾਨ ਬਣਿਆ। ਗੁਰੂ ਸਾਹਿਬ ਜੀ ਨੇ ਸਿੱਖਾਂ ਨੂੰ ਘੋੜੀਆਂ ਦੇ ਵਪਾਰ ਵਿਚ ਵੀ ਪ੍ਰੇਰੀਆ। ਇਸ ਨਾਲ ਸਿੱਖ ਪੰਜਾਬ ਤੋਂ ਦੂਰ-ਦੂਰ ਕਾਬਲ, ਬਲਖ਼ਬੁਖਾਰੇ ਤੱਕ ਜਾ ਕੇ ਵਪਾਰ ਕਰਦੇ ਤੇ ਰਹਿਣ ਵੀ ਲੱਗੇ। ਉਪਰੰਤ ਆਪ ਜੀ ਨੇ ਸਖੀ-ਸਰਵਰਾਂ ਦੇ ਗੜ੍ਹ ਵਿਚ *'ਤਰਨ ਤਾਰਨ'* ਤੇ *'ਕਰਤਾਰਪੁਰ'* (ਜਲੰਧਰ ਦੇ ਲਾਗੇ) ਨਗਰ ਵਸਾਏ। ਤਰਨ ਤਾਰਨ ਵਿਚ ਕੋਹੜੀਆਂ ਦੇ ਇਲਾਜ ਵਾਸਤੇ ਕੋਹੜੀ ਘਰ ਬਣਵਾਇਆ। ਤਰਨ ਤਾਰਨ ਵਿਚ ਹੀ ਸੱਭ ਤੋਂ ਵੱਡਾ ਸਰੋਵਰ ਬਣਾਇਆ ਗਿਆ। ਗੁਰੂ ਅਰਜਨ ਸਾਹਿਬ ਜੀ ਨੇ

*'ਹਰਗੋਬਿੰਦਪੁਰ'* ਨਾਮ ਦਾ ਪਿੰਡ ਵੀ ਵਸਾਇਆ। ਪੰਜਾਬ ਦੇ ਕਈ ਇਲਾਕਿਆਂ ਵਿਚ ਆਪ ਜੀ ਨੇ ਖੂਹ ਬਣਵਾਏ।

ਛੇਵੇਂ ਪਾਤਸ਼ਾਹ ਗੁਰੂ ਹਰਗੋਬਿੰਦ ਸਾਹਿਬ ਜੀ ਨੇ ਅੰਮ੍ਰਿਤਸਰ ਵਿਚ ਦਰਬਾਰ ਸਾਹਿਬ ਦੇ ਸਾਹਮਣੇ ਸ੍ਰੀ ਅਕਾਲ ਤਖ਼ਤ ਸਾਹਿਬ ਦੀ ਉਸਾਰੀ ਕੀਤੀ ਜਿਸ ਨੇ ਮੀਰੀ-ਪੀਰੀ ਦੇ ਸਿਧਾਂਤ ਨੂੰ ਅਮਲੀ ਜਾਮਾ ਪਹਿਨਾਇਆ। ਗੁਰੂ ਸਾਹਿਬ ਨੇ ਹਥਿਆਰਾਂ ਦੇ ਨਿਰਮਾਣ ਵਾਸਤੇ ਸਿਕਲੀਗਰ ਕਾਰੀਗਰਾਂ ਨੂੰ ਵਸਾਈਆ। ਆਪ ਜੀ ਨੇ ਸਤਲੁੱਜ ਦੇ ਕੰਢੇ *'ਕੀਰਤਪੁਰ'* ਨਗਰ ਵਸਾਇਆ। ਸੱਤਵੇਂ ਪਾਤਸ਼ਾਹ ਗੁਰੂ ਹਰ ਰਾਏ ਜੀ ਨੇ ਕੀਰਤਪੁਰ ਵਿਚ ਪਤਾਲਗੜ੍ਹ ਕਿਲ੍ਹਾ ਉਸਾਰਿਆ ਤੇ ਇਕ ਬਹੁਤ ਵੱਡਾ ਦਵਾਖ਼ਾਨਾ ਬਣਵਾਇਆ ਜਿਸ ਵਿਚ ਦੇਸ਼ ਦੇ ਕੋਨੇ-ਕੋਨੇ ਤੋਂ ਦਵਾਈਆਂ ਮੰਗਵਾਈਆਂ। ਇਥੇ ਹਰ ਲੋੜਵੰਦ ਦਾ ਮੁਫ਼ਤ ਇਲਾਜ ਹੁੰਦਾ ਤੇ ਸਿੱਖੀ ਦੇ ਪ੍ਰਚਾਰਕ ਕੇਂਦਰਾਂ ਵਿਚ ਵੀ ਦਵਾਈਆਂ ਭੇਜੀਆਂ ਜਾਂਦੀਆਂ ਸਨ।

ਨੌਵੇਂ ਪਾਤਸ਼ਾਹ ਗੁਰੂ ਤੇਗ ਬਹਾਦਰ ਜੀ ਨੇ ਕੀਰਤਪੁਰ ਤੋਂ ਦਸ ਕਿਲੋਮੀਟਰ ਦੂਰ *'ਅਨੰਦਪੁਰ'* ਦੀ ਉਸਾਰੀ ਕੀਤੀ। ਦਸਵੇਂ ਪਾਤਸ਼ਾਹ ਸ੍ਰੀ ਗੁਰੂ ਗੋਬਿੰਦ ਸਿੰਘ ਜੀ ਨੇ ਅਨੰਦਪੁਰ ਵਿਚ ਹੋਣ ਵਾਲੀਆਂ ਜੰਗਾਂ ਦੀ ਤਿਆਰੀ ਲਈ ਪੰਜ ਕਿਲ੍ਹਿਆਂ ਦਾ ਨਿਰਮਾਣ ਕਰਵਾਇਆ- ਅਨੰਦਗੜ੍ਹ, ਹੋਲਗੜ੍ਹ, ਤਾਰਾਗੜ੍ਹ, ਲੋਹਗੜ੍ਹ ਤੇ ਫਤਿਹਗੜ੍ਹ। ਗੁਰੂ ਗੋਬਿੰਦ ਸਿੰਘ ਜੀ ਨੇ ਨਾਹਨ ਦੇ ਨੇੜੇ ਯਮੁਨਾ ਕੰਢੇ *'ਪਾਉਂਟਾ'* ਨਗਰ ਵੀ ਵਸਾਈਆ।

ਸਿੱਖ ਇਤਿਹਾਸ ਦੇ ਲਘੂ ਜੀਵਨ ਵਿਚ ਮਨੁੱਖੀ ਸੀਮਾਵਾਂ ਦੇ ਨਵੇਂ ਸਿਖਰਾਂ ਨੂੰ ਸਥਾਪਤ ਕਰਦੇ ਏਨੇ ਜ਼ਿਆਦਾ ਅਧਿਆਇ ਹਨ ਕਿ ਕਈ ਵਾਰ ਜ਼ਰੂਰੀ ਪਹਿਲੂਆਂ ਵੱਲ ਧਿਆਨ ਹੀ ਨਹੀਂ ਜਾਂਦਾ। ਗੁਰੂਆਂ ਵਲੋਂ ਨਗਰ ਨਿਰਮਾਣ ਦਾ ਸਮਾਜ ਉਤੇ ਪਿਆ ਅਸਰ ਵੀ ਉਹ ਜ਼ਰੂਰੀ ਪਹਿਲੂ ਹੈ, ਜੋ ਗੰਭੀਰ ਖੋਜ ਮੰਗਦਾ ਹੈ। ਨਗਰ ਨਿਰਮਾਣ ਦਾ ਕਾਰਜ ਹੁਣ ਤੱਕ ਸ਼ਾਹੀ ਖ਼ਜ਼ਾਨੇ ਨਾਲ ਹੀ ਮੁਮਕਿਨ ਸੀ ਤੇ ਇਸ ਵਿਚ ਸ਼ਾਹੀ ਘਰਾਣੀਆਂ ਤੇ ਨੌਕਰਸ਼ਾਹਾਂ ਦੀ ਐਸ਼-ਪ੍ਰਸਤ ਜੀਵਨ ਨੂੰ ਪਹਿਲ ਦਿੰਦੇ ਹੋਏ ਰੰਗ-ਮਹਿਲਾਂ ਦੀ ਉਸਾਰੀ ਵੱਲ ਜ਼ਿਆਦਾ ਧਿਆਨ ਦਿਤਾ ਜਾਂਦਾ ਸੀ। ਪਰ ਗੁਰੂ ਕਾਲ ਦੇ ੨੩੯ ਸਾਲਾਂ ਵਿਚ ਜਿਹੜੇ ਨਵੇਂ ਨਗਰਾਂ ਦੀ ਉਸਾਰੀ ਕੀਤੀ ਗਈ, ਉਹ ਆਪਣੇ ਆਪ ਵਿਚ ਇਕ ਅਲੌਕਿਕ ਕਾਰਜ ਸੀ ਕਿਉਂਕਿ ਇਹ ਸਿੱਖਾਂ ਦੀ ਦਸਾਂ ਨਹੁੰਆਂ ਦੀ ਕਿਰਤ ਨਾਲ ਆਮ ਜਨ-ਮਾਨਸ ਦੀ ਸਹੂਲਤ ਵੱਲ ਧਿਆਨ ਰਖਦੇ ਹੋਏ ਸਮਾਨਤਾ ਦੇ ਅਸੂਲਾਂ ਉਤੇ ਪ੍ਰਭੂਸੱਤਾ ਵੱਲ ਵਧਦੇ ਕਦਮ ਸਨ।

# ਔਰਤ ਤੇ ਦਲਿਤ ਸਸ਼ਕਤੀਕਰਨ

ਮਜ਼ਹਬਾਂ ਦੀ ਦੁਨਿਆਂ ਵਿਚ ਔਰਤ ਨੂੰ ਨਾ ਸਿਰਫ਼ ਕਈ ਹੱਕਾਂ ਤੋਂ ਵਾਂਝਿਆਂ ਰਖਿਆ ਸੀ, ਸਗੋਂ ਉਨ੍ਹਾਂ ਨੂੰ ਨਿੰਦ ਕੇ ਔਰਤਾਂ ਵਿਚ ਹੀਣ ਭਾਵਨਾ ਵੀ ਪੈਦਾ ਕੀਤੀ ਹੋਈ ਸੀ। ਸ਼ਾਸਤਰਾਂ ਸਿਮਰਤੀਆਂ ਵਿਚ ਔਰਤ ਅਤੇ ਸ਼ੂਦਰ ਪ੍ਰਤੀ ਵਿਚਾਰ ਨੂੰ ਤੁਲਸੀਦਾਸ ਦੇ ਇਸ ਦੋਹੇ ਤੋਂ ਸਮਝਿਆ ਜਾ ਸਕਦਾ ਹੈ:

ਢੋਲ ਗਂਵਾਰ ਸ਼ੂਦਰ ਪਸ਼ੂ ਨਾਰੀ॥ ਸਕਲ ਤਾੜਨਾ ਕੇ ਅਧਿਕਾਰੀ॥

ਭਾਵ: ਸ਼ੂਦਰ ਤੇ ਔਰਤ ਨੂੰ ਪਸ਼ੂ ਦੀ ਤਰ੍ਹਾਂ ਤਾੜਨਾ ਚਾਹੀਦੀ ਹੈ।

ਪੁਜਾਰੀ ਨੇ ਇਹ ਪੱਕੇ ਨਿਯਮ ਬਣਾਏ ਹੋਏ ਸਨ ਕਿ ਸਮਾਜ ਸਦਾ ਮਰਦ ਪ੍ਰਧਾਨ ਰਹੇ। ਪਰ ਬਾਬਾ ਨਾਨਕ ਸਾਹਿਬ ਨੇ ਏਕੰਕਾਰ ਦਾ ਸੰਦੇਸ਼ ਲੋਕਾਈ ਤਕ ਪਹੁੰਚਾਇਆ ਕਿ ਉਸ ਦਾ ਹੁਕਮ ਨਿਰਵੈਰ ਦੇ ਸਿਧਾਂਤ ਉਤੇ ਖੜਾ ਜੋ ਸਰਬ ਵਿਆਪਕ ਹੈ। ਔਰਤ ਤੇ ਮਰਦ ਦੋਵੇਂ ਮਨੁੱਖਤਾ ਵਿਚ ਬਰਾਬਰ ਦੇ ਹਿੱਸੇਦਾਰ ਹਨ। ਪਰ ਸਮਾਜ ਵਿਚ ਬਰਾਬਰੀ ਦਾ ਸੰਦੇਸ਼ ਲਿਆਉਣ ਲਈ ਇਹ ਜ਼ਰੂਰੀ ਸੀ ਕਿ ਪੁਜਾਰੀ ਦੇ ਚੁੰਗਲ ਵਿਚੋਂ ਸਮਾਜ ਨੂੰ ਆਜ਼ਾਦ ਕੀਤਾ ਜਾਵੇ। ਗੁਰਬਾਣੀ ਨੇ ਨਾ ਸਿਰਫ਼ ਪੁਜਾਰੀ ਦੀ ਮਾਨਤਾ ਰੱਦ ਕੀਤੀ ਬਲਕਿ ਸਮਾਜ ਵਿਚ ਮੌਜੂਦ ਬੁਰਾਈਆਂ ਦਾ ਕਾਰਨ ਦਸਿਆ:

ਕਬੀਰ ਬਾਮਨੁ ਗੁਰੂ ਹੈ ਜਗਤ ਕਾ ਭਗਤਨ ਕਾ ਗੁਰੁ ਨਾਹਿ॥
ਅਰਝਿ ਉਰਝਿ ਕੈ ਪਚਿ ਮੂਆ ਚਾਰਉ ਬੇਦਹੁ ਮਾਹਿ॥

(ਗੁਰੂ ਗ੍ਰੰਥ ਸਾਹਿਬ, ਭ. ਕਬੀਰ, ਅੰਗ ੧੩੭੭)

ਕਾਦੀ ਕੂੜੁ ਬੋਲਿ ਮਲੁ ਖਾਇ॥ ਬ੍ਰਾਹਮਣੁ ਨਾਵੈ ਜੀਆ ਘਾਇ॥
ਜੋਗੀ ਜੁਗਤਿ ਨ ਜਾਣੈ ਅੰਧੁ॥ ਤੀਨੇ ਓਜਾੜੇ ਕਾ ਬੰਧੁ॥

(ਗੁਰੂ ਗ੍ਰੰਥ ਸਾਹਿਬ, ਮ. ੧, ਅੰਗ ੬੬੨)

ਯਕੀਨਨ ਪੁਜਾਰੀ ਸ਼੍ਰੇਣੀ ਤੋਂ ਆਜ਼ਾਦ ਹੋਏ ਬਗੈਰ ਸਮਾਜ ਦਾ ਸੁਧਾਰ ਨਹੀਂ ਸੀ ਹੋ ਸਕਦਾ ਤੇ ਔਰਤਾਂ ਤੇ ਦਲਿਤਾਂ ਨੂੰ ਬਰਾਬਰ ਦੇ ਹੱਕ ਵੀ ਨਹੀਂ ਸਨ ਮਿਲ ਸਕਦੇ। ਪੁਜਾਰੀ ਨੇ ਕਿਸੇ ਦੂਜੇ ਮਨੁੱਖ ਨੂੰ ਧਰਮ ਵਿਚ ਦਾਖਲ ਕਰਨ ਦੇ ਅਧਿਕਾਰ ਅਪਣੇ ਕੌਲ ਰਾਖਵਾਂ ਰੱਖੇ ਹੋਏ ਸਨ। ਬ੍ਰਾਹਮਣ ਨੇ ਜਨੇਊ ਨੂੰ ਧਰਮ ਵਿਚ ਦਾਖਲ ਦਾ ਜ਼ਰੂਰੀ ਅੰਗ ਬਣਾਇਆ ਪਰ ਮੂਲ ਨਿਵਾਸੀਆਂ ਨੂੰ ਸ਼ੂਦਰ ਕਹਿ ਕੇ ਅਤੇ ਔਰਤਾਂ ਨੂੰ ਅਪਵਿੱਤਰ ਕਹਿ ਕੇ ਧਰਮ ਤੋਂ ਬੇਦਖ਼ਲ ਕਰ ਦਿਤਾ। ਮੁਸਲਿਮ ਧਰਮ ਵਿਚ ਵੀ ਸੁੰਨਤ ਧਰਮ ਦਾ ਜ਼ਰੂਰੀ ਅੰਗ ਹੈ ਪਰ ਇਹ ਕੇਵਲ ਮਰਦ ਦੀ ਹੋ ਸਕਦੀ ਹੈ ਔਰਤ ਦੀ ਨਹੀਂ।

੧੬੯੯ ਦੀ ਵਿਸਾਖੀ ਵਾਲੇ ਦਿਨ ਸ੍ਰੀ ਗੁਰੂ ਗੋਬਿੰਦ ਸਿੰਘ ਜੀ ਨੇ ਪੰਜ ਪਿਆਰਿਆਂ ਦੀ ਚੋਣ ਕਰ ਕੇ ਸਿੱਖੀ ਨੂੰ ਸਮਾਜਕ ਪੱਖੋਂ ਵੀ ਪੁਜਾਰੀ ਸ਼੍ਰੇਣੀ ਤੋਂ ਆਜ਼ਾਦ ਕਰ ਦਿਤਾ ਤੇ ਔਰਤ-ਮਰਦ ਊਚ-ਨੀਚ ਦੇ ਸਾਰੇ ਭੇਦ ਮਿਟਾ ਕੇ ਖ਼ਾਲਸੇ ਦੀ ਸਿਰਜਨਾ ਕੀਤੀ। ਧਾਰਮਕ ਹੱਕ ਕਿਸੇ ਇਕ ਖ਼ਾਸ ਵਰਗ ਜਾਤੀ ਦੇ ਇਨਸਾਨ ਨੂੰ ਨਾ ਦੇ ਕੇ, ਪੰਜ ਪਿਆਰਿਆਂ ਦੇ ਹਵਾਲੇ ਕਰ ਦਿਤੇ। ਜਿਥੇ ਸਮਾਜ ਦੇ ਦਬੇ ਕੁਚਲੇ ਵਰਗ ਦਾ ਸਸ਼ਕਤੀਕਰਨ ਕੀਤਾ ਉਥੇ ਹੀ ਔਰਤਾਂ ਨੂੰ ਮਰਦਾਂ ਦੇ ਬਰਾਬਰ ਖੜਾ ਕੀਤਾ। ਸਿੱਖ ਧਰਮ ਨੂੰ ਇਸ ਗੱਲ ਦਾ ਮਾਣ ਹੈ ਕਿ ਇਸ ਵਿਚ ਸੱਭ ਨੂੰ ਬਰਾਬਰੀ ਦਿਤੀ ਗਈ ਹੈ।

ਪੰਥ ਪ੍ਰਮਾਣਿਤ ਸਿੱਖ ਰਹਿਤ ਮਰਿਆਦਾ ਵਿਚ ਵੀ ਇਹ ਗੱਲ ਸਾਫ਼ ਲਿਖੀ ਗਈ ਹੈ ਕਿ ਅੰਮ੍ਰਿਤ ਸੰਸਕਾਰ ਵੇਲੇ ਪੰਜਾਂ ਪਿਆਰਿਆਂ ਵਿਚ ਸਿੰਘਣੀਆਂ ਵੀ ਹੋ ਸਕਦੀਆਂ ਹਨ (ਵੇਖੋ ਅੰਮ੍ਰਿਤ ਸੰਸਕਾਰ ਭਾਗ ਅ)। ਪਰ ਜਿਸ ਪੁਜਾਰੀ ਸ਼੍ਰੇਣੀ ਨੂੰ ਕੱਢ ਦਿਤਾ ਗਿਆ ਸੀ ਅੱਜ ਉਹ ਕੇਸਾਧਾਰੀ ਸਾਧ ਲਾਣੇ ਦੇ ਰੂਪ ਵਿਚ ਸਰਕਾਰੀ ਸਰਪ੍ਰਸਤੀ ਹੇਠ ਸਿੱਖੀ ਵਿਚ ਮੁੜ ਦਾਖਲ ਹੋ ਚੁੱਕੀ ਹੈ। ਇਹ ਸਾਧ ਲਾਣੇ ਸਿੱਖੀ ਦੇ ਸਰਬ ਸਾਂਝੀਵਾਲਤਾ ਵਾਲੇ ਨਿਆਰੇ ਅਸੂਲਾਂ ਉਤੇ ਹਮਲਾ ਕਰਦੇ ਰਹਿੰਦੇ ਹਨ ਤੇ ਅਕਸਰ ਇਹ ਪ੍ਰਚਾਰ ਕਰਦੇ ਸੁਣੇ ਜਾਂਦੇ ਹਨ ਕਿ "ਪੰਜਾਂ ਪਿਆਰੀਆਂ ਵਿਚ ਔਰਤ ਨਹੀਂ ਹੋ ਸਕਦੀ।" ਇਸ ਬ੍ਰਾਹਮਣਵਾਦੀ ਵਿਚਾਰ ਦੇ ਤਰਕ ਵਿਚ ਇਹ ਕਹਿੰਦੇ ਹਨ- ਜਦੋਂ ਸ੍ਰੀ ਗੁਰੂ ਗੋਬਿੰਦ ਸਿੰਘ ਜੀ ਨੇ ਸੀਸ ਮੰਗੇ ਉਦੋਂ ਕੋਈ ਔਰਤ ਸਾਹਮਣੇ ਨਹੀਂ ਆਈ, ਪੰਜੇ ਮਰਦ ਹੀ ਸਨ ਇਸ ਲਈ ਹੁਣ ਵੀ ਕੇਵਲ ਮਰਦ ਹੀ ਪੰਜਾਂ ਪਿਆਰਿਆਂ ਵਿਚ ਸ਼ਾਮਲ ਹੋ ਸਕਦੇ ਹਨ।

ਇਨ੍ਹਾਂ ਹੰਕਾਰ ਨਾਲ ਭਰੇ ਸਾਧਾਂ ਨੂੰ ਕੋਈ ਪੁੱਛੇ ਕਿ ਜੇ ਤੁਹਾਨੂੰ ਪੰਜਾਂ ਪਿਆਰੀਆਂ ਦੀ ਨਕਲ ਕਰਨ ਦਾ ਏਨਾ ਹੀ ਸ਼ੌਕ ਹੈ ਤਾਂ ਫਿਰ ਤੁਸੀਂ ਵੀ ਪਹਿਲਾਂ ਸੀਸ ਭੇਟ ਕਰੋ ਤੇ ਫਿਰ ਪੰਜਾਂ ਪਿਆਰਿਆਂ ਵਿਚ ਸ਼ਾਮਲ ਹੋਵੋ। ਜੇ ਤੁਸੀਂ ਬਿਨਾਂ ਸੀਸ ਭੇਟ ਕੀਤੇ ਪੰਜਾਂ ਪਿਆਰੀਆਂ ਵਿਚ ਸ਼ਾਮਲ ਹੋ ਸਕਦੇ ਹੋ ਤਾਂ ਤੁਹਾਨੂੰ ਕੀ ਹੱਕ ਹੈ ਕਿ ਸਿੱਖ ਪੰਥ ਦੀਆਂ ਬੀਬੀਆਂ ਤੋਂ ਇਹ ਬਖ਼ਸ਼ਿਸ਼ ਖੋ ਲਉ।

ਦੂਜਾ ਨੁਕਤਾ ਸਮਝਣ ਦਾ ਇਹ ਹੈ ਕਿ ਚਾਹੇ ਪੰਜ ਪਿਆਰਿਆਂ ਵਿਚ ਕੋਈ ਬੀਬੀ ਨਹੀਂ ਆਈ ਪਰ ਦਸਮੇਸ਼ ਪਿਤਾ ਨੇ ਇਸ ਅਲੌਕਿਕ ਕਾਰਜ ਵਿਚ ਮਾਤਾ ਸਾਹਿਬ ਕੌਰ ਜੀ ਦੇ ਰੂਪ ਵਿਚ ਔਰਤ ਨੂੰ ਪੂਰੀ ਪ੍ਰਤੀਨਿਧਤਾ ਦਿਤੀ ਤੇ ਹੁਕਮ ਕੀਤਾ ਕਿ ਖ਼ਾਲਸੇ ਦੀ ਮਾਤਾ ਸਾਹਿਬ ਕੌਰ ਜੀ ਹਨ। ਕੀ ਹੰਕਾਰ ਵਿਚ ਗ੍ਰਸੇ ਸਾਧ ਇਹ ਗੱਲ ਯਕੀਨੀ ਬਣਾਉਂਦੇ ਹਨ ਕਿ ਅੰਮ੍ਰਿਤ ਸੰਚਾਰ ਸਮੇਂ ਹਰ ਵੇਲੇ ਇਕ ਬੀਬੀ ਦੀ ਮੌਜੂਦਗੀ ਜ਼ਰੂਰੀ ਹੋਵੇ ? ਇਨ੍ਹਾਂ ਸਵਾਲਾਂ ਬਾਬਤ ਜਵਾਬ ਤਾਂ

ਇਨ੍ਹਾਂ ਕੋਲੋਂ ਨਹੀਂ ਮਿਲੇਗਾ ਪਰ ਅਖੌਤੀ ਸਾਧਾਂ ਦੀ ਬੇਤੁਕੀ ਦਲੀਲਾਂ ਕਾਰਨ ਜਗਿਆਸੂ ਦੇ ਮਨ ਵਿਚ ਸ਼ੰਕੇ ਖੜੇ ਹੋ ਜਾਣਾ ਸੁਭਾਵਕ ਹੈ। ਜਿਵੇਂ:

ਦਸਾਂ ਗੁਰੂਆਂ ਵਿਚ ਕੋਈ ਬੀਬੀ ਕਿਉਂ ਨਹੀਂ ? ਜਾਂ

ਦਸਾਂ ਗੁਰੂਆਂ ਵਿਚ ਕੋਈ ਦਲਿਤ ਸਮਾਜ ਵਿਚੋਂ ਕਿਉਂ ਨਹੀਂ ?

ਇਸੇ ਲੜੀ ਵਿਚ ਇਹ ਸਵਾਲ, ਪੰਜਾਂ ਪਿਆਰਿਆਂ ਵਿਚ ਕੋਈ ਬੀਬੀ ਅੱਗੇ ਕਿਉਂ ਨਾ ਆਈ ?

ਅਸੀਂ ਇਨ੍ਹਾਂ ਸਵਾਲਾਂ ਨੂੰ ਹੀ ਆਧਾਰ ਬਣਾ ਕੇ ਆਪਣੀ ਸਸ਼ਕਤੀਕਰਨ ਬਾਰੇ ਚਰਚਾ ਨੂੰ ਅੱਗੇ ਤੋਰਾਂਗੇ। ਇਨ੍ਹਾਂ ਸਵਾਲਾਂ ਦਾ ਜਵਾਬ ਉਸ ਸਮੇਂ ਦੀ ਸਮਾਜਕ ਦਸ਼ਾ ਵਿਚ ਲੁਕਿਆ ਬੈਠਾ ਹੈ। ਆਉ ਉਸ ਨੂੰ ਸਮਝਣ ਦੀ ਕੋਸ਼ਿਸ਼ ਕਰੀਏ।

ਅੱਜ ਤੋਂ ਤਿੰਨ ਤੋਂ ਚਾਰ ਹਜ਼ਾਰ ਸਾਲ ਪਹਿਲਾਂ ਆਰੀਆ ਹਮਲਾਵਰਾਂ ਨੇ ਜਾਤ-ਪਾਤ ਦਾ ਮੱਕੜ ਜਾਲ ਬੁਣ ਕੇ ਸਮਾਜ ਨੂੰ ਕਈ ਹਿੱਸਿਆਂ ਵਿਚ ਵੰਡ ਦਿਤਾ ਸੀ। ਮਨੁੱਖਤਾ ਦਾ ਘਾਣ ਕਰਨ ਵਾਲੇ ਇਸ ਬਟਵਾਰੇ ਵਿਚ ਸ਼ੂਦਰ ਤੇ ਔਰਤਾਂ ਨੂੰ ਸੱਭ ਤੋਂ ਹੇਠਲੇ ਦਰਜੇ ਵਿਚ ਰਖਿਆ ਸੀ। ਹਜ਼ਾਰਾਂ ਸਾਲਾਂ ਦੇ ਅੱਤਿਆਚਾਰ ਤੇ ਗ਼ੁਲਾਮੀ ਨੇ ਸਮਾਜ ਦੇ ਇਸ ਦੱਬੇ ਕੁਚਲੇ ਵਰਗ ਵਿਚ ਹੀਣ ਭਾਵਨਾ ਪੈਦਾ ਕਰ ਦਿਤੀ ਸੀ ਤੇ ਸ਼ੂਦਰਾਂ ਨੇ ਇਸ ਗ਼ੁਲਾਮੀ ਨੂੰ ਆਪਣਾ ਨਸੀਬ ਮੰਨ ਕੇ ਪ੍ਰਵਾਨ ਕਰ ਲਿਆ ਸੀ। ਇਨ੍ਹਾਂ ਸਵਾਲਾਂ ਦਾ ਜਵਾਬ ਇਕ ਹੋਰ ਪ੍ਰਸ਼ਨ ਵਿਚ ਛੁਪਿਆ ਬੈਠਾ ਹੈ। ਕੀ ਕਾਰਨ ਸੀ ਕਿ ਭਾਰਤ ਦੇ ਹਜ਼ਾਰਾਂ ਸਾਲਾਂ ਦੇ ਲੰਮੇ ਇਤਿਹਾਸ ਵਿਚੋਂ ਇਸ ਦੱਬੇ-ਕੁਚਲੇ ਵਰਗ ਵੱਲੋਂ ਕੋਈ ਵੀ ਸਫ਼ਲ ਅੰਦੋਲਨ ਨਹੀਂ ਉਲੀਕਿਆ ਗਿਆ ? ਇਸ ਦਾ ਮੁੱਖ ਕਾਰਨ ਇਹ ਸੀ ਕੇਵਲ ਭਾਰਤ ਹੀ ਅਜਿਹਾ ਖ਼ਿੱਤਾ ਹੈ, ਜਿਥੇ ਇਸ ਸਾਰੇ ਭੇਦਭਾਵ ਨੂੰ ਧਰਮ ਦਾ ਹਿੱਸਾ ਮੰਨਿਆ ਗਿਆ ਹੈ। ਦੁਨੀਆਂ ਦੇ ਦੂਜੇ ਹਿੱਸਿਆਂ ਵਿਚ ਵੀ ਰੰਗ-ਨਸਲ ਦੇ ਆਧਾਰ ਉਤੇ ਭੇਦ-ਭਾਵ ਹੋਇਆ ਹੈ ਜਿਵੇਂ ਅਮਰੀਕਾ, ਸਾਊਥ ਅਫਰੀਕਾ। ਫਿਰ ਸਮਾਜ ਵਿਚੋਂ ਹੀ ਅੰਦੋਲਨਾਂ ਨੇ ਜਨਮ ਲਿਆ ਕਿਉਂਕਿ ਇਹ ਭੇਦਭਾਵ ਉਨ੍ਹਾਂ ਦੇ ਮਜ਼ਹਬ ਵਲੋਂ ਮਾਨਤਾ ਨਹੀਂ ਸੀ ਰਖਦਾ। ਡਾ ਭੀਮ ਰਾਓ ਅੰਬੇਦਕਰ ਦੀਆਂ ਲਿਖਤਾਂ ਵਿਚ ਇਸ ਵਿਸ਼ੇ ਉਤੇ ਡੂੰਘੀ ਵਿਚਾਰ ਮਿਲਦੀ ਹੈ। ਇਸੇ ਕਾਰਨ ੨੫ ਦਸੰਬਰ ੧੯੨੭ ਨੂੰ ਬਾਬਾ ਸਾਹਿਬ ਨੇ ਮਨੂੰ ਸਿਮਰਤੀ ਨੂੰ ਭਾਰੀ ਇਕੱਠ ਵਿਚ ਜਲਾਇਆ ਕਿਉਂਕਿ ਉਹ ਸਮਝ ਚੁਕੇ ਸਨ ਕਿ ਇਨ੍ਹਾਂ ਗ੍ਰੰਥਾਂ ਨੇ ਹੀ ਸਮਾਜ ਨੂੰ ਗ਼ੁਲਾਮੀ ਦੀ ਬੇੜੀਆਂ ਨਾਲ ਜਕੜਿਆ ਹੋਇਆ ਹੈ:

ਬੇਦ ਕੀ ਪੁਤ੍ਰੀ ਸਿੰਮ੍ਰਿਤਿ ਭਾਈ ॥ ਸਾਂਕਲ ਜੇਵਰੀ ਲੈ ਹੈ ਆਈ ॥

(ਗੁਰੂ ਗ੍ਰੰਥ ਸਾਹਿਬ, ਭ. ਕਬੀਰ, ਅੰਗ ੩੨੯)

ਪਰ ਦੁਨੀਆਂ ਦੇ ਕਿਸੇ ਖ਼ਿੱਤੇ ਵਿਚ ਔਰਤਾਂ ਵੱਲੋਂ ਮਰਦ ਪ੍ਰਧਾਨ ਸਮਾਜ ਵਿਰੁਧ ਕੋਈ ਸਫ਼ਲ ਅੰਦੋਲਨ ਨਹੀਂ ਉਲੀਕਿਆ ਗਿਆ ਕਿਉਂਕਿ ਕਿਸੇ ਵੀ ਧਰਮ ਨੇ ਔਰਤ ਨੂੰ ਬਰਾਬਰ ਦਾ ਦਰਜਾ ਨਹੀਂ ਸੀ ਦਿਤਾ। ਇਸ ਸਮਾਜਕ ਪਿਛੋਕੜ ਵਿਚ ਗੁਰੂ ਨਾਨਕ ਸਾਹਿਬ ਜੀ ਦਾ ਆਗਮਨ ਹੋਇਆ। ਅਲਾਮਾ ਇਕਬਾਲ ਨੇ ਇਸ ਪਿਛੋਕੜ ਦਾ ਜ਼ਿਕਰ ਕਰਦੇ ਹੋਏ ਬਾਬਾ ਨਾਨਕ ਸਾਹਿਬ ਜੀ ਦੇ ਆਗਮਨ ਬਾਰੇ ਬਹੁਤ ਖ਼ੂਬ ਲਿਖਿਆ:

ਆਹ! ਸ਼ੂਦਰ ਕੇ ਲਿਯੇ ਹਿੰਦੋਸਤਾਨ ਗਮ ਖਾਨਾ ਹੈ।
ਦਰਦ-ਏ-ਇਨਸਾਨੀ ਸੇ ਇਸ ਬਸਤੀ ਕਾ ਦਿਲ ਬੇਗਾਨਾ ਹੈ।
ਬ੍ਰਾਹਮਣ ਸਰਸ਼ਾਰ ਹੈ ਅਬ ਤਕ ਮੈ-ਏ-ਪਿੰਦਾਰ ਮੇਂ।
ਸ਼ਮਾ-ਏ-ਗੌਤਮ ਜਲ ਰਹੀ ਹੈ ਮਹਫ਼ਿਲ-ਏ-ਅਗਿਆਰ ਮੇਂ।
ਬੁੱਤਕਦਾ ਫਿਰ ਬਾਦ ਮੁਦੱਤ ਕੇ ਮਗਰ ਰੋਸ਼ਨ ਹੁਆ।
ਨੂਰ-ਏ-ਇਬਰਾਹਿਮ ਸੇ ਅਜ਼ਰ ਕਾ ਘਰ ਰੋਸ਼ਨ ਹੁਆ।
ਫਿਰ ਉਠੀ ਆਖ਼ਰ ਸਦਾਅ ਤੌਹੀਦ ਕੀ ਪੰਜਾਬ ਸੇ।
ਹਿੰਦ ਕੋ ਏਕ ਮਰਦ-ਏ-ਕਾਮਲ ਨੇ ਜਗਾਇਆ ਖ਼ਾਬ ਸੇ।

ਗੁਰੂ ਨਾਨਕ ਸਾਹਿਬ ਜੀ ਨੇ ਜਿਸ ਸਮਾਜ ਵਿਚ ਇਨਕਲਾਬ ਦੀ ਸਿਰਜਨਾ ਕਰਨੀ ਸੀ। ਉਹ ਧਾਰਮਕ, ਆਰਥਕ ਤੇ ਰਾਜਨੀਤਕ ਗ਼ੁਲਾਮੀ ਦੀ ਗੂੜ੍ਹੀ ਨੀਂਦ ਵਿਚ ਸੁੱਤਾ ਪਿਆ ਸੀ। ਅਜਿਹੀ ਹਲਾਤ ਵਿਚ ਇਹ ਕਹਿਣਾ ਕਿ ਕੋਈ ਦਲਿਤ ਸਮਾਜ ਵਿਚੋਂ ਜਾਂ ਔਰਤ ਗੁਰੂ ਕਿਉਂ ਨਹੀਂ ਬਣੀ? ਇਹ ਸਵਾਲ ਬਿਲਕੁਲ ਉਸੇ ਤਰ੍ਹਾਂ ਹੈ ਜਿਵੇਂ ਕਿਸੇ ਰਿਕਸ਼ਾ-ਚਾਲਕ ਕੋਲੋਂ ਇਹ ਪੁਛਿਆ ਜਾਵੇ ਕਿ ਤੂੰ ਆਈ.ਏ.ਐੱਸ. ਅਫ਼ਸਰ ਕਿਉਂ ਨਹੀਂ ਬਣ ਪਾਇਆ? ਇਸ ਦਾ ਜਵਾਬ ਰਿਕਸ਼ਾ-ਚਾਲਕ ਇਹੀ ਦੇਵੇਗਾ ਕਿ ਸਮਾਜ ਨੇ ਉਸ ਨੂੰ ਬਰਾਬਰ ਤਰੱਕੀ ਕਰਨ ਦੇ ਮੌਕੇ ਹੀ ਨਹੀਂ ਦਿਤੇ।

*ਓਮ (ॐ) ਦੇ ਝੰਡੇ ਹੇਠ ਆਰੀਅਨ ਹਮਲਾਵਰਾਂ ਨੇ ਭਾਰਤੀ ਸਮਾਜ ਵਿਚ ਵੰਢੀਆਂ ਪਾ ਕੇ ਮੂਲ ਨਿਵਾਸੀਆਂ ਨੂੰ ਹਜ਼ਾਰਾਂ ਸਾਲਾਂ ਤੋਂ ਗ਼ੁਲਾਮ ਬਣਾ ਰਖਿਆ ਸੀ। ਰੱਬੀ ਹੁਕਮ ਅਨੁਸਾਰ ਬਾਬੇ ਨਾਨਕ ਜੀ ਨੇ ਦਸ ਜਾਮਿਆਂ ਵਿਚ ਸਾਰੇ ਸੰਸਾਰ ਦੀ ਗ਼ਰੀਬ ਲੋਕਾਈ ਨੂੰ ਪ੍ਰਭੂਸੱਤਾ ਦੇਣ ਲਈ ਅਤੇ ਬੇਗ਼ਮਪੁਰਾ ਦੀ ਸਥਾਪਨਾ ਵਾਸਤੇ ਸਰਬੱਤ ਦੇ ਭਲੇ ਲਈ ੧ੴ (ਏਕੰਕਾਰ) ਦਾ ਵਿਸਮਾਦੀ ਨਿਰਾਲਾ ਸਿੱਕਾ ਚਲਾਇਆ।*

ਇਹ ਵੀ ਆਪਣੇ ਆਪ ਵਿਚ ਅਚੰਭੇ ਵਾਲੀ ਗੱਲ ਹੀ ਹੈ, 'ਨਾਨਕ' ਨਾਮ ਆਪਣੇ ਆਪ ਵਿਚ ਸੱਭ ਤਰ੍ਹਾਂ ਦੀ ਸਮਾਨਤਾ ਨੂੰ ਦਰਸਾਉਂਦਾ ਹੈ। ਇਕ ਔਰਤ 'ਭੈਣ ਨਾਨਕੀ ਜੀ' ਦੇ ਭਰਾ

ਹੋਣ ਕਰ ਕੇ ਪਿਆ ਨਾਮ 'ਨਾਨਕ'। ਇਹ ਨਾਮ ਨਾ ਤੇ ਮੁਸਲਿਮ ਤੇ ਨਾ ਹੀ ਹਿੰਦੂ ਸਭਿਆਚਾਰ ਵਿਚੋਂ ਜਨਮਿਆ ਹੈ, ਬਲਕਿ ਉਸ ਖਿੱਤੇ ਦੀ ਸਾਂਝੀ ਬੋਲੀ ਵਿਚੋਂ ਜਨਮਿਆ ਹੈ, ਜੋ ਕਿਸੇ ਜਾਤੀ ਵਿਸ਼ੇਸ਼ ਨੂੰ ਸੰਬੋਧਨ ਨਹੀਂ ਕਰਦਾ। 'ਨਾਨਕ' ਨਾਮ ਦੇ ਅਰਥ ਹਰ ਕੋਈ ਆਪਣੀ ਮੱਤ ਅਨੁਸਾਰ ਕਰਦਾ ਹੈ, ਪਰ ਇਹ ਔਰਤ, ਮਰਦ, ਧਰਮ, ਰੰਗ, ਨਸਲ, ਜਾਤੀ ਆਦਿ ਦੇ ਵਖਰੇਵਿਆਂ ਨੂੰ ਦਰ-ਕਿਨਾਰ ਕਰ ਕੇ ਸਮਾਜ ਦੇ ਹਰ ਵਰਗ ਦੀ ਪ੍ਰਤੀਨਿਧਤਾ ਕਰਦਾ ਹੈ।

ਇਹ ਨਹੀਂ ਕਿ ਦਲਿਤ ਸਮਾਜ ਵਿਚੋਂ ਕਿਸੇ ਨੇ ਅਸਮਾਨਤਾ ਵਿਰੁਧ ਆਵਾਜ਼ ਨਹੀਂ ਚੁੱਕੀ। ਭਗਤ ਕਬੀਰ ਜੀ, ਭਗਤ ਰਵਿਦਾਸ ਜੀ, ਭਗਤ ਨਾਮਦੇਵ ਜੀ ਵਰਗਿਆਂ ਨੇ ਬ੍ਰਾਹਮਣਵਾਦ ਦੇ ਵਿਰੁਧ ਜ਼ੋਰਦਾਰ ਤੇ ਅਸਰਦਾਰ ਆਵਾਜ਼ ਚੁੱਕੀ। ਪਰ ਸ਼ਾਇਦ ਇਨ੍ਹਾਂ ਦੇ ਕਥਾ-ਕਥਿਤ ਪਿਛਲੇ ਵਰਗ ਵਿਚੋਂ ਹੋਣ ਕਰ ਕੇ ਇਨ੍ਹਾਂ ਨੂੰ ਸਵਰਨ ਜਾਤੀਆਂ ਵੱਲੋਂ ਸਮਰਥਨ ਨਹੀਂ ਮਿਲ ਪਾਇਆ। ਇਸ ਕਰ ਕੇ ਇਨ੍ਹਾਂ ਦੀ ਸੱਚ ਦੀ ਆਵਾਜ਼ ਕਿਸੇ ਇਨਕਲਾਬ ਦਾ ਰੂਪ ਨਹੀਂ ਲੈ ਸਕੀ ਤੇ ਇਹ ਸਮਾਜ ਵਿਚ ਬਰਾਬਰੀ ਲਿਆਉਣ ਦਾ ਕਾਰਨ ਨਾ ਬਣ ਸਕੇ। ਅਸੀਂ ਇਸ ਬਾਰੇ ਵਿਸਥਾਰ ਨਾਲ ਵਿਚਾਰ ਕਰ ਚੁਕੇ ਹਾਂ ਕਿ ਸਮਾਜ ਦਾ ਕੋਈ ਵੀ ਹਿੱਸਾ ਅਜਿਹਾ ਨਹੀਂ ਸੀ ਜੋ ਦੱਬੇ-ਕੁਚਲੇ ਵਰਗ ਦੇ ਵਿਕਾਸ ਲਈ ਸਹਾਇਤਾ ਕਰ ਸਕਦਾ ਹੁੰਦਾ। ਪਰ ਜਦੋਂ ਗੁਰੂ ਨਾਨਕ ਸਾਹਿਬ ਜੀ ਨੇ ਪਾਂਧੇ ਦਾ ਹੱਥ ਫੜ ਕੇ ਇਹ ਕਿਹਾ ਕਿ "ਮੈਂ ਤੇਰਾ ਦਿਤਾ ਜਨੇਊ ਨਹੀਂ ਪਹਿਨਣਾ ਕਿਉਂਕਿ ਇਹ ਸਮਾਜ ਵਿਚ ਵੰਡੀਆਂ ਪਾਉਂਦਾ ਹੈ।" ਬ੍ਰਾਹਮਣ ਨੂੰ ਇਹ ਚੁਨੌਤੀ ਪਹਿਲਾ ਕਿਸੇ ਨੇ ਨਹੀਂ ਦਿਤੀ ਤੇ ਭਗਤ ਸਾਹਿਬਾਨ, ਸ਼ੂਦਰ ਹੋਣ ਕਰਕੇ, ਉਨ੍ਹਾਂ ਨੂੰ ਇਹ ਚੁਨੌਤੀ ਦੇਣ ਦਾ ਮੌਕਾ ਹੀ ਨਹੀਂ ਮਿਲਿਆ। ਬਾਬਾ ਨਾਨਕ ਸਾਹਿਬ ਜੀ ਨੇ ਆਪਣੀਆਂ ਉਦਾਸੀਆਂ ਦੌਰਾਨ ਇਨ੍ਹਾਂ ਭਗਤਾਂ ਦੀ ਬਾਣੀ ਇਕੱਠੀ ਕੀਤੀ ਤੇ ਪੰਜਵੇਂ ਨਾਨਕ ਗੁਰੂ ਅਰਜਨ ਸਾਹਿਬ ਜੀ ਨੇ ਇਸ ਨੂੰ ਆਦਿ ਗ੍ਰੰਥ ਵਿਚ ਸ਼ਾਮਲ ਕਰ ਕੇ ਭਗਤ ਜਨ ਜੋ ਦਲਿਤ ਸਮਾਜ ਤੋਂ ਆਉਂਦੇ ਹਨ, ਸਮੁੱਚੀ ਮਨੁੱਖਤਾ ਦੇ ਗੁਰੂ ਥਾਪੇ।

ਦਸ ਗੁਰੂ ਸਾਹਿਬਾਨ ਨੇ ਇਸ ਸਰਬ-ਸਾਂਝੀ ਗੁਰਬਾਣੀ ਨਾਲ ਜੋ ਇਨਕਲਾਬੀ ਇਤਿਹਾਸ ਸਿਰਜਿਆ ਉਹ ਦੁਨੀਆਂ ਦੇ ਇਤਿਹਾਸ ਵਿਚ ਲਾਸਾਨੀ ਹੈ। ਚਿੜੀਆਂ ਨੇ ਬਾਜ਼ ਦਾ ਰੂਪ ਤੇ ਗਿੱਦੜ ਮਨਾ ਨੇ ਸ਼ੇਰ ਦਾ ਰੂਪ ਧਾਰ ਲਿਆ। ਜਿਹੜੇ ਲੋਕ ਹਜ਼ਾਰਾਂ ਸਾਲਾਂ ਤੋਂ ਗ਼ੁਲਾਮ ਸਨ, ਉਹ ਆਪਣੇ ਖ਼ਿੱਤੇ ਦੇ ਬਾਦਸ਼ਾਹ ਬਣ ਗਏ। ਖੇਤਾਂ ਵਿਚ ਕੰਮ ਕਰਨ ਵਾਲੇ ਵਾਹੀਕਾਰ ਜੱਟ ਮਾਲਕ ਬਣ ਗਏ। ਇਹ ਤਬਦੀਲੀ ਔਰਤ-ਮਰਦ ਤੇ ਊਚ-ਨੀਚ ਦੇ ਵਖਰੇਵਿਆਂ ਨੂੰ ਪਿੱਛੇ ਛੱਡ ਕੇ ੧ਓ (ਏਕੰਕਾਰ) ਦੇ ਝੰਡੇ ਹੇਠ ਰਲ ਕੇ ਲਿਆਂਦੀ।

ਗੁਰੂ ਨਾਨਕ ਸਾਹਿਬ ਜੀ ਤੋਂ ਪਹਿਲਾਂ ਬ੍ਰਾਹਮਣਵਾਦ ਨੂੰ ਅਸਰਦਾਰ ਚੁਨੌਤੀ ਦੇਣ ਦਾ ਕਾਰਜ ਮਹਾਤਮਾ ਬੁਧ ਨੇ ਕੀਤਾ ਸੀ, ਜੋ ਖ਼ੁਦ ਇਕ ਰਾਜ ਘਰਾਣੇ ਤੋਂ ਸੰਬਧ ਰਖਦੇ ਸਨ ਤੇ ਜਦ

ਸਮਰਾਟ ਅਸ਼ੋਕ ਨੇ ਬੁਧ ਧਰਮ ਅਪਣਾਇਆ ਤਾਂ ਨਾ ਸਿਰਫ਼ ਭਾਰਤ ਵਿਚ ਬੁਧ ਧਰਮ ਫ਼ੈਲਿਆ ਬਲਕਿ ਵਿਦੇਸ਼ਾਂ ਵਿਚ ਵੀ ਬੁਧ ਦਾ ਸੰਦੇਸ਼ ਪਹੁੰਚਿਆ। ਉਪਰੰਤ ਜਦੋਂ ਗੁਪਤਾ ਸਾਮਰਾਜ ਸਥਾਪਤ ਹੋਇਆ, ਭਾਰਤ ਵਿਚੋਂ ਬੁਧ ਧਰਮ ਦਾ ਖ਼ਾਤਮਾ ਕਰ ਕੇ ਬ੍ਰਾਹਮਣਵਾਦ ਮੁੜ ਕਾਬਜ਼ ਹੋ ਗਿਆ। ਮਨੁੱਖ ਦੇ ਸਮਾਜਕ ਪ੍ਰਾਣੀ ਹੋਣ ਕਾਰਨ ਇਹ ਕੌੜੀ ਸੱਚਾਈ ਹੈ ਕਿ ਸਮਾਜ ਵਿਚ ਚੰਗੀ-ਮੰਦੀ ਅਸਰਦਾਰ ਤਬਦੀਲੀ ਉਦੋਂ ਹੀ ਆਉਂਦੀ ਹੈ ਜਦ ਆਰਥਕ ਤੇ ਰਾਜਨੀਤਕ ਪੱਖੋਂ ਸਮਰੱਥ ਲੋਕ ਕੋਈ ਟੀਚਾ ਆਪਣੇ ਹੱਥਾਂ ਵਿਚ ਲੈਂਦੇ ਹਨ। ਦਲਿਤ ਤੇ ਔਰਤਾਂ ਦੀ ਪ੍ਰਭੁਸੱਤਾ ਵਾਸਤੇ ਉਨ੍ਹਾਂ ਨੂੰ ਹਰ ਪੱਖੋਂ ਸਮਰੱਥ ਬਣਾਉਣਾ ਲਾਜ਼ਮੀ ਸੀ।

ਦਸ ਗੁਰੂਆਂ ਜਾਂ ਪੰਜ ਪਿਆਰਿਆਂ ਵਿਚ ਕੋਈ ਔਰਤ ਕਿਉਂ ਨਹੀਂ ? ਇਹ ਸਵਾਲ ਉਸ ਸਮੇਂ ਸਮਾਜ ਦੀ ਧਾਰਮਕ ਅਤੇ ਸਮਾਜਕ ਹਾਲਾਤ ਨੂੰ ਨਾ ਸਮਝਣ ਬਾਬਤ ਨਿਕਲਿਆ ਹੈ। ਜਦੋਂ ਔਰਤ ਨੂੰ ਅਧਿਆਤਮਕ ਤੇ ਸੰਸਾਰਕ ਖੇਤਰ ਵਿਚ ਬਹੁਤ ਨੀਵਾਂ ਵੇਖਿਆ ਜਾਂਦਾ ਸੀ, ਬਾਬੇ ਨਾਨਕ ਜੀ ਨੇ ਹੋਕਾ ਦਿਤਾ ਤੇ ਕਿਹਾ:

ਸੋ ਕਿਉ ਮੰਦਾ ਆਖੀਐ ਜਿਤੁ ਜੰਮਹਿ ਰਾਜਾਨ॥
ਭੰਡਹੁ ਹੀ ਭੰਡੁ ਊਪਜੈ ਭੰਡੈ ਬਾਝੁ ਨ ਕੋਇ॥
ਨਾਨਕ ਭੰਡੈ ਬਾਹਰਾ ਏਕੋ ਸਚਾ ਸੋਇ॥

(ਗੁਰੂ ਗ੍ਰੰਥ ਸਾਹਿਬ, ਮ. ੧, ਅੰਗ ੪੭੩)

ਭਾਵ: ਜਿਸ ਔਰਤ ਨੂੰ ਸਮਾਜ ਮੰਦਾ ਕਹਿ ਰਿਹਾ ਹੈ, ਇਹ ਦੁਨਿਆਵੀਂ ਰਾਜੇ ਉਸ ਔਰਤ ਦੀ ਕੁੱਖੋਂ ਹੀ ਪੈਦਾ ਹੁੰਦੇ ਹਨ। ਔਰਤ ਹੀ ਔਰਤ ਨੂੰ ਜਨਮ ਦਿੰਦੀ ਹੈ। ਔਰਤ ਤੋਂ ਬਿਨਾਂ ਕੋਈ ਮਨੁੱਖ ਜਾਤੀ ਦਾ ਜੀਵ ਪੈਦਾ ਨਹੀਂ ਹੋ ਸਕਦਾ। ਕੇਵਲ ਇਕ ਪ੍ਰਮਾਤਮਾ ਹੈ ਜੋ ਔਰਤ ਤੋਂ ਪੈਦਾ ਨਹੀਂ ਹੋਇਆ।

ਕੁਦਰਤ ਦੇ ਨਿਯਮਾਂ ਅਨੁਸਾਰ ਜਦੋਂ ਔਰਤ ਨੂੰ ਮਾਹਵਾਰੀ ਆਈ ਹੋਵੇ ਤਾਂ ਅੱਜ ਵੀ ਉਸ ਨੂੰ ਅਪਵਿੱਤਰ ਕਹਿ ਕੇ ਧਾਰਮਕ ਕਾਰਜਾਂ ਤੋਂ ਦੂਰ ਕਰ ਦਿਤਾ ਜਾਂਦਾ ਹੈ। ਪਰ ਅੱਜ ਤੋਂ ਪੰਜ ਸਦੀਆਂ ਪਹਿਲਾਂ ਜਦ ਕਿ ਔਰਤ ਨੇ ਵੀ ਇਸ ਵਿਰੁਧ ਕਦੇ ਆਵਾਜ਼ ਨਹੀਂ ਸੀ ਚੁੱਕੀ, ਗੁਰੂ ਸਾਹਿਬ ਨੇ ਇਹ ਗੱਲ ਸਮਝਾਈ:

ਜਿਉ ਜੋਰੂ ਸਿਰਨਾਵਣੀ ਆਵੈ ਵਾਰੋ ਵਾਰ॥
ਜੂਠੇ ਜੂਠਾ ਮੁਖਿ ਵਸੈ ਨਿਤ ਨਿਤ ਹੋਇ ਖੁਆਰੁ॥
ਸੂਚੇ ਏਹਿ ਨ ਆਖੀਅਹਿ ਬਹਨਿ ਜਿ ਪਿੰਡਾ ਧੋਇ॥
ਸੂਚੇ ਸੇਈ ਨਾਨਕਾ ਜਿਨ ਮਨਿ ਵਸਿਆ ਸੋਇ॥

(ਗੁਰੂ ਗ੍ਰੰਥ ਸਾਹਿਬ, ਮ. ੧, ਅੰਗ ੪੭੨)

ਭਾਵ: ਮਾਸਿਕ ਧਰਮ ਕੁਦਰਤੀ ਨਿਯਮਾਂ ਅਨੁਸਾਰ ਵਾਰ-ਵਾਰ ਆਉਂਦੇ ਹਨ ਜਿਸ ਕਾਰਨ ਔਰਤ ਨੂੰ ਜੂਠਾ ਜਾਂ ਅਪਵਿੱਤਰ ਕਿਹਾ ਜਾਂਦਾ ਹੈ। ਅਸਲ ਵਿਚ ਜੂਠਾ ਤਾਂ ਉਹ ਹੈ ਜੋ ਝੂਠ ਬੋਲਦਾ ਹੈ, ਕਿਉਂਕਿ ਝੂਠ ਬੋਲਣ ਵਾਲਾ ਹਰ ਸਮੇਂ ਆਪਣੇ ਮੂੰਹ ਵਿਚ ਜੂਠ ਲਈ ਫ਼ਿਰਦਾ ਹੈ ਤੇ ਆਪਣੇ ਔਗੁਣਾਂ ਕਾਰਨ ਹਰ ਸਮੇਂ ਖ਼ੁਆਰ ਹੁੰਦਾ ਹੈ।

ਅਜਿਹੇ ਇਨਕਲਾਬੀ ਵਿਚਾਰਾਂ ਨਾਲ ਨਾ ਸਿਰਫ਼ ਔਰਤਾਂ ਵਿਚ ਲੋੜੀਂਦਾ ਆਤਮ-ਸਨਮਾਨ ਜਗਾਇਆ ਬਲਕਿ ਮਰਦ ਪ੍ਰਧਾਨ ਸਮਾਜ ਦਾ ਵੀ ਟਾਕਰਾ ਕੀਤਾ ।

ਅੱਜ ਦਰਬਾਰ ਸਾਹਿਬ, ਅੰਮ੍ਰਿਤਸਰ, ਵਿਚ ਔਰਤਾਂ ਨੂੰ ਕੀਰਤਨ ਕਰਨ ਤੋਂ ਮਨਾਹੀ ਕੀਤੀ ਜਾਂਦੀ ਹੈ। ਇਹ ਬਾਬੇ ਨਾਨਕ ਸਾਹਿਬ ਜੀ ਦੀ ਵਿਚਾਰਧਾਰਾ ਦੇ ਵਿਰੁਧ ਤਾਂ ਹੈ ਹੀ ਸਗੋਂ ਸਿੱਖੀ ਵਿਚ ਪੁਜਾਰੀ ਸ਼੍ਰੇਣੀ ਦੀ ਵਧਦੀ ਪੱਕੜ ਦਾ ਵੀ ਸਬੂਤ ਹੈ, ਜਿਸ ਦੇ ਵਿਰੁਧ ਹਰ ਜਾਗਦੀ ਜ਼ਮੀਰ ਵਾਲੇ ਸਿੱਖ ਨੂੰ ਖੜੇ ਹੋਣਾ ਚਾਹੀਦਾ ਹੈ।

ਤੀਜੇ ਪਾਤਸ਼ਾਹ ਗੁਰੂ ਅਮਰਦਾਸ ਜੀ ਨੇ ਇਹ ਹੁਕਮ ਕੀਤਾ ਹੋਇਆ ਸੀ ਕਿ ਦਰਬਾਰ ਵਿਚ ਆਉਣ ਤੋਂ ਪਹਿਲਾਂ ਹਰ ਯਾਤਰੀ ਸਾਂਝੀ ਪੰਗਤ ਵਿਚ ਬੈਠ ਕੇ ਪਹਿਲਾਂ ਲੰਗਰ ਛਕੇ ਤਾਕਿ ਉਸ ਦੇ ਮਨ ਵਿਚੋਂ ਜਾਤ-ਪਾਤ ਦਾ ਭਰਮ ਨਿਕਲ ਸਕੇ। ਉੱਥੇ ਹੀ ਗੁਰੂ ਅਮਰਦਾਸ ਜੀ ਨੇ ਸਖ਼ਤ ਹਦਾਇਤ ਕੀਤੀ ਹੋਈ ਸੀ ਕਿ ਕੋਈ ਵੀ ਔਰਤ ਪਰਦਾ (ਘੁੰਡ) ਕਰ ਕੇ ਗੁਰੂ ਦਰਬਾਰ ਵਿਚ ਨਾ ਆਵੇ। ਇਹ ਉਹ ਸਮਾਂ ਸੀ, ਜਦ ਔਰਤ ਦੇ ਪਤੀ ਦੇ ਮਰ ਜਾਣ ਉਤੇ ਔਰਤ ਨੂੰ ਵੀ ਪਤੀ ਦੀ ਲੋਥ ਨਾਲ ਜਿਊਂਦਾ ਸਾੜ ਦਿਤਾ ਜਾਂਦਾ ਸੀ। ਇਸ ਨਿਰਦਈ ਪ੍ਰੰਪਰਾ ਨੂੰ ਸਤੀ ਕਿਹਾ ਜਾਂਦਾ ਸੀ। ਗੁਰੂ ਸਾਹਿਬ ਜੀ ਨੇ ਫ਼ੁਰਮਾਇਆ:

ਸਤੀਆ ਏਹਿ ਨ ਆਖੀਅਨਿ ਜੋ ਮੜਿਆ ਲਗਿ ਜਲੰਨਿ॥
ਨਾਨਕ ਸਤੀਆ ਜਾਣੀਅਨਿ ਜਿ ਬਿਰਹੇ ਚੋਟ ਮਰੰਨਿ॥

(ਗੁਰੂ ਗ੍ਰੰਥ ਸਾਹਿਬ, ਮ. ੩, ਅੰਗ ੭੮੭)

ਭਾਵ: ਸਤੀ ਉਹ ਨਹੀਂ ਜੋ ਆਪਣੇ ਮਰੇ ਪਤੀ ਦੀ ਲੋਥ ਨਾਲ ਸੜ ਜਾਵੇ। ਸਤੀਆਂ ਉਨ੍ਹਾਂ ਨੂੰ ਕਿਹਾ ਜਾਂਦਾ ਹੈ ਜਿਨ੍ਹਾਂ ਨੂੰ ਇਹ ਅਹਸਾਸ ਹੋ ਗਿਆ ਹੈ ਕਿ ਉਹ ਏਕੰਕਾਰ ਦੇ ਗੁਣਾਂ ਤੋਂ ਵਿਛੜ ਕੇ ਦੁੱਖ ਭੋਗ ਰਹੇ ਹਨ ਤੇ ਗੁਣਾਂ ਨੂੰ ਧਾਰਨ ਕਰਨ ਦੀ ਤਾਂਘ ਨਾਲ ਬਿਰਹਾ ਵਿਚ ਆਪਣੀ ਭੈੜੀ ਮੱਤ ਨੂੰ ਮਾਰ ਮੁਕਾਉਣ।

ਗੁਰੂ ਅਮਰਦਾਸ ਜੀ ਨੇ ਜਦੋਂ ੨੨ ਮੰਜੀਆਂ ਪ੍ਰਚਾਰਕ ਕੇਂਦਰ ਥਾਪੇ, ਉਸ ਵਿਚ ਦੋ ਮੰਜੀਆਂ ਉਤੇ ਬੀਬੀਆਂ ਨੂੰ ਪ੍ਰਚਾਰਕ ਥਾਪਿਆ। ਜਿਸ ਔਰਤ ਨੂੰ ਮਾਸਿਕ ਮਾਹਵਾਰੀ ਕਰ ਕੇ ਧਾਰਮਕ ਕਾਰਜਾਂ ਤੋਂ ਬੇਦਖ਼ਲ ਕੀਤਾ ਹੋਇਆ ਸੀ, ਉਨ੍ਹਾਂ ਨੂੰ ਉਸੇ ਸਮਾਜ ਦਾ ਪ੍ਰਚਾਰਕ ਥਾਪਣਾ ਇਕ ਵੱਡੀ ਛਲਾਂਗ ਸੀ।

ਅਜਿਹੇ ਸਮਾਜ ਵਿਚ ਜਿਸ ਵਿਚ ਸ਼ੂਦਰ ਤੇ ਔਰਤ ਨੂੰ ਪਸ਼ੂ ਸਮਾਨ ਸਮਝਿਆ ਜਾਂਦਾ ਸੀ ਤੇ ਪੀੜਤ ਵਰਗ ਨੇ ਇਸ ਨੂੰ ਆਪਣੀ ਕਿਸਮਤ ਸਮਝ ਕੇ ਗ਼ੁਲਾਮੀ ਕਬੂਲ ਕਰ ਲਈ ਸੀ, ਇਹ ਕਹਿਣਾ ਕਿ ਇਹ ਗੁਰੂ ਕਿਉਂ ਨਹੀਂ ਬਣ ਗਏ ? ਉਸ ਸਮੇਂ ਵਾਪਰ ਰਹੀ ਸਮਾਜਕ ਵਰਤਾਰੇ ਦੀ ਸਚਾਈ ਤੋਂ ਅਗਿਆਨਤਾ ਦਰਸਾਉਂਦਾ ਹੈ। ਦਲਿਤ ਤੇ ਔਰਤ ਵਰਗ ਸਮਾਜ ਵਿਚ ਬਰਾਬਰ ਦੇ ਹਿੱਸੇਦਾਰ ਬਣਨ ਤੇ ਸਮਾਜ ਦੀ ਪ੍ਰਤੀਨਿਧਤਾ ਕਰਨ, ਇਸ ਵਾਸਤੇ ਜ਼ਰੂਰੀ ਸੀ ਕਿ ਜਿੱਥੇ ਪੀੜਤ ਵਰਗ ਦੀ ਜ਼ਮੀਰ ਨੂੰ ਜਗਾਇਆ ਜਾਵੇ, ਉਥੇ ਹੀ ਸਮਰੱਥ ਸਮਾਜ ਦੀ ਸੋਚ ਨੂੰ ਵੀ ਬਦਲਿਆ ਜਾਵੇ।

ਗੁਰੂ ਨਾਨਕ ਸਾਹਿਬ ਜੀ ਨੇ ੧੦ ਜਾਮਿਆਂ ਵਿਚ ਘਾਲਣਾ ਕੀਤੀ ਤੇ ੧੬੯੯ ਦੀ ਵਿਸਾਖੀ ਨੂੰ ਉਹ ਦਿਨ ਆ ਗਿਆ ਜਿਸ ਦਿਨ ਗੁਰੂ ਨਾਨਕ ਸਾਹਿਬ ਜੀ ਦੇ ਫ਼ਲਸਫ਼ੇ ਨੂੰ ਜਾਮਾ ਪਹਿਨਾਇਆ ਗਿਆ। ਪੰਜ ਪਿਆਰਿਆਂ ਦੀ ਚੋਣ ਤੋਂ ਬਾਅਦ ਖ਼ਾਲਸੇ ਨੂੰ ਹਰ ਤਰ੍ਹਾਂ ਦੇ ਔਰਤ-ਮਰਦ, ਰੰਗ, ਨਸਲ, ਭਾਸ਼ਾ, ਦੇਸ਼ ਦੇ ਵਖਰੇਵਿਆਂ ਨੂੰ ਨਕਾਰ ਕੇ ਸਰਬ ਸਾਂਝਾ ਪੰਜ ਕਕਾਰੀ ਸਰੂਪ ਬਖ਼ਸ਼ਿਆ। ਇਹ ਪੰਜ ਕਕਾਰ (ਕੇਸ, ਕੰਘਾ, ਕੜਾ, ਕਛਿਹਰਾ, ਕ੍ਰਿਪਾਨ) ਸਿੱਖੀ ਦੇ ਪਹਿਲੇ ਪਾਠ, ਮੂਲਮੰਤਰ, ਵਿਚ ਦਰਜ ਸਰਬ ਵਿਆਪਕ ਰੱਬੀ ਹੁਕਮ ਦੀ ਵਿਚਾਰਧਾਰਾ ਵਿਚੋਂ ਹੀ ਜਨਮੇ ਹਨ। ਕਿਸੇ ਵੀ ਵਿਤਕਰੇ ਤੋਂ ਬਿਨਾਂ ਸਿੱਖ ਧਰਮ ਦੇ ਸਿਧਾਂਤ ਸਰਬ ਸਾਂਝੇ ਹਨ।

ਗੁਰੂ ਸਾਹਿਬ ਜੀ ਦੀ ਬਖ਼ਸ਼ਿਸ਼ ਨੇ ਹਰ ਵਰਗ ਦੇ ਮਰਦ ਤੇ ਔਰਤ ਨੂੰ ਬਰਾਬਰੀ ਦਾ ਅਧਿਕਾਰ ਦਿੰਦੇ ਸਰਦਾਰ ਜਾਂ ਸਰਦਾਰਨੀ ਹੋਣ ਦਾ ਮਾਣ ਬਖ਼ਸ਼ਿਆ। ਜਿਸ ਔਰਤ ਨੂੰ ਪਰਦਾ ਕਰਨ ਦੀ ਹਦਾਇਤ ਸੀ ਉਸ ਦੇ ਸੀਸ ਤੇ ਮਰਦਾਂ ਵਾਂਗ ਦਸਤਾਰ ਤੇ ਹੱਥ ਵਿਚ ਕ੍ਰਿਪਾਨ ਫੜਾਈ। ਸ਼ੂਦਰ ਕਹਿ ਕੇ ਸਮਾਜ ਤੋਂ ਜਿਸ ਨੂੰ ਨਕਾਰ ਦਿਤਾ ਸੀ ਉਹ ਘੋੜਿਆਂ ਉਤੇ ਚੜ੍ਹ ਸਸ਼ਤਰਧਾਰੀ ਹੋ ਕੇ ਸੰਘਰਸ਼ ਲਈ ਤਿਆਰ ਹੋ ਗਏ। ਇਸ ਤਬਦੀਲੀ ਦਾ ਨਤੀਜਾ ਇਹ ਨਿਕਲਿਆ ਕਿ ਕੁੱਝ ਹੀ ਸਮੇਂ ਬਾਅਦ ਬਾਬਾ ਬੰਦਾ ਸਿੰਘ ਬਹਾਦਰ ਦੀ ਅਗਵਾਈ ਵਿਚ ਸੰਸਾਰ ਦੀ ਸੱਭ ਤੋਂ ਤਾਕਤਵਰ ਹਕੂਮਤ ਨੂੰ ਹਰਾ ਕੇ ਮੂਲ ਨਿਵਾਸੀਆਂ ਨੇ ਆਪਣਾ ਰਾਜ ਕਾਇਮ ਕੀਤਾ ਤੇ ਹਜ਼ਾਰਾਂ ਸਾਲਾਂ ਦੀ ਗ਼ੁਲਾਮੀ ਨੂੰ ਗਲੋਂ ਲਾਹ ਦਿਤਾ।

*'ਖ਼ਾਲਸੇ' ਦਾ ਅਰਥ ਹੈ, ਉਹ ਜੋ ਕੇਵਲ 'ਇਕ ਕਰਤਾਰ ਨੂੰ ਸਿੱਧੇ ਜਵਾਬਦੇਹ' ਹੋਵੇ। 'ਖਾਲਸਾ' ਅਤੇ 'ਆਜ਼ਾਦ' ਸਮਾਨਾਰਥੀ ਸ਼ਬਦ ਹਨ। ਖ਼ਾਲਸੇ ਦਾ ਕਰਮ ਹੈ, ਏਕੰਕਾਰ ਦੇ ਸਰਬ ਸਾਂਝੇ ਹੁਕਮ ਅਨੁਸਾਰ ਸਮਾਜ ਦੇ ਹਰ ਵਰਗ ਵਾਸਤੇ ਸਮਾਨਤਾ ਸਥਾਪਤ ਕਰੇ। ਖ਼ਾਲਸਾ ਨਿਆਂਕਾਰੀ ਹਲੀਮੀ ਰਾਜ ਦੀ ਬਾਦਸ਼ਾਹਤ ਵਾਸਤੇ ਬਾਗੀ ਹੈ। ਇਸ ਸਾਰੇ ਸੰਦਰਭ ਵਿਚ ਹੀ 'ਰਾਜ ਕਰੇਗਾ ਖ਼ਾਲਸਾ' ਦਾ ਸੰਕਲਪ ਸਮਝਿਆ ਜਾ ਸਕਦਾ ਹੈ।*

ਤਖਤਿ ਰਾਜਾ ਸੋ ਬਹੈ ਜਿ ਤਖਤੈ ਲਾਇਕ ਹੋਈ॥

ਜਿਨੀ ਸਚੁ ਪਛਾਣਿਆ ਸਚੁ ਰਾਜੇ ਸੇਈ॥

(ਗੁਰੂ ਗ੍ਰੰਥ ਸਾਹਿਬ, ਮ. ੩, ਅੰਗ ੧੦੮੮)

ਗੁਰੂ ਪਿਆਰਿਉ! ਖ਼ਾਲਸੇ ਦਾ ਤੇਜ਼ ਇਸ ਦੇ ਰੱਬੀ ਗੁਣਾਂ ਕਰ ਕੇ ਹੈ। ਜਦ ਵੀ ਇਸ ਨੂੰ ਬ੍ਰਾਹਮਣਵਾਦ ਦੀ ਲਾਗ ਲਗੇਗੀ ਇਹ ਆਪਣੇ ਗੁਣ ਗਵਾ ਕੇ ਢਹਿੰਦੀ ਕਲਾ ਵੱਲ ਜਾਵੇਗਾ। ਆਉ ਬ੍ਰਾਹਮਣਵਾਦੀ ਰੀਤਾਂ ਤੇ ਤਾਕਤਾਂ ਨੂੰ ਪਛਾਣ ਕੇ ਪੰਥ ਵਿਚੋਂ ਨਿਖੇੜਕੇ ਨਿਆਰੇ ਬਣਾਈਏ ਤੇ ਖ਼ਾਲਸੇ ਦੇ ਤੇਜ਼ ਪ੍ਰਤਾਪ ਨਾਲ ਜਗਤ ਨੂੰ ਰੁਸ਼ਨਾਈਏ।

ਜਬ ਲਗ ਖ਼ਾਲਸਾ ਰਹੇ ਨਿਆਰਾ॥
ਤਬ ਲਗ ਤੇਜ ਕੀਉ ਮੈਂ ਸਾਰਾ॥
ਜਬ ਇਹ ਗਹੈ ਬਿਪਰਨ ਕੀ ਰੀਤ॥
ਮੈਂ ਨ ਕਰੋਂ ਇਨ ਕੀ ਪ੍ਰਤੀਤ॥ (ਗੁਰੂ ਗੋਬਿੰਦ ਸਿੰਘ ਜੀ)

ਨਾਨਕ ਨੂੰ ਨਾ ਮਿਟਾ ਪਾਉਗੇ

# ਵੰਗਾਰ

ਜੂਨ ਚੌਰਾਸੀ ਹਮਲੇ ਦੀ, ਜਦ ਵੀ ਗਲ ਹੋਊ,
ਪੰਜ ਸਦੀਆਂ ਪਿੱਛੇ ਜਾ ਕੇ, ਉਸ ਵੈਰ ਨੂੰ ਸਮਝਣਾ ਪਊ।

ਪਕੜਿਆ ਸੀ ਹੱਥ, ਜਦ ਗੁਰ ਨਾਨਕ ਨੇ ਪੰਡਿਤ ਦਾ,
ਜਨਉ ਨਾ ਪਾਉਂਗਾ, ਬਟਵਾਰਾ ਕਰਦਾ ਇਨਸਾਨਿਅਤ ਦਾ।

ਨਾ ਮੈਂ ਹਿੰਦੂ ਨਾ ਮੁਸਲਮਾਨ,
ਨਾਨਕ ਨਿਰਮਲ ਪੰਥ ਬਣੀ ਪਹਿਚਾਣ।

ਬ੍ਰਾਹਮਣ ਤਦੋਂ ਲਿਆ ਸੰਕਲਪ, ਕੁੱਝ ਇਸ ਤਰ੍ਹਾਂ,
ਨਾਨਕ ਨੂੰ ਵੀ ਮਿਟਾਉਣਾ ਹਉ, ਬੁਧ ਦੀ ਤਰ੍ਹਾਂ।

ਗੁਰੂ ਦਾ ਲੰਗਰ ਲਿਆਇਆ, ਮਹਾਨ ਇਨਕਲਾਬ,
ਊਚ-ਨੀਚ ਭੇਦ ਮਿਟਾ, ਬੈਠੇ ਸੱਭ ਇਕ ਸਾਥ,

ਮਨੂ ਦੇ ਚੇਲਿਆਂ ਨੂੰ, ਕਿਵੇਂ ਆਉਂਦਾ ਇਹ ਰਾਸ ?
ਤੀਜੇ ਗੁਰੂ ਦੀ ਸ਼ਿਕਾਇਤ ਕੀਤੀ, ਜਾ ਅਕਬਰ ਦੇ ਪਾਸ।

ਬੀਰਬਲ ਦੀ ਕੋਈ ਸਾਜ਼ਿਸ਼, ਨਾ ਹੋਈ ਅਸਰਦਾਰ,
ਅਕਬਰ ਪਹੁੰਚਿਆ ਗੁਰ ਦਰਬਾਰ, ਨਿੰਦਕ ਹੋਏ ਸ਼ਰਮਸਾਰ।

ਪੰਚਮ ਗੁਰੂ ਕੀਤਾ ਸੰਪਾਦਨ ਸੱਚਾ ਗ੍ਰੰਥ, ਜੋ ਹੈ ਗਹਿਰ ਗੰਭੀਰ,
ਸ਼ਾਮਲ ਕੀਤੇ ਭਗਤ ਜਿਵੇਂ-ਰਵਿਦਾਸ, ਫ਼ਰੀਦ, ਨਾਮਦੇਵ ਤੇ ਕਬੀਰ।

*ਅਵਲਿ ਅਲਹਿ ਨੂਰੁ ਉਪਾਇਆ ਕੁਦਰਤਿ ਕੇ ਸੱਭ ਬੰਦੇ ॥*
ਇਹ ਸੰਦੇਸ਼ ਕਿਵੇਂ ਜ਼ਰ ਸਕਦੇ ਸੀ, ਜਾਤ-ਪਾਤ ਦੇ ਬੰਦੇ ?

ਸ਼ਬਦ ਗੁਰੂ ਨੂੰ ਠੱਲ੍ਹਣਾ ਪਊ, ਕਿਸੇ ਵੀ ਤਰ੍ਹਾਂ,
ਨਾਨਕ ਨੂੰ ਵੀ ਮਿਟਾਉਣਾ ਹੋਊ, ਬੁਧ ਦੀ ਤਰ੍ਹਾਂ।

ਦਿੱਲੀ ਵਿਚ ਸੀ ਸੱਤਾ ਬਦਲੀ, ਰੁੜੀਵਾਦੀਆਂ ਦੇ ਹੱਕ ਵਿਚ,
ਸ਼ਿਕਾਇਤਾਂ ਦਾ ਫਿਰ ਚਲਿਆ ਦੌਰ, ਕਟੜ ਪੰਥੀਆਂ ਦੇ ਪੱਖ ਵਿਚ।

ਜਹਾਂਗੀਰ ਤੋਂ ਲਿਖਵਾ ਲਿਆਇਆ, ਮੌਤ ਦਾ ਫ਼ੁਰਮਾਨ,
ਚੰਦੂ ਲਾਲ ਧ੍ਰੋਹ ਕਮਾਇਆ, ਸੀ ਲਾਹੌਰ ਦਾ ਦੀਵਾਨ।

ਬਲਦੀ ਭੱਠੀ ਉਤੇ ਬਿਠਾਇਆ, ਗੁਰੂ ਅਰਜਨ ਦਾ ਕੋਮਲ ਸ੍ਰੀਰ,
ਸ਼ਹਾਦਤ ਘੜ ਦਿਤੀ, ਕੌਮ ਦੀ ਉਜਵਲ ਤਕਦੀਰ।

ਛੱਠੇ ਗੁਰੂ ਤਦ ਪਾਈ, ਮੀਗੀ ਪੀਗੀ ਦੀ ਦੋ ਤਲਵਾਰ,
ਖ਼ੁਦ ਆਪਣੀ ਰਖਿਆ ਕਰੋ, ਪ੍ਰਭੂਸੱਤਾ ਸੱਭ ਦਾ ਅਧਿਕਾਰ।

ਜਹਾਂਗੀਰ ਜਦ ਹੋਇਆ, ਆਪਣੀ ਗ਼ਲਤੀ ਦਾ ਅਹਿਸਾਸ,
ਚੰਦੂ ਕੀਤਾ ਸਿੱਖਾਂ ਹਵਾਲੇ, ਬੱਝੀ ਸ਼ਾਂਤੀ ਦੀ ਆਸ।

ਔਰੰਗਜ਼ੇਬ ਜਦ ਅਪਣਾਈ, ਏਕਾ ਧਰਮ ਦੀ ਨੀਤ,
ਕਸ਼ਮੀਰੀ ਪੰਡਤਾਂ ਤੋਂ ਹੋਈ ਸ਼ੁਰੂ, ਇਸਲਾਮੀਕਰਨ ਦੀ ਰੀਤ।

ਬਾਦਸ਼ਾਹ ਦੀ ਫ਼ੌਜ ਵਿਚ ਸੀ, ਇਕ ਤਿਹਾਈ ਰਾਜਪੂਤ,
'ਪ੍ਰਾਣ ਜਾਏ ਪਰ ਵਚਨ ਨਾ ਜਾਏ', ਅਖਵਾਉਂਦੇ ਪਰਮਵੀਰ ਛਤਰੀ ਪੂਤ।

ਸੱਭ ਛੱਡ, ਪੰਡਿਤਾਂ ਮਿਲੀ ਸਿਰਫ਼ ਇਕ ਟੇਕ,
ਅਨੰਦਪੁਰ ਪਹੁੰਚੇ ਬਣ ਫ਼ਰਿਆਦੀ, ਪਾਸ ਗੁਰੂ ਤੇਗ।

ਤਿੱਲਕ-ਜੰਞੂ ਵਿਚ ਚਾਹੇ ਨਾ ਹੋਵੇ, ਨਾਨਕ ਦਾ ਵਿਸ਼ਵਾਸ,
ਪਰ ਧਰਮ ਦੀ ਆਜ਼ਾਦੀ, ਹਰ ਕਿਸੇ ਦਾ ਅਧਿਕਾਰ।

ਨੌਵੇਂ ਗੁਰੂ ਦੀ ਸ਼ਹਾਦਤ ਨਾਲ, ਸੱਤਾ ਦਾ ਹੰਕਾਰ ਹੋਇਆ ਚੂਰ,
ਚਾਂਦਨੀ ਚੌਂਕ ਵਿਚ ਸੀਸ ਭੇਂਟ ਕਰ, ਮਜ਼ਲੂਮ ਦਾ ਡਰ ਕੀਤਾ ਦੂਰ।

ਅਨੰਦਪੁਰ ਇਕੱਠੇ ਹੋਣ ਲੱਗੇ ਸਿੱਖ, ਹੋਕੇ ਨਿਡਰ,
ਗੁਰਬਾਣੀ ਦੀ ਰੌਸ਼ਨੀ ਵਿਚ, ਖੋਜਣ ਲੱਗੇ ਅਪਣੀ ਡਗਰ।

ਘੋੜੇ ਦੀ ਕਾਠੀ ਚੜ੍ਹ, ਫੜ੍ਹ ਹੱਥਾਂ ਵਿਚ ਤਲਵਾਰ,
ਨਹੀਂ ਹੋਵੇਗਾ ਹੁਣ, ਸ਼ਸਤਰਾਂ ਤੇ ਏਕਾਧਿਕਾਰ।

ਨਗਾੜੇ ਦੀ ਗੂੰਜਾਂ ਨਾਲ, ਕੰਬ ਉਠਿਆ ਸ਼ਿਵਾਲਿਕ ਪਰਬਤ,
ਸੱਤਾਰੂੜ ਨੂੰ ਕਦੇ ਨਾ ਭਾਏ, ਵੇਖ ਸਮਾਜ ਨੂੰ ਜਾਗਰਤ।

ਪੱਮਾ ਪੁਰੋਹਿਤ ਹੋਰ ਭੜਕਾਇਆ, ਜਾਤ ਅਭਿਮਾਨੀ ਰਾਜਿਆਂ ਨੂੰ,
ਗੁਰੂ ਗੋਬਿੰਦ ਨੇ ਕਿਉਂ ਥਮ੍ਹਾ ਦਿਤੀ, ਸਮਸ਼ੀਰ ਉਨ੍ਹਾਂ ਦੇ ਹੱਥਾਂ ਨੂੰ ?

ਯੁਗਾਂ ਤੋਂ ਬਣਾ ਰਖਿਆ, ਜਿਨ੍ਹਾਂ ਨੂੰ ਸੀ ਗ਼ੁਲਾਮ,
ਕਿੰਞ ਫੜ ਸਕਦੇ ਉਹ, ਤਲਵਾਰ ਤੇ ਘੋੜੇ ਦੀ ਲਗਾਮ ?

ਵਰਣ ਆਸ਼ਰਮ ਬਚਾਉਣਾ ਹੋਊ, ਕਿਸੇ ਵੀ ਤਰ੍ਹਾਂ,
ਨਾਨਕ ਨੂੰ ਵੀ ਮਿਟਾਉਣਾ ਹੋਊ, ਬੁਧ ਦੀ ਤਰ੍ਹਾਂ।

ਛੱਠੇ ਗੁਰੂ ਦੇ ਅਹਿਸਾਨ ਭੁੱਲ, ਹਮਲਾ ਕੀਤਾ ਪਹਾੜੀ ਰਾਜਿਆਂ ਨੇ,
ਨੌਵੇਂ ਗੁਰੂ ਦੀ ਸ਼ਹਾਦਤ ਭੁੱਲ, ਜੰਗ ਮਚਾਇਆ ਭੰਗਾਨੀ ਦੇ ਮੈਦਾਨਾਂ ਤੇ।

ਪੀਰ ਬੁਧੂ ਸ਼ਾਹ ਨਿਕਲੇ, ਸਿੱਖਾਂ ਦੀ ਮਦਦ ਲਈ,

ਦੋ ਪੁੱਤਰ ਕੁਰਬਾਨ ਕੀਤੇ, ਧਰਮ ਦੀ ਰਖਿਆ ਲਈ।

ਸਿੱਖਾਂ ਖ਼ੂਬ ਜੌਹਰ ਵਿਖਾਏ, ਖੜਗ ਤੀਰ ਕਮਾਨਾਂ ਤੋਂ,
ਰਾਜਿਆਂ ਹੋਈ ਵੱਡੀ ਹਾਰ, ਆਜ਼ਾਦੀ ਦੇ ਪਰਵਾਨਿਆਂ ਤੋਂ।

ਜਾਤ ਹੰਕਾਰ ਨਾ ਮਿਟ ਪਾਇਆ, ਕੀਤੇ ਗੁਰੂ ਤੇ ਹੋਰ ਕਈ ਹਮਲੇ,
ਹਰ ਵਾਰ ਨਿਰਾਸ਼ਾ ਹੱਥ ਆਈ, ਈਰਖਾ ਵਸ ਫਿਰ ਵੀ ਨਾ ਸੰਭਲੇ।

ਨਾਨਕ ਫ਼ਲਸਫ਼ੇ ਨੂੰ, ਦਸਮੇਸ਼ ਪਿਤਾ ਨੇ ਜਾਮਾ ਪਹਿਨਾਇਆ,
ਪੰਜ ਪਿਆਰੀਆਂ ਦੇ ਸੀਸ ਨਾਲ, ਪ੍ਰਗਟ ਹੋਇਆ ਖ਼ਾਲਸਾ ਨਿਆਰਾ।

ਮਨੁਖੀ ਕਦਰਾਂ-ਕੀਮਤਾਂ ਦੀ, ਮਹਿਮਾ ਫੈਲੀ ਚਾਰੋਂ ਹੋਰ,
ਸੱਭ ਵਰਨ ਨਾਸ਼ ਕਰ, ਜਨਮ ਹੋਇਆ ਸਿੰਘ ਤੇ ਕੌਰ।

ਪਹਾੜੀ ਰਾਜੇ ਹੋਰ ਘਬਰਾਏ, ਪਹੁੰਚੇ ਮੁਗਲ ਦਰਬਾਰ ਵਿਚ,
ਗੋਬਿੰਦ ਸਿੰਘ ਨੂੰ ਰੋਕਣਾ ਹੋਉ, ਮਜ਼ਹਬੀ ਮਰਯਾਦਾ ਦੀ ਆੜ ਵਿਚ।

ਹਿੰਦੂ ਰਾਜੇ ਹੱਥ ਮਿਲਾਏ ਮੁਗਲਾਂ ਨਾਲ, ਬੇ-ਈਮਾਨਾਂ ਦੀ ਤਰ੍ਹਾਂ,
ਨਾਨਕ ਨੂੰ ਵੀ ਮਿਟਾਉਣਾ ਹੋਉ, ਬੁਧ ਦੀ ਤਰ੍ਹਾਂ।

ਵਜ਼ੀਰ ਖ਼ਾਨ ਦੀ ਕਮਾਨ ਹੇਠ, ਇਕੱਠੀ ਹੋਈ ਵੱਡੀ ਫ਼ੌਜ,
ਅਨੰਦਪੁਰ ਪਾਇਆ ਘੇਰਾ, ਸੋਚਿਆ ਜੰਗ ਚਲੇਗੀ ਕੁੱਝ ਰੋਜ਼।

ਕਈ ਮਹੀਨੇ ਦੀ ਨਾਕਾਬੰਦੀ, ਜਦ ਨਾ ਹੋਇਆ ਕਬਜ਼ਾ,
ਨਮੋਸ਼ੀ ਤੋਂ ਬਚਣ ਲਈ, ਕੀਤਾ ਇਕ ਹੋਰ ਧੋਖਾ।

ਗਉ-ਕੁਰਾਨ ਦੀ ਕਸਮ ਵਾਲੀ, ਲਿੱਖ ਭੇਜੀ ਸ਼ਾਹੀ ਚਿੱਠੀ,
ਇਕ ਵਾਰ ਕਿਲ੍ਹਾ ਕਰੋ ਖ਼ਾਲੀ, ਫਿਰ ਜਾਉ ਜਹਾਂ ਮਰਜ਼ੀ।

ਗੁਰ ਪਰਵਾਰ ਸੰਗ ਸਿੱਖਾਂ, ਕੀਤਾ ਅਨੰਦਪੁਰ ਖ਼ਾਲੀ,
ਕੁੱਝ ਮੀਲ ਪਹੁੰਚੇ ਸੀ, ਹਮਲਾ ਹੋਇਆ ਬਹੁਤ ਭਾਰੀ।

ਦੁਸ਼ਮਣ ਅੱਗੇ ਵੱਧਣ ਤੋਂ, ਸਿੰਘਾਂ ਜਾ ਰੋਕਿਆ,
ਸਰਸਾ ਨਦੀ ਦੇ ਵੇਗ ਵਿਚ, ਹੋਇਆ ਗੁਰ-ਪਰਵਾਰ ਵਿਛੋੜਾ।

ਮਾਤਾ ਗੁਜਰ ਕੌਰ ਸੰਗ ਹੋਏ, ਛੋਟੇ ਦੋ ਸਾਹਿਬਜ਼ਾਦੇ,
ਦਸਮੇਸ਼ ਪਿਤਾ ਨਾਲ ਹੋਏ, ਚਾਲੀ ਸਿੰਘ ਤੇ ਵੱਡੇ ਦੋ ਸਾਹਿਬਜ਼ਾਦੇ।

ਗੁਰੂ ਸੰਭਾਲਿਆ ਸੀ ਮੋਰਚਾ, ਚਮਕੌਰ ਦੀ ਗੜ੍ਹੀ ਵਿਚ,
ਲਿਖਣ ਵਾਲਾ ਸੀ ਲਾਸਾਨੀ ਅਧਿਆਇ, ਇਤਿਹਾਸ ਦੇ ਪੰਨਿਆਂ ਵਿਚ।

ਦੱਸ ਲੱਖ ਦੀ ਦੁਸ਼ਮਣ ਫ਼ੌਜਾਂ, ਘੇਰਾ ਪਾਇਆ ਗੜ੍ਹੀ ਨੂੰ,
ਸਿੰਘਾਂ ਦੇ ਤੀਰਾਂ ਦੀ ਬੌਛਾਰ ਨੇ, ਮਾਰ ਮੁਕਾਇਆ ਹਜ਼ਾਰਾਂ ਨੂੰ।

ਪੰਜ-ਪੰਜ ਦੇ ਜਥੇ ਵਿਚ, ਸਿੰਘਾਂ ਐਸਾ ਯੁੱਧ ਮਚਾਇਆ,
'ਸਵਾ ਲੱਖ ਸੇ ਏਕ ਲੜਾਊਂ', ਗੁਰੂ ਅਖਿਆਨ ਸੱਚ ਕਰਾਇਆ ।

ਅਜੀਤ ਤੇ ਜੁਝਾਰ ਨੂੰ, ਸ਼ਸਤਰ ਸਜਾਏ ਖ਼ੁਦ ਗੁਰੂ-ਪਿਤਾ ਨੇ,
ਤੁਸੀਂ ਵੀ ਸ਼ਹੀਦੀ ਜਾਮ ਪਿਉ, ਮਿਸਾਲ ਬਣੋ ਸੰਸਾਰ ਤੇ।

ਅਲਾ ਯਾਰ ਖ਼ਾਨ ਤਾਹਿਉਂ ਲਿਖਿਆ:
"ਬਸ ਏਕ ਹਿੰਦ ਮੇਂ ਤੀਰਥ ਹੈ, ਯਾਤਰਾ ਕੇ ਲਿਏ,
ਕਟਾਏ ਬਾਪ ਨੇ ਬੱਚੇ ਜਹਾਂ, ਖ਼ੁਦਾ ਕੇ ਲਿਏ।"

ਕਈ ਕੋਸ ਬੇ-ਖ਼ਬਰ ਬਜ਼ੁਰਗ ਦਾਦੀ, ਜ਼ੋਰਾਵਰ ਤੇ ਫਤਿਹ ਨਾਲ,
ਗੰਗੂ ਬਾਮਣ ਆਪਣੇ ਘਰ ਲਿਆਇਆ, ਰਿਹਾ ਸੀ ਜੋ ਕਈ ਵਰ੍ਹੇ ਗੁਰੂ ਨਾਲ।

ਚੰਦ ਮੋਹਰਾਂ ਖ਼ਾਤਰ ਈਮਾਨ ਵੇਚ, ਕੀਤਾ ਮਹਾਪਾਪ,
ਗੁਰ-ਪਰਵਾਰ ਪਕੜਵਾਕੇ, ਇਨਸਾਨੀਅਤ ਕੀਤੀ ਸ਼ਰਮਸਾਰ।

ਦਾਦੀ ਮਾਤਾ ਤੇ ਸਾਹਿਬਜ਼ਾਦੀਆਂ ਨੂੰ, ਲੈ ਆਏ ਸੂਬਾ ਸਰਹਿੰਦ,
ਖੁੱਲ੍ਹੇ ਬੁਰਜ ਵਿਚ ਕੀਤਾ ਕੈਦ, ਸੀ ਪੋਹ ਦੀ ਬੇਹਤਾਸ਼ਾ ਠੰਢ।

ਵਜੀਦੇ ਦੇ ਦਰਬਾਰ ਵਿਚ, ਨਿਕੀਆਂ ਜਿੰਦਾਂ ਕੀਤੀਆਂ ਪੇਸ਼।
ਜਾਂਦੇ ਹੀ ਸਿੰਘ ਗਰਜੇ:
'ਵਾਹਿਗੁਰੂ ਜੀ ਕਾ ਖ਼ਾਲਸਾ, ਵਾਹਿਗੁਰੂ ਜੀ ਕੀ ਫਤਿਹ'।

ਡਰ ਲਾਲਚ ਬਹੁਤ ਦਿਤੇ, ਕਰੋ ਦੀਨ ਕਬੂਲ,
ਮੌਤ ਤੋਂ ਡਰਦੇ ਨਹੀਂ, ਸਿੱਖੀ ਸਾਨੂੰ ਜਾਨੋਂ ਮਕਬੂਲ।

ਵਜੀਦੇ ਦਾ ਪੱਥਰ ਦਿਲ, ਹੋਣ ਲਗਾ ਸੀ ਜਦ ਪਿੰਘਲ।
ਦੀਵਾਨ ਸੁੱਚਾਨੰਦ ਤਦੋਂ ਬੋਲ ਪਿਆ :
'ਸੱਪ ਦੇ ਬੱਚੇ ਸੱਪ ਹੀ ਹੁੰਦੇ, ਕੁਚਲੋ ਹੁਣੇ ਨਾ ਕਰੋ ਵਿਲੰਭ।'

ਫਿਰ ਕਾਜੀ ਨੇ ਫਤਵਾ ਸੁਣਾਇਆ, ਸਾਹ ਰੋਕ ਕੇ ਸੁਣੋ,
'ਬਾਘੀ ਦੇ ਬੱਚਿਆਂ ਨੂੰ, ਦੀਵਾਰ ਵਿਚ ਜ਼ਿੰਦੇ ਚਿਣੋ'।

ਸਰਹਿੰਦ ਦੀ ਖ਼ੂਨੀ ਦੀਵਾਰ, ਭਰ ਦਿਤਾ ਆਕਰੋਸ਼,
ਸਾਹਿਬਜ਼ਾਦਿਆਂ ਦੀ ਸ਼ਹਾਦਤ, ਪੰਥ ਹੋਇਆ ਸਰਫ਼ਰੋਸ਼।

ਪਾਪੀਆਂ ਦਾ ਨਾਸਕਰ, ਅੰਤ ਹੋਇਆ ਜ਼ੁਲਮੀ ਰਾਜ,
ਬੰਦਾ ਸਿੰਘ ਦੀ ਕਮਾਨ ਹੇਠ, ਉਦੈ ਹੋਇਆ ਖ਼ਾਲਸਾ ਰਾਜ।

ਜ਼ਿੰਮੀਦਾਰੀ ਖ਼ਤਮ ਕਰ, ਨਵੇਂ ਫ਼ੁਰਮਾਨ ਜਾਰੀ ਕੀਤੇ,
ਜੁਗਾਂ ਬਾਦ ਆਇਆ ਹਲੀਮੀ ਰਾਜ, ਵਾਹੀਕਾਰ ਮਾਲਕ ਕੀਤੇ।

ਵਜ਼ੀਰ ਖ਼ਾਨ ਦੇ ਪਾਪ ਪਿੱਛੇ, ਕਿਉਂ ਕੀਤੇ ਇਤਿਹਾਸ ਦੇ ਕਈ ਪੰਨੇ ਬੰਦ,
ਕਿਉਂ ਲੁਕਾ ਦਿਤੇ ਉਹ ਨਾਮ-ਚੰਦੂ, ਗੰਗੂ, ਪੰਮਾ, ਸੁੱਚਾਨੰਦ।

ਸਾਜ਼ਿਸ਼ ਹੈ ਸਿੱਖੀ ਨੂੰ ਨਿਗਲਣਾ, ਕਿਸੇ ਵੀ ਤਰ੍ਹਾਂ,
ਨਾਨਕ ਨੂੰ ਵੀ ਮਿਟਾਉਣਾ ਹਉ, ਬੁਧ ਦੀ ਤਰ੍ਹਾਂ।

ਹੁਣ ਸ਼ਾਹ ਮੁਹੰਮਦ ਦੇ ਸੁਣੋ ਬੋਲ ਅਮੁੱਲ,
ਸਿੱਖੋ! ਆਪੇ ਵਿਰਸੇ ਨੂੰ ਨਾ ਜਾਈਉ ਕਦੇ ਭੁੱਲਃ

"ਮਹਾਂਬਲੀ ਰਣਜੀਤ ਸਿੰਘ ਹੋਇਆ ਪੈਦਾ,
ਨਾਲ ਜ਼ੋਰ ਦੇ ਮੁਲਖ ਹਿਲਾਇ ਗਿਆ।
ਮੁਲਤਾਨ, ਕਸ਼ਮੀਰ, ਪਿਸ਼ੌਰ, ਚੰਬਾ,
ਜੰਮੂ, ਕਾਂਗੜਾ ਕੋਟ, ਨਿਵਾਇ ਗਿਆ।
ਤਿੱਬਤ ਦੇਸ਼ ਲੱਦਾਖ ਤੇ ਚੀਨ ਤੋੜੀਂ,
ਸਿੱਕਾ ਆਪਣੇ ਨਾਮ ਚਲਾਇ ਗਿਆ।
ਸ਼ਾਹ ਮੁਹੰਮਦਾ ਜਾਣ ਪਚਾਸ ਬਰਸਾਂ,
ਅੱਛਾ ਰੱਜ ਕੇ ਰਾਜ ਕਮਾਇ ਗਿਆ।"

ਜੰਗ ਸਿੰਘਾਂ-ਫਿਰੰਗੀਆਂ ਵਿਚ ਖ਼ੂਨ ਬਹੁਤ ਗਿਆ ਸੀ ਡੁੱਲ,
ਸਿੱਖੋ! ਆਪਣੇ ਵਿਰਸੇ ਨੂੰ ਨਾ ਜਾਈਉ ਕਦੇ ਭੁੱਲਃ

"ਜੰਗ ਹਿੰਦ ਪੰਜਾਬ ਦਾ ਹੋਣ ਲੱਗਾ,
ਦੋਵੇਂ ਪਾਤਸ਼ਾਹੀ ਫ਼ੌਜਾਂ ਭਾਰੀਆਂ ਨੀ।
ਅੱਜ ਹੋਵੇ ਸਰਕਾਰ ਤਾਂ ਮੁੱਲ ਪਾਵੇ,
ਜਿਹੜੀਆਂ ਖ਼ਾਲਸੇ ਨੇ ਤੇਗਾਂ ਮਾਰੀਆਂ ਨੀ।
ਘੋੜੇ ਆਦਮੀ ਗੋਲਿਆਂ ਨਾਲ ਉੱਡਣ,
ਹਾਥੀ ਢਹਿੰਦੇ ਸਣੇ ਅੰਬਾਰੀਆਂ ਨੀ।

ਸ਼ਾਹ ਮੁਹੰਮਦਾ ਇਕ ਸਰਕਾਰ ਬਾਝੋਂ,
ਫ਼ੌਜਾਂ ਜਿੱਤ ਕੇ ਅੰਤ ਨੂੰ ਹਾਰੀਆਂ ਨੀ।"

ਰਾਜ ਸੀ ਖ਼ਾਲਸੇ ਦਾ, ਜੋ ਲੁਟਿਆ ਫਿਰੰਗੀਆਂ,
ਵੰਡ ਪੰਜਾਬ, ਕੀਤਾ ਹਵਾਲੇ ਪੂਰਬੀਆਂ ਹਿੰਦੀਆਂ।

ਕੀ ਹੋਇਆ ਚਲਿਆ ਪੁਠਾ ਗੇੜ, ਬਿਪਰ ਦਾ ਹੋਇਆ ਕਬਜ਼ਾ ਜੀ,
ਕੁਠਾਲੀ ਵਿਚ ਤਰਾਸ ਅਜੇ ਕੁੱਝ ਬਾਕੀ, ਰੱਬ ਦੀ ਇਹੀ ਰਜ਼ਾ ਜੀ।

ਸ਼ਹੀਦਾਂ ਦਾ ਖ਼ੂਨ ਜਿਸ ਦੀ ਨੀਹਾਂ ਵਿਚ, ਗੁਰਬਾਣੀ ਹੈ ਸੂਰਜ ਦੀ ਤਰ੍ਹਾਂ,
ਨਾਨਕ ਨੂੰ ਨਾ ਮਿਟਾ ਪਾਉਗੇ, ਕਿਸੇ ਵੀ ਤਰ੍ਹਾਂ।
ਨਾਨਕ ਨੂੰ ਨਾ ਮਿਟਾ ਪਾਉਗੇ, ਕਿਸੇ ਵੀ ਤਰ੍ਹਾਂ।

CPSIA information can be obtained
at www.ICGtesting.com
Printed in the USA
LVHW031130080221
678693LV00003B/289

9 781543 754063